அறிவோம் இஸ்லாம்

பாத்திமா மைந்தன்

நன்னூல்
பதிப்பகம்
மணலி-610203
திருத்துறைப்பூண்டி

அறிவோம் இஸ்லாம்

நூலாசிரியர்: **பாத்திமா மைந்தன்** ©

முதல் பதிப்பு: அக்டோபர்-2024

பக்கங்கள்: 240

வெளியீடு:
நன்னூல் பதிப்பகம்
தொடர்பு எண்: 99436 24956
மணலி, திருத்துறைப்பூண்டி - 610 203
nannoolpathippagam@gmail.com

விலை ரூ.275

Arivom Islam

Author: **Fathima Maindhan** ©

First Edition: October-2024

Pages: 240

ISBN 978-93-94414-76-1

Published by:
Nannool Pathippagam
Contact No. 99436 24956
Manali, Thiruthuraipoondi - 610203
nannoolpathippagam@gmail.com

Price ₹275

வடிவமைப்பு: சு. கதிரவன்

Printed at : ASX Printers, Chennai - 5.

அணிந்துரை

உலக அரங்கில் இஸ்லாம் ஒரு பேசு பொருளாக ஆகியுள்ளது. அது நல்ல நோக்கங்களுக்காகவும் இருக்கலாம்; வேறு நோக்கங்களுக்காகவும் இருக்கலாம். இஸ்லாம் பற்றிய புத்தகங்கள், கட்டுரைகள், ஆய்வுகள் வெளிவந்த வண்ணம் உள்ளன. இஸ்லாம் பற்றிய விமர்சனங்களும் பரந்த அளவில் நடைபெறுகிறது.

இத்தகைய சூழலில் இஸ்லாத்தைப் பற்றி அனைவரும் அறிந்து கொள்ளும் வகையில் எழுதப்படும் நூல்களுக்கான தேவை அதிகமாக உள்ளது. அதுவும் ஆதாரப்பூர்வமான, விருப்பு வெறுப்பற்று நடுநிலையோடு எழுதப்பட்ட நூல்களை மக்கள் எதிர்பார்க்கின்றனர். இஸ்லாத்தை முழுமையாக அறியவும், ஐயங்களைக் களையவும் ஆர்வமாக உள்ளனர்.

எனவே எழுத்தாளரும், ஊடகவியலாளருமான திரு. பாத்திமா மைந்தன் எழுதியுள்ள, ''அறிவோம் இஸ்லாம்'' என்ற இந்நூல், இஸ்லாம் பற்றிய தேடலில் இருப்போருக்குச் சிறந்த பொக்கிஷமாகும். இஸ்லாத்தைச் சரியான கோணத்தில் அறிமுகப்படுத்தும் வகையில் இந்நூல் அமைந்துள்ளது. திருக்குர்ஆன், நபிமொழி ஆகியவற்றின் ஆதாரங்களின் ஒளியில் எழுதப்பட்ட இந்நூல், முஸ்லிம்–முஸ்லிமல்லாதோர் புரிந்து கொள்ளும் வகையில் எழுதப்பட்டுள்ளது.

''இஸ்லாம் என்றால் என்ன?'' என்பது முதல் கட்டுரையின் தலைப்பு. முழுப் புத்தகமும் அதற்கு விடையாக அமைந்துள்ளது. 59 கட்டுரைகள் மூலம் விரிவான விளக்கங்கள் அளிக்கப்பட்டுள்ளன.

இஸ்லாம் ஒரு மதமல்ல; ஒரு மார்க்கம் என்ற கருத்து எல்லோரும் அறிந்த ஒன்று. வாழ்வின் அனைத்துத் துறைகளுக்கும் வழி காட்டும் ஒரு நெறியையே மார்க்கம் என்று அழைக்க முடியும். இந்நூல் இக்கருத்தை உறுதிப்படுத்தும் வகையில் அன்றாட வாழ்வில் மனிதனுக்குத் தேவையான அனைத்து வழிகாட்டுதலையும் வழங்குகிறது.

இஸ்லாத்தின் ஐம்பெரும் கடமைகளை அழகுற வர்ணிக்கிறது. வழிபாடுகள் செய்யும் முறைகளை மட்டுமல்ல, அவற்றின் மூலம் விளையும் நன்மைகளையும், தாக்கங்களையும் தெளிவாக விளக்குகிறார், ஆசிரியர். வழிபாடுகள் சடங்குகள் அல்ல. மனிதனை ஆன்மிக வழியில் பயிற்றுவிக்கும் வழிமுறைகள் என்பதனை வாசகர்கள் உணர்வார்கள்.

எடுத்துக்காட்டாகத் தொழுகையின் மூலம் கிடைக்கும் இறையச்சம், கட்டுப்பாடு, பணிவு, சமத்துவம், சகோதரத்துவம், உடல் நலம்

ஆகியவை குறிப்பிடப்பட்டுள்ளன. ஜகாத் எவ்வாறு வறுமையை ஒழிக்கிறது? ஹஜ் எவ்வாறு சமத்துவத்தைக் கொணர்கிறது? என்பதை விளக்குகிறார், ஆசிரியர்.

இஸ்லாமிய சமுக கலாச்சார மரபுகளும் தெளிவாக எழுதப்பட்டுள்ளன. இல்லறம், திருமணம், உணவு முறைகள், விருந்தோம்பல் ஆகிய தலைப்புகளில் எழுதப்பட்ட கருத்துகள் இஸ்லாமிய சமூக அமைப்பை நமக்குப் படம் பிடித்துக் காட்டுகிறது. இஸ்லாத்தில் பெண்கள் சமமாக நடத்தப்படவில்லை என்ற குரல் ஓங்கி ஒலிக்கும் இத்தருணத்தில், 1400 ஆண்டுகளுக்கு முன்னர் இஸ்லாம் பெண்களுக்கு எத்தகைய உரிமைகளை வழங்கியிருக்கிறது என்பதைப் படிக்கும் வாசகர்கள் ஐயம் தெளிந்து தெளிவு பெறுவார்கள்.

பர்தா, பெண்களைக் கண்ணியப்படுத்த செய்யப்பட்ட ஏற்பாடே தவிர அடிமைப்படுத்த செய்யப்பட்ட ஏற்பாடு அல்ல என்பதை அழகுற விளக்குகிறது இந்நூல். முத்தலாக் கூடாது என்ற ஆசிரியரின் கருத்து, அவருடைய முற்போக்குச் சிந்தனையை வெளிப்படுத்துகிறது. இன்று சர்ச்சைக்குள்ளாகி இருக்கும் பொது சிவில் சட்டம், தனியார் சட்டம் பற்றி நல்ல விளக்கங்கள் தந்துள்ளார். 'பொது சிவில் சட்டம் ஏற்புடையதா?' என்ற கட்டுரையில் ''பொது சிவில் சட்டம் நடைமுறைப்படுத்தப்பட்டால், 'வேற்றுமையில் ஒற்றுமை' என்ற கொள்கைக்கு அது வேட்டு வைப்பதாக அமையும்'' என்பதை ஆசிரியர் வலியுறுத்துகிறார்.

முஸ்லிம் சமூகத்தில் புழக்கத்தில் உள்ள சில வார்த்தைகளுக்கும், நடைமுறைகளுக்கும் முஸ்லிம் அல்லாதவர்களும் புரிந்து கொள்ளும் வகையில் விளக்கங்களைத் தந்துள்ளார். ஸலாம் கூறுதல், பாங்கு, இன்ஷா அல்லாஹ், ஹலால் ஹராம், போன்றவற்றுக்கு ஆசிரியர் தந்துள்ள விளக்கங்களை இதற்கு எடுத்துக்காட்டாகச் சொல்லலாம்.

நபிகள் நாயகம் பற்றி எழுதப்பட்டுள்ள ஏழு கட்டுரைகள், நபிகளாரின் வாழ்க்கையை நமக்கு எளிய முறையில் அறிமுகப்படுத்துகிறது. திருக்குர்ஆனில் உள்ள அறிவியல் கருத்துகளுக்காக பல பக்கங்களை ஒதுக்கியுள்ளார்.

பிரபஞ்சம் தோன்றிய விதம், கோளங்களின் சுழற்சி, நிலவின் ஒளி, தாவரங்களிலும் ஜோடி உண்டு, கரு வளர்ச்சி, நிலத்தடி நீர் ஆகியவற்றைப் பற்றி 1400 ஆண்டுகளுக்கு முன்னர் விஞ்ஞானம் வளராத காலத்தில் குர்ஆன் கூறியுள்ளது. திருக்குர்ஆன் ஓர் இறைவாக்கு என்பதற்கு இவை சான்றாக விளங்குகின்றன. பாத்திமா மைந்தன் அவர்கள் எழுதியுள்ள இந்த எளிமையான, தெளிவான நூலைப் படித்தால் இஸ்லாம் பற்றிய ஒரு தெளிவு பிறக்கும்; ஐயங்கள் தீரும்; இஸ்லாத்தின் மீது காதல் பிறக்கும்; இன்னும் அறிய வேண்டும் என்ற ஆர்வத்தைத் தூண்டும்.

தொடரட்டும் ஆசிரியரின் ஆன்மிகச் சேவை. ஆசிரியருக்கு எனது வாழ்த்துகளையும், பாராட்டுதல்களையும், பிரார்த்தனைகளையும் தெரிவிக்கிறேன்.

–டாக்டர் கே.வி.எஸ். ஹபீப் முஹம்மத்

பொருளடக்கம்

1.	‘இஸ்லாம்’ என்றால் என்ன?	–	7
2.	ஐம்பெரும் கடமைகள்	–	12
3.	திருக்குர்ஆனும் நபி மொழியும்	–	17
4.	இவர்தான் முஸ்லிம்	–	22
5.	ஈமானில் ஒளிரும் மகிமை	–	27
6.	தொழுகையில் மிளிரும் சமத்துவம்	–	31
7.	நோன்பின் மாண்பு	–	38
8.	‘ஜகாத்’தும் வறுமை ஒழிப்பும்	–	43
9.	புனித ஹஜ்	–	50
10.	உலகளாவிய சமத்துவ மாநாடு	–	55
11.	இரு பெருநாட்கள்	–	59
12.	ஸலாம் சொல்வோம்	–	64
13.	இன்ஷா அல்லாஹ்	–	69
14.	தூய்மை	–	74
15.	திருமணம்	–	80
16.	இஸ்லாத்தில் துறவறம் இல்லை	–	85
17.	உணவு உண்ணும் முறை	–	88
18.	ஹலால்–ஹராம்	–	91
19.	இஸ்லாமும் பெண்களும்	–	96
20.	இஸ்லாம் காட்டும் சமத்துவம்	–	101
21.	இஸ்லாம் வழங்கும் பெண்ணுரிமைகள்	–	106
22.	‘பர்தா’ பெண்களுக்கு சுமையா?	–	109
23.	விருந்தோம்பல்	–	112
24.	ஹுதைபிய்யா உடன்படிக்கை	–	117
25.	இஸ்லாமிய புத்தாண்டு	–	123
26.	விவாகரத்து (தலாக்)	–	129
27.	திருக்குர்ஆனின் சிறப்பு	–	136

28. நபிகளாரின் இறுதிப் பேருரை	–	141
29. நபிகளாரின் சாதனை	–	146
30. நபிகளாரின் மாண்பு	–	149
31. நபிகளாரின் இறுதி நாட்கள்	–	152
32. நபிகளார் மரணம்	–	155
33. நபிகளாரின் நற்பண்புகள்	–	158
34. நற்குணங்களின் தாயகம்	–	161
35. நூறு பேர்	–	164
36. தனியார் சட்டம்	–	167
37. பொது சிவில் சட்டம் ஏற்புடையதா?	–	170
38. பலதார மணம்	–	173
39. திருக்குர்ஆனில் அறிவியல் கருத்துகள்	–	178
40. பூமியே மனிதனின் வாழ்விடம்	–	181
41. சுழலும் சூரியன்	–	184
42. பிரதிபலிக்கும் நிலவின் ஒளி	–	187
43. பூமியின் அடுக்குகள்	–	190
44. வானம் பாதுகாக்கப்பட்ட முகடு	–	193
45. திருப்பித் தரும் வானம்	–	196
46. கடல்	–	199
47. மலை	–	202
48. தாவரத்திலும் ஜோடி உண்டு	–	205
49. மனிதனின் மாறாத அடையாளம், கைரேகை	–	208
50. விந்தை புரிபவன் இறைவன்	–	211
51. கருவறை அதிசயங்கள்	–	214
52. திருக்குர்ஆனில் தேனீ	–	217
53. ஒட்டகம்– ஓர் ஒப்பற்ற அதிசயம்	–	220
54. நிலத்தடி நீர்	–	223
55. காற்று	–	226
56. மனிதனும் உணவும்	–	229
57. இஸ்லாமும் ஜீவகாருண்யமும்	–	232
58. உன்னத மார்க்கம் இஸ்லாம்	–	235
59. இஸ்லாத்தின் தனிச் சிறப்பு	–	238

1

'இஸ்லாம்' என்றால் என்ன?

'இஸ்லாம்' என்ற சொல்லுக்கு கீழ்ப்படிதல், அடிபணிதல், ஒப்படைத்தல், ஏக இறைவனை மட்டுமே வழிபடுதல், கட்டளைகளை நிறைவேற்றுதல் என்பது பொருளாகும். இறைவனுக்கு முற்றிலும் கீழ்ப்படிந்து, அவனது ஏவல்களை நிறைவேற்ற வேண்டிய கட்டளைகள் நிரம்பி இருப்பதால்–நிரம்ப இருப்பதால் இதற்கு 'இஸ்லாம்' என்று பெயரிடப்பட்டுள்ளது.

இஸ்லாம் என்ற வேர்ச்சொல்லின் உள்ளார்ந்த பொருள் 'அமைதி, சாந்தி' என்பதாகும்.

இறைவனுக்குத் தன்னை அர்ப்பணித்துக் கொள்வதன் மூலமும், அவனுக்கு முற்றிலும் கீழ்ப்படிந்து நடப்பதாலும் மாத்திரமே, ஒருவன் தன் உடலுக்கும், உள்ளத்திற்கு உண்மையான சாந்தியைப் பெற முடியும் என்பதை இது சுட்டிக்காட்டுகிறது.

இஸ்லாம் தனது பெயரிலும், கொள்கையிலும், போதனைகளிலும், செயல்பாட்டிலும் அமைதியை மையமாகக் கொண்டது. அதன் முகமும், அகமும் சாந்தியை அடிப்படையாகக் கொண்டது.

'இஸ்லாம்' என்பது ஒரு மதம் அல்ல; 'மார்க்கம்'.

'மார்க்கம்' என்றால் நெறி, வழி, ஒழுங்கு, முறை, ஒழுக்கம் எனப் பல பொருள் உண்டு.

'மதம்' என்ற சொல், திருக்குர்ஆனில் எந்த இடத்திலும் இடம் பெறவில்லை. நபிகளாரும் எந்த இடத்திலும் 'மதம்' என்ற சொல்லைப் பயன்படுத்தவில்லை.

இன்றைக்கு பல கோடி மக்களின் இதயத்திலே இடம் பெற்றிருக்கின்ற வாழ்க்கை நெறியாக– வழிமுறையாக இஸ்லாம் உள்ளது.

இஸ்லாம் மார்க்கத்தை சிலர் 'முகமதிய மதம்' என்றும், அதை ஏற்றுக் கொண்டவர்களை 'முகமதியர்கள்' என்றும் அழைக்கி

றார்கள். முகம்மது நபி (ஸல்) அவர்களால் நிறுவப்பட்டது–அத னால் நிறுவியவரின் பெயரால் அழைக்கப்படுகிறது என்று சொல் வது அடிப்படையிலேயே தவறான பொருளைத் தந்து விடும்.

‘எல்லாவிதமான அடிமைத்தனங்களில் இருந்தும் விடுபட்டு, இறைவனில் தன்னை அடிமைப்படுத்திக் கொள்வதே இஸ்லாம்’ என்கிறார்கள் அறிஞர் பெருமக்கள்.

இறைவனைத் தவிர மற்றவர்களுக்கு அல்லது மற்றவைகளுக்கு அடிமையாக இருப்பதில் இருந்து விடுதலை தருகிற மார்க்கம், இஸ்லாம்.

இதனால் இஸ்லாம் மார்க்கத்தை ‘முகமதிய மதம்’ என்று அழைப்பதையோ, முஸ்லிம்களை ‘முகமதியர்’ என்று அழைப் பதையோ இஸ்லாமிய மார்க்க அறிஞர்கள் ஏற்றுக் கொள்வ தில்லை.

இன்னும் சொல்லப்போனால், இஸ்லாமிய நெறி– இஸ்லாமிய மார்க்கம் அண்ணல் நபி (ஸல்) அவர்களால் மட்டும் அறிமுகம் செய்யப்பட்டதல்ல.

முதல் மனிதரும், முதல் இறைத்தூதருமான (நபி) ஆதம் (அலை) அவர்களுக்கு இறைவன் நல்கிய நல் மார்க்கமே, இஸ்லாம்.

இஸ்லாமிய நெறியில் இருந்து மனிதன் வழிதவறும் போதெல் லாம், இறைவன் தன் தூதர்கள் மூலம் இஸ்லாமிய நெறியைப் போதித்து நல்வழிப்படுத்துவான். இப்படி இறைவன் மனித குலத் துக்கு தன் வழிகாட்டுதலைக் காலங்காலமாகச் செய்து கொண்டே வந்தான்.

ஒவ்வொரு சமுதாயத்தினருக்கும், ஒவ்வொரு மொழி பேசு வோருக்கும் இவ்விதமாக இறைவன் தன் தூதர்களை அனுப்பி வைத்தான். அவர்கள் இறைவனிடம் பெற்ற இறைச்செய்தியை மக்களிடம் கூறி அவர்களை நல்வழிப்படுத்த முயன்றனர்.

“(பூமியின் பல பாகங்களிலும் வசித்திருந்த) ஒவ்வொரு வகுப் பினருக்கும் நிச்சயமாக நாம் தூதரை அனுப்பி இருக்கின்றோம். (அத்தூதர்கள் அவர்களை நோக்கி) ‘அல்லாஹ் ஒருவனையே வணங்குங்கள். (வழி கெடுக்கும்) ஷைத்தான்களில் இருந்து நீங் கள் விலகிக் கொள்ளுங்கள் என்(று கூறிச் சென்)றார்கள்” என்று திருக்குர்ஆன் (16:36) தெரிவிக்கிறது.

அவ்வாறு வந்த இறைத்தூதர்களில், இறுதித் தூதராக நபிகள் நாயகம் (ஸல்) அவர்களை, ஒட்டு மொத்த உலக நெறிகளையும்

அறிவோம் இஸ்லாம் 9

முழுமைப்படுத்த இறைவன் அனுப்பி வைத்தான். இஸ்லாம் என்ற பிரமாண்ட அரண்மனையின் 'கடைசிச் செங்கல்' என்று நபிகள் நாயகம் (ஸல்) அவர்கள் தன்னைப் பற்றித் தானே கூறிய கருத்து சிந்தனைக்குரியது.

"தூதர்கள் எனும் நீண்ட சங்கிலித் தொடரில் எனக்குள்ள தொடர்பு ஓர் அரண்மனைக்கு ஒப்பானதாகும். அந்த அரண் மனையோ நேர்த்தியாகக் கட்டப்பட்டிருக்கிறது. அதில் எல்லாமே பூர்த்தியடைந்து விட்டன. ஒரேயொரு செங்கல் வைக்க வேண்டிய இடம்தான் காலியாக இருந்தது. அந்த காலி இடத்தையும் நான் நிரப்பி விட்டேன்; கட்டிடமும் நிறைவடைந்தது. தூதுத்துவமும் இத்துடன் முடிவுற்று விட்டது" என்பது நபிகளாரின் கூற்றாகும். (ஆதாரம்: புகாரீ, முஸ்லிம்)

இதன்மூலம் நபிகள் நாயகம் (ஸல்) அவர்கள், இறைத்தூதர்களில் இறுதித்தூதர் என்பதும், இறைவன் மனித இனத்திற்கு அளித்த நிலையான மார்க்கத்திற்கு மீண்டும் வலிவும், பொலிவும் ஊட்டி அதை நிலை நிறுத்தியவர்கள் என்பதும் புலனாகும்.

எனவே இந்த மார்க்கத்தின் சரியான பெயர், இஸ்லாம் என்பதும், இதைப் பின்பற்றுகின்றவர்களை முஸ்லிம்கள் என்றே அழைக்க வேண்டும் என்பதும் மார்க்க அறிஞர்களின் கருத்தாகும். முறையாகப் பார்த்தால் அதுவே முறையாக இருக்கும்.

'நபி' என்பதற்கு 'செய்தி அறிவிப்பாளர்' என்பது பொருளாகும். நபிமார்கள் என்ற இறைத்தூதர்கள், இறைச் செய்திகளை மக்களுக்கு எடுத்துரைத்து வந்ததால், அவர்களுக்கு இந்தப் பெயர் வந்தது.

இன்னும் சிலர் 'நுபுவ்வத்' (உயர்வு) என்ற அடிச்சொல்லில் இருந்து 'நபி' என்ற சொல் வந்தது என்பார்கள். மனிதர்களிலேயே நபிமார்கள்தான் உயர் தகுதியும், மேலான பதவியும் பெற்றவர்கள் என்பதால் அவர்களுக்கு இந்தப் பெயர் வந்தது. இறைக் கட்டளை களை மனிதர்களுக்கு அறிவிப்பதற்காக இறைவனால் நியமிக்கப் படும் மனிதப்புனிதர்களே நபிமார்கள் ஆவார்கள்.

நபி என்பவர் இறைவனும் அல்லர்; இறைவனின் அவதாரமும் அல்லர்; வானவரும் அல்லர். நபியும் ஒரு மனிதர் தான்.

ஆதி மனிதரும், ஆதித் தூதருமான ஆதம் (அலை) முதல் இறுதித் தூதர் முகம்மது நபி (ஸல்) வரை 1,24,000 நபிமார்கள் வந்துள்ளனர். இவர்களில் 25 நபிமார்கள் திருக்குர்ஆனில் இடம் பெற்றுள்ளனர். (பத்ஹுல் பாரீ)

இவர்கள் இந்த உலகில் ஒரே இறைவன் என்ற ஏகத்துவக்

கொள்கையைப் பிரசாரம் செய்தனர். இதில் வியப்புக்குரிய ஒரு விஷயம் என்னவென்றால், இதுவரையில் உலகத்திற்கு வந்த எல்லா இறைத்தூதர்களையும் தானே அனுப்பியதாக இறைவன், திருக்குர் ஆனில் சாட்சியம் அளிக்கின்றான்.

எந்தச் சமயத்திற்கும் இல்லாத ஒரு பெருமை இஸ்லாம் மார்க்கத் திற்கு உண்டு. இதற்கு முன் தோன்றிய எந்தச் சமயமும், இதற்கு முன்னர் வந்த இறைத்தூதர்களைப் புகழவில்லை.

ஆனால் அதற்கு மாறாக, இறைவனால் அனுப்பப்பட்ட இந்தத் தூதர்கள் இறைச் செய்திகளை எடுத்துரைத்தார்கள்– ஏகத்துவத்தை முன்மொழிந்தார்கள்– அதனால் ஏற்பட்ட சோதனைகளை இன் முகத்தோடு ஏற்றுக் கொண்டார்கள் என்பதைத் திருக்குர்ஆன் பேருள்ளத்துடன் போற்றுகிறது; ஏற்றுக் கொள்கிறது.

“நாங்கள் அல்லாஹ்வையும், எங்களுக்கு இறக்கப்பட்ட (வேதத்)தையும், இப்ராகீம், இஸ்மாயீல், இஸ்ஹாக், யாகூப் இன்னும் அவர் சந்ததியினருக்கு இறக்கப்பட்டதையும், மூஸாவுக்கும், ஈஸா வுக்கும் கொடுக்கப்பட்டதையும் இன்னும் மற்ற நபிமார்களுக்கும் இறைவனிடம் இருந்து கொடுக்கப்பட்டதையும் நம்புகிறோம். அவர்கள் ஒருவருக்கிடையேயும் நாங்கள் வேறுபாடு காட்டமாட் டோம்; இன்னும் நாங்கள் அவனுக்கே வழிபடுகிறோம் என்று (நம்பிக்கை கொண்டோரே) நீங்களும் கூறுங்கள்” என திருக்குர் ஆனில் (2:136) இறைவன் கூறுகின்றான்.

ஆதி மனிதர் ஆதம் (அலை), அவருடைய மனைவி ஹவ்வா (அலை) ஆகியோரிடம் இருந்தே மனித இனம் தோன்றியது.

“மனிதர்களே! உங்கள் அனைவரையும் நிச்சயமாக நாம் ஒரே ஆண், ஒரே பெண்ணில் இருந்துதான் படைத்தோம். பின்னர் ஒரு வர் மற்றவரை அறிந்து கொள்ளும் பொருட்டு, உங்களைக் கிளை களாகவும், கோத்திரங்களாகவும் ஆக்கினோம். (ஆதலால் உங்களில் ஒருவர் மற்றவரை விட மேலென்று பெருமை பாராட்டிக் கொள்வ தற்கில்லை.) எனினும் உங்களில் எவர் இறையச்சம் உடையவராக இருக்கின்றாரோ, அவர்தான் அல்லாஹ்விடத்தில் நிச்சயமாக மிகக் கண்ணியமானவர்” என்று திருக்குர்ஆன் (49:13) கூறுகிறது.

இதன்மூலம் மனித குலத்தின் தொடக்கம் ஒரே மனிதரால் தான் ஆயிற்று என்பதைச் சமூக, சமய, வரலாற்று மரபுகளும் ஒருமனதாக ஏற்றுக் கொள்கின்றன.

பூமியின் பல்வேறு பகுதிகளில் தனித்தனியாக மனிதர்கள் படைக்கப்பட்டார்கள் என்பது விஞ்ஞான ஆராய்ச்சிகளாலும் நிரூபிக்கப்படவில்லை. உலகம் முழுவதும் ஒரே மனிதனின் சந்ததி

அறிவோம் இஸ்லாம் 11

ஆதம் நபி தொடங்கி இவ்வுலகில் அவதரித்த இறைத்தூதர்களை இறைமறை குர்ஆன் போற்றிப் புகழ்வதைக் கீழ்க்கண்ட வரிகளில் காண லாம்.

★ "நிச்சயமாக நாம் உங்களை படைக்க (க்கருதி) உங்களை (அதாவது உங்கள் முதல் தந்தையாகிய ஆதமை) உருப்படுத்தினோம். பின்னர் நாம் வானவர்களை நோக்கி, 'ஆதமுக்கு (சிரம்) பணியுங்கள்' எனக் கட்டளையிட்டோம். இப்லீஸைத் தவிர (மற்ற வானவர்கள்) அனைவ ரும் அவருக்குப் பணிந்தார்கள். அவன் பணியவில்லை.

★ திருக்குர்ஆனில் பல இடங்களில் 'ஆதமின் மக்களே' என்று இறை வன் அழைத்துப் பெருமைப்படுத்துவதைப் பார்க்கலாம்.

★ இப்ராகீமை, இறைவன் தன் உற்ற நண்பனாகத் தேர்ந்தெடுத்துக் கொண்டான் (4:125)

★ உண்மையில் இப்ராகீம் ஒரு முழுச் சமுதாயமாகத் திகழ்ந்தார். அல் லாஹ்வுக்கு அடிபணிபவராக விளங்கினார். (16:120)

★ நபியே! நூஹுக்கும், அவருக்கு பின்னர் வந்த நபிமார்களுக்கும் நாம் வஹி (இறைச்செய்தி) அறிவித்தவாறே உங்களுக்கும் நாம் நிச்சயமாக 'வஹி' அறிவித்தோம். அன்றி, இப்ராகீம், இஸ்மாயில், இஸ்ஹாக், யாகூப் ஆகியோர்களுக்கும் அவர்களுடைய சந்ததிகளுக்கும், ஈஸா, அய்யூப், யூனுஸ், ஹாரூன், சுலைமான் ஆகியோர்களுக்கும் (இவ் வாறே) நாம் வஹி அறிவித்திருக்கின்றோம். தாவூதுக்கு 'ஜபூர்' என் னும் வேதத்தை நாமே கொடுத்தோம். (4:163)

★ குர்ஆனிலே ஈஸா நபியின் தாயார் மர்யம் என்ற தலைப்பில் ஓர் அத்தியாயமே உள்ளது.

என்னும்போது உலகளாவிய சகோதரத்துவம் நிலவுவதைப் பார்க்க முடிகிறது.

எந்த இறைத்தூதர்களையும் முஸ்லிம்கள் தாழ்வாக நினைப்ப தில்லை. இறைத் தூதர்களுக்கிடையே அவர்கள் வேற்றுமை பாராட்டுவதில்லை.

இறைவனையும், வானவர்களையும், வேதங்களையும் நம்புவது இஸ்லாமிய அடிப்படையாக இருப்பதைப் போன்றே இறைத் தூதர்களை நம்புவதும் இஸ்லாமிய அடிப்படை கோட் பாடாகும்.

2

ஐம்பெரும் கடமைகள்

இறை நம்பிக்கை (ஈமான்), தொழுகை, நோன்பு, ஜகாத், ஹஜ் என்னும் ஐம்பெரும் கடமைகள் மீது எழுப்பப்பட்ட உறுதியான மாளிகை, இஸ்லாம்.

இந்தக் கடமைகளில் சில நாள்தோறும் நிறைவேற்றக் கூடியவை. சில வாரந்தோறும் கடைப்பிடிக்கக்கூடியவை. சில ஆண்டுக்கு ஒருமுறை நிறைவேற்றக் கூடியது. இன்னும் சில வாழ்க்கையில் ஒருமுறையாவது நிறைவேற்றக் கூடியவை.

இதில் ஐந்துவேளை தொழுகை தினந்தோறும் நிறைவேற்றப்படும் கடமையாகும். வாரந்தோறும் நிறைவேற்றப்படும் கடமை ஜும்மா தொழுகை. ஆண்டுக்கொரு முறை நிறைவேற்றப்படும் கடமை ரமலான் நோன்பும், ஜகாத்தும். வாழ்க்கையில் ஒருமுறையேனும் நிறைவேற்றப்படும் கடமை ஹஜ்.

ஈமான்

'ஈமான்' என்பது இறை நம்பிக்கை. இது உள்ளத்தால் உறுதி கொண்டு, நாவால் மொழிந்து, உடல் உறுப்புகளால் செயல் வடிவம் பெறுவதாகும்.

'லா இலாஹ இல்லல்லாஹ், முகம்மதுர் ரஸுலுல்லாஹ்' – இந்த 'கலிமா'தான் இஸ்லாத்தின் அடிப்படையாகும்.

'வணக்கத்திற்குரியவன் வேறு யாருமில்லை– அல்லாஹ்வைத் தவிர! முகம்மது நபி அவனது திருத்தூதர்' என்பதே இதன் அர்த்தமாகும். மார்க்க வழக்கில் 'ஈமான்' என்பது, நபிகள் நாயகம் (ஸல்) அவர்கள் இறைவனிடம் இருந்து கொண்டு வந்த எல்லாத் தகவல்களையும் உண்மை என ஏற்பதைக் குறிக்கும்.

மனிதர்களுக்கு வழிகாட்ட மனிதர்களில் இருந்தே இறைவன், தூதர்களை அனுப்பினான்; அவர்கள் உண்மையாளர்கள்; அவர்களுக்கு அருளப்பெற்ற இறை வேதங்கள் உண்மை. இறுதித் தூதர் நபிகள் நாயகம் (ஸல்) அவர்கள் உண்மையாளர். அவர்களுக்கு அருளப்பெற்ற திருவேதம் குர்ஆன் உண்மை. வான

வர்கள் உண்மையாளர்கள்; மறு உலகம் உண்மை. சொர்க்கம், நரகம் உண்மை என்ற நம்பிக்கைகள் ஈமானில் அடங்கும்.

முக்கியமான ஒரு செய்தியை இந்த இடத்தில் பதிவு செய்வது பொருத்தமாக இருக்கும்.

சிலர் 'அல்லாஹ்' என்பதை முஸ்லிம்களின் கடவுள் என்பது போலவும், அது குறிப்பிட்ட ஒரு கடவுளைக் குறிக்கும் பெயர் என்பது போலவும் எண்ணிக் கொண்டிருக்கிறார்கள். அதனால் தான் சிலர் முஸ்லிம்களிடம் பேசும்போது, 'உங்கள் அல்லா சாமி' என்று கூறுவதைக் கேட்க முடிகிறது.

'அல்லாஹ்' என்பது அரபு மொழியில் இறைவனைக் குறிக்கும் சொல். அல்லாஹ்வைத் தவிர வேறு இறைவன் இல்லை என்பது இஸ்லாத்தின் மூலக் கோட்பாடாகும்.அந்த வகையில் 'அல்லாஹ்' என்பது ஏக இறைவனைக் குறிக்கும் சொல்லாகும்.'அல்லாஹ்' என்ற அரபுச் சொல்லுக்கு பன்மையும் கிடையாது. 'பெண்மை'யும் கிடையாது.

அரபி மொழியைத் தாய்மொழியாகக் கொண்ட இஸ்லாமியர் களும், பிற மதத்தைச் சேர்ந்தவர்களும் இறைவனைக் குறிப்பிடு வதற்கு 'அல்லாஹ்' என்ற வார்த்தையைப் பயன்படுத்துகின்றனர். அராமிக் மொழியிலும் இறைவனைக் குறிப்பிட 'அல்லாஹ்' என்கிற வார்த்தையே பயன்படுத்தப்பட்டிருக்கிறது.

தொழுகை

இஸ்லாம் மார்க்கத்தில் ஐந்து வேளை தொழுகை கட்டாயம் ஆக்கப்பட்டுள்ளது.

சூரியன் உதிப்பதற்கு முன்பு நிறைவேற்றப்படும் தொழுகை 'சுபுஹு' தொழுகையாகும். இது 'பஜ்ர்' தொழுகை என்றும் அழைக்கப்படுகிறது.

இதோடு பகல் நேரத் தொழுகை (லுஹர்), மாலை நேரத் தொழுகை (அஸர்), அந்தி நேரத் தொழுகை (மக்ரிப்), முன்னிரவுத் தொழுகை (இஷா) ஆகியவையே ஐந்து வேளைத் தொழுகைக ளாகும்.

'திண்ணமாகத் தொழுகை மானக்கேடான மற்றும் தீய செயல்களைத் தடுக்கிறது' என்று திருக்குர் ஆனில் (29:45) இறை வன் கூறுகின்றான்.

தொழுகை என்பதைக் குறிக்க மூலத்தில் 'அஸ்ஸலாத்' என்ற சொல் ஆளப்பட்டுள்ளது. நின்று குனிந்து, சிரம் பணிந்து குறிப்

பிட்ட முறையில் வழிபடும் தொழுகை முறைக்கே இஸ்லாமிய மரபில் 'அஸ்ஸலாத்' என்பார்கள். இது மனமும் உடலும் தொடர்புடைய வழிபாடாகும்.

இஸ்லாத்தில் ஐந்து வேளைத் தொழுகை மிகவும் முக்கியமானது. இதனால்தான், "ஒரு மனிதனுக்கும், இணை வைத்தவனுக்கும் இடையே வேறுபாடு தொழுகையை விடுவதாகும்" என்று நபிகள் நாயகம் (ஸல்) அவர்கள் கூறினார்கள்.

வாரம் ஒருமுறை நிறைவேற்ற வேண்டிய வெள்ளிக் கிழமை அன்று நடைபெறும் ஜும்மா தொழுகையும் கடமையான தொழுகையாகும்.

ஐவேளை தொழுகையை நிறைவேற்றி வரும் ஒவ்வொரு முஸ்லிமும் இந்தத் தொழுகையையும் கண்டிப்பாக நிறைவேற்ற வேண்டும்.

ஜும்மா தொழுகை, ஒவ்வொரு வெள்ளிக்கிழமையும், 'லுஹர்' (நண்பகல் தொழுகை) தொழுகைக்கான நேரத்தில் நிறைவேற்றப்படுகிறது. இதை நிறைவேற்றுபவர் வெள்ளிக்கிழமை அன்று 'லுஹர்' தொழுகையை நிறைவேற்ற வேண்டியதில்லை.

இந்தத் தொழுகையை கூட்டாகவே (ஜமாத்துடன்) நிறைவேற்ற வேண்டும். இதைத் தனியாக எவரும் தொழ முடியாது. ஜும்மா தொழுகையைத் தவற விட்டால் ஈடு செய்ய முடியாது. ஒருவேளை தவற விட்டவர் 'லுஹர்' தொழுகையைத் தொழ வேண்டும்.

நோன்பு

ரமலான் மாதம் முழுவதும் நோன்பு இருப்பது ஐம்பெரும் கடமைகளில் ஒன்று. முஸ்லிம்களைப் பொறுத்தவரை நோன்பு என்பது மாபெரும் இறை வழிபாடு. இதற்கு எந்த இறை வழிபாடும் இணையாக முடியாது.

எல்லா மதங்களிலும் நோன்பு நோற்கும் பழக்கம் உள்ளது. இருந்த போதிலும் இஸ்லாமிய நோன்பு இவற்றில் இருந்து முற்றிலும் மாறுபட்டது; வேறுபட்டது.

சூரிய உதயத்திற்கு முன்பிருந்து சூரியன் மறையும் வரை உண்ணுதல், பருகுதல், பாலுறவு கொள்ளல் ஆகியவற்றைத் தவிர்ப்பதே இஸ்லாமியர்கள் கடைப்பிடிக்கும் நோன்பாகும்.

சூரிய உதயத்திற்கு சுமார் $1\frac{1}{2}$ மணி நேரத்திற்கு முன்பு 'ஸஹர்' (நோன்பு வைப்பதற்கு முன்பு உண்ணப்படும் உணவு) உணவை நிறைவு செய்ய வேண்டும். அதன் பிறகு மாலை வரை உண்ணாமலும், பருகாமலும் இருக்க வேண்டும்.

அறிவோம் இஸ்லாம்

ஐம்பெரும் கடமைகளில் ஒன்றான ஹஜ்ஜைத் தவிர இதர ஈமான், தொழுகை, நோன்பு, ஜகாத் ஆகிய 4 கடமைகளும் ஒரு சேர நிறைவேறுவது ரமலான் மாதத்தில்தான்.

ஜகாத்

நோன்பு இருப்பதையும், தர்மம் செய்வதையும் கடமையாக்கிய மார்க்கம், இஸ்லாம்.

'ஜகாத்' என்பதற்கு கட்டாயக் கொடை, கட்டாய தர்மம், ஏழை வரி என்று பொருள் கொள்ளலாம்.

'ஜகாத்' என்ற சொல்லுக்கு வளர்ச்சி, தூய்மை என்று அர்த்தம். 'ஜகாத்' வழங்குவதால் பொருள் வளர்ச்சி அடைவதுடன் தூய்மையும் அடைகிறது.

ஜகாத் வழங்குவோரின் பாவங்கள் மன்னிக்கப்பட்டு அவர்கள் தூய்மை அடைகிறார்கள் என்பதால் இப்பெயர் வந்தது.

கட்டாயக் கொடையை 'ஜகாத்' என்றும், விரும்பி வழங்கும் ஏனைய தான தர்மங்களை 'ஸதகா' என்றும் கூறுவது வழக்கம்.

திருக்குர்ஆனில் பல்வேறு இடங்களில் தொழுகையுடன் இணைத்தே 'ஜகாத்' வழங்கும்படி இறைவன் கட்டளையிட்டுள்ளான்.

"நீங்கள் தொழுகையை நிலை நிறுத்துங்கள்; ஜகாத்தும் கொடுத்து வாருங்கள்" (2:43)

"இன்னும் எவர்கள் தொழுகையைக் கடைப்பிடித்து ஜகாத்தும் கொடுத்து வருகின்றனரோ..." (5:55) என்ற திருமறையின் வசனங்கள், தொழுகைக்கு இணையாக ஜகாத் வழங்குவதன் அவசியத்தை எடுத்துரைக்கின்றன.

ஹஜ்

இஸ்லாமியர்களின் இறுதிக் கடமை 'ஹஜ்'. வசதி படைத்தவர்கள் வாழ்நாளில் ஒரு முறையேனும் மக்கா நகருக்குச் சென்று ஹஜ் கடமையை நிறைவேற்ற வேண்டும்.

"மக்களில் அங்குச் சென்று வரச் சக்திபெற்றோர், அல்லாஹ்வுக்காக அவ்வில்லத்தை 'ஹஜ்' செய்வது கடமையாகும். யார் மறுத்தாரோ (அதனால் அல்லாஹ்வுக்கு இழப்பில்லை. ஏனெனில்) அல்லாஹ் அகிலத்தாரிடம் தேவையற்றவன்" (3:97) என்று இறைவன் திருமறையில் கூறுகின்றான்.

'ஹஜ்' என்ற சொல்லுக்கு 'நாடுதல்' என்பது பொருள். இஸ்லாமிய வழக்கில், ஹஜ் என்பது, மக்கா நகரில் உள்ள இறை இல்லமான புனித கஅபாவை நாடிச் சென்று நபிகள் நாயகம் (ஸல்) அவர்கள் காட்டிய வழியில் கிரியைகளை நிறைவேற்றும் ஒரு வழிபாட்டைக் குறிக்கும்.

புனித கஅபா சதுர வடிவிலான கட்டிடம். கஅபாவின் தலை வாயிலையொட்டியுள்ள தென் கிழக்கு மூலையில் 1.10 மீட்டர் உயரத்தில் 'ஹஜருல் அஸ்வத்' எனும் கருப்புக் கல் பதிக்கப்பட்டுள்ளது. இந்தக் கருப்புக் கல்லை நபிகளார் தொட்டு முத்தமிட்டார்கள்.

இதைப் பின்பற்றியே இன்றைய தினம் ஹஜ் பயணிகள் அந்தக் கல்லைத் தொட்டு முத்தமிடுகிறார்கள். இதனால் அந்தக் கல்லை முஸ்லிம்கள் வழிபடுகிறார்கள் என்று யாரும் கருதி விடக் கூடாது.

அந்தக் கல்லுக்கு எந்தவித ஆற்றலும் கிடையாது. மனிதர்களுக்கு நன்மை செய்யவோ, தீமை அளிக்கவோ அதனால் இயலாது.

'ஹஜருல் அஸ்வத்' என்ற கல்லை முஸ்லிம்கள் வணங்குகிறார்கள் என்று யாரும் எண்ணிடக் கூடாது என்பதாலேயே உமர் (ரலி) அவர்கள், அந்தக் கல் அருகே சென்று முத்தமிட்டு விட்டு, "நீ தீங்கோ நன்மையோ அளிக்க முடியாத கல் தான் என்பதை நான் நன்கறிவேன். நபி (ஸல்) அவர்கள் உன்னை முத்தமிடுவதை நான் கண்டிராவிட்டால், உன்னை நான் முத்தமிட்டிருக்க மாட்டேன்" என்றார்கள். (புகாரி-1597)

ஹஜ் அல்லாத காலங்களில் புனித மக்காவுக்குச் சென்று கஅபாவில் இறைவனை வழிபடும் வழிபாடு 'உம்ரா' என்று அழைக்கப்படுகிறது.

ஹஜ் வழிபாட்டிற்கு குறிப்பிட்ட காலம் உண்டு. ஆனால் உம்ராவுக்கு கால நிர்ணயம் எதுவும் இல்லை.

3

திருக்குர்ஆனும் நபி மொழியும்

இஸ்லாம் மார்க்கத்தைப் பற்றி அறிந்து கொள்வதற்கு முன்பாக திருக்குர்ஆனுக்கும், 'ஹதீஸ்' என்னும் நபிமொழிக்கும் உள்ள வித்தியாசம் என்ன என்பதைப் புரிந்து கொள்வது அவசியமாகும்.

திருக்குர்ஆன் வசனம் என்பது இறை வாக்கு. அது அகிலத்தைப் படைத்துக் காக்கும் அல்லாஹ்வின் உரை.

நபி பட்டம் பெறுவதற்கு முன்பு, நபிகளார் தனிமையை இனிமையாய் ஏற்று மக்காவில் இருந்து 5 கிலோ மீட்டர் தூரத்தில் உள்ள 'ஹிரா' குகையில் இறைச்சிந்தனையில் ஈடுபட்டிருந்தார்கள். ஒருநாள்– இருள் சூழ்ந்திருந்த அந்தக் குகை திடீரென்று ஒளிமயமாகக் காட்சியளித்தது.

நபிகளார் முன்பு, வானவர் ஜிப்ரீல் (அலை) அவர்கள் தோன்றி "ஓதுவீராக" என்றார்.

அதற்கு நபிகள் நாயகம் (ஸல்) அவர்கள், "நான் ஓதியவன் அல்லனே!" என்றார்கள்.

மீண்டும் அதே குரல், "ஓதுவீராக".

"நான் எதை ஓதுவது?" என்று நபிகளார் கேட்க, "ஓதுவீராக! நபியே! படைத்த உம் இறைவன் திருப்பெயர் கொண்டு! உறைந்த ரத்தக் கட்டியில் இருந்து மனிதனை அவன் படைத்தான், ஓதுவீராக!" (திருக்குர்ஆன்–96:1) என்ற இறை வசனம் இறங்கியது.

நபிகளாரின் நாற்பதாவது வயதில் ரமலான் மாதத்தின் பிந்தைய இரவுகளில் ஓர் இரவில் திருக்குர்ஆன் முதன்முறையாக அருளப்பட்டது.

இதைத் தொடர்ந்து இறைச்செய்தி (வஹீ) வரத் தொடங்கியது. நபிகளாரின் இறுதிக் காலம் வரை அதாவது 63 வயது வரை விட்டு விட்டும், தொடர்ந்தும் இறைச்செய்திகள் வரலாயிற்று. இவ்வாறு அருளப்பெற்ற வேத அறிவிப்புகளின் மொத்த தொகுப்புதான், திருக்குர்ஆன். இந்த அருள் மறைக்கு எத்தனையோ பெயர்கள்

இருந்தபோதிலும், குர்ஆன் என்ற பெயரே சிறப்புப் பெயராக விளங்கி வருகிறது.

'குர்ஆன்' என்ற அரபிச் சொல்லுக்கு 'ஓதப்பட்டது, ஓதக் கூடியது, ஓத வேண்டியது' என்று பொருள்.

நபிகளாருக்கு வானவர் ஜிப்ரீல் மூலமாக இந்த வேதம் 'ஓதப் பட்டது.'

இந்த வேதமே இந்த உலகில் அதிக மக்களால் 'ஓதக்கூடியது'. இந்த வேதம் மனித சமுதாயம் தனது மேன்மையைக் கருதி, 'ஓத வேண்டியது' போன்ற பொருளைக் கொண்டிருப்பது சிந்தனைக்கு உரியதாகவும், நயக்கத்தக்கதாகவும் உள்ளது.

திருக்குர்ஆன் அறிவுக் கருவூலமாய், அருள் சுரக்கும் பெட்டகமாய், அன்பார்ந்த கட்டளையாய், வழிபட்டோருக்கு நற்செய்தியாய், வழி தவறியோருக்கு அச்சமூட்டும் எச்சரிக்கையாய் விளங்குகிறது.

குர்ஆன்– இது அருளப்பட்ட மூல மொழியான அரபு மொழியிலேயே உலகெங்கும் உள்ள மக்களால் ஓதவும், முழுவதும் மனனம் செய்யக்கூடிய வகையிலும் உள்ள ஒரே வேத நூலாக விளங்குகிறது.

அதன் மூல மொழியைத் தெரியாதவர்கள்கூட அதை ஓதக் கேட்டால், அவர்களது உள்ளத்தைக் கவர்ந்து, உணர்வைக் கிளறி கண்களில் நீர் கசியச் செய்யும் ஓசை நயம் கொண்டதாகத் திருக்குர்ஆன் திகழ்கிறது.

திருக்குர்ஆனில் பல்வேறு இடங்களில், 'மனிதர்களே', 'ஆதமுடைய மக்களே' 'இறை நம்பிக்கையாளர்களே' என்று விளித்து அறிவுரைகள் வழங்கப்பட்டிருப்பதைப் பார்க்கலாம்.

குர்ஆன், ஒரு நாட்டினருக்கோ, ஒரு மொழியினருக்கோ, ஓர் இனத்திற்கோ என்றில்லாமல் உலக மக்கள் அனைவரின் நல்வாழ்வுக்காக அருளப்பட்டது என்பதை இந்த வரிகள் நிரூபிக்கின்றன.

ஆணவத்தாலும், அறியாமையாலும் அழிந்து போன ஆது, ஸமூது போன்ற– சரித்திரத்திற்கும் முற்பட்ட காலத்தில் வாழ்ந்த மக்களின் வரலாற்றை எடுத்துரைப்பதால் கடந்த காலத்தையும், மனித வாழ்வின் தினசரி நிகழ்வுகளில் சின்னஞ்சிறு பிரச்சினைகளுக்குக்கூட வழிகாட்டுவதால் நிகழ்காலத்தையும், மறு உலக வாழ்க்கையையும், எதிர்காலத்தின் முன்னறிவிப்புகளையும் கூறுவதால் வருங்காலத்தையும் ஆக முக்காலத்திற்கும் பொருந்தக் கூடிய வேத நூலாகத் திருக்குர்ஆன் திகழ்கிறது.

உலகிலே ஐந்தில் ஒரு பகுதியினருடைய வாழ்வின் ஒளிவிளக்காக இந்த ஒப்பற்ற வேதம் விளங்கி வருகிறது.

இந்தத் திருக்குர்ஆன் அறிஞர்களால் ஆய்வு செய்யப்பட்டி ருக்கும் அளவுக்கு உலகில் வேறெந்த வேதமும், எந்த நூலும் ஆய்வு செய்யப்படவில்லை என்பது மறுக்க முடியாத உண்மையாகும்.

எந்தவிதமான நவீன கருவிகளும், அறிவியல் சாதனங்களும் இல் லாத காலத்திலேயே தீர்க்கமாகத் திருக்குர்ஆன் ஆய்வு செய்யப் பட்டு, அதன் வசனங்கள் பாதுகாக்கப்பட்டிருப்பதால், இந்தக் குர்ஆன் எக்காலத்திலும், எவராலும் மாற்ற முடியாத அற்புதமான அமைப்பைக் கொண்டதாகத் திகழ்ந்து கொண்டிருக்கிறது.

திருக்குர்ஆன் 114 அத்தியாயங்களைக் கொண்டது. இதில் 83 அத்தியாயங்கள் மக்காவில் அருளப்பட்டவை. 31 அத்தியாயங்கள் மதீனாவில் அருளப்பட்டவை.

திருக்குர்ஆனில் சிற்சில இடங்களில் உள்ள ஒரு வசனத்தை இரு வசனங்களாகவும், இரு வசனங்களை ஒரு வசனமாகவும் சிலர் கணக்கிடுவதுண்டு.

இதனால் இதில் உள்ள வசனங்கள் எத்தனை என்பதில் கருத்து வேறுபாடுகள் உள்ளன. என்றபோதிலும் நம்மிடையே ஏற்றுக் கொள்ளப்பட்ட வசனங்களின் எண்ணிக்கை 6666 ஆகும்.

இஸ்லாமிய நெறிமுறையில் இறைவனுடைய அருள் வேதமாகிய திருக்குர்ஆனுக்கு அடுத்தபடியாக நபிகளாரின் பொன்மொழித் தொகுப்பாகிய 'ஹதீஸ்'கள் மதிக்கப்படுகின்றன.

'ஹதீஸ்' என்பது 'ஹதஸ்' என்ற வேர்ச்சொல்லில் இருந்து வந்த சொல்லாகும். 'ஹதீஸ்' என்றால் உரை, உரையாடல், நிகழ்ச்சி, புதிய செய்தி எனப் பொருள்படும்.

'ஹதீஸ்' என்பது இறுதி இறைத்தூதர் நபிகள் நாயகம் (ஸல்) அவர்களின் சொல், செயல், அங்கீகாரம், வாழ்க்கை முறை, குணநலன்கள் ஆகியவற்றை கொண்ட தொகுதி ஆகும்.

"மனிதர்களே! அகிலங்களுக்கு ஓர் அருட்கொடையாக நீங் கள் நேர்வழி பெறுவதற்காக என்னுடைய இறுதித் தூதரை நான் அனுப்பி விட்டேன். உங்களின் இம்மை வெற்றியும், மறுமை ஈடேற்றமும் இந்த இறுதித் தூதரைப் பின்பற்றுவதில்தான் அடங்கி உள்ளது" என்று திருமறையில் இறைவன் பல்வேறு இடங்களில் சுட்டிக் காட்டுகின்றான்.

இறைத்தூதராக நியமிக்கப்பட்ட அந்த நொடி முதல் நபிகளா ரின் சொல்லும், செயலும் மிகக் கவனத்துடன் பதிவு செய்யப் பட்டன.

நபிகளார் நிகழ்த்திய உரைகள், அறிவுரைகள், ஏவிய செயல்கள், தடுத்த காரியங்கள் ஆகிய அனைத்தும் மனித சமுதாயத்திற்கு வழிகாட்டும் ஒளி விளக்காக விளங்கின.

நம்மிடையே இன்று நூற்றுக்கணக்கான நபிமொழித் தொகுப்புகள் (ஹதீஸ்) புழக்கத்தில் இருந்தபோதிலும், நபிகளார் வாழ்ந்த காலத்தில் நபிமொழிகள் நூல் வடிவில் தொகுக்கப்படவில்லை. அதற்குக் காரணம் அப்போது விரல் விட்டு எண்ணக் கூடிய அளவில் மிகச்சிலரே எழுதப் படிக்கத் தெரிந்தவர்களாக இருந்தனர். அவர்களும் திருக்குர்ஆனை எழுதும் பணியில் ஈடுபட வேண்டி இருந்தது.

பெரும்பாலான நபித்தோழர்கள் எழுதப்படிக்கத் தெரியாதவர்களாக இருந்ததால் நபிகளாரிடம் கேட்ட, பார்த்த செய்திகள் அனைத்தையும் மனதில் பதிய வைத்துக் கொண்டனர்.

சந்தேகங்களுக்கு விளக்கம் அளிக்கவும், பிரச்சினைகளுக்குத் தீர்வு சொல்லவும் நபிகளார் வாழ்ந்து வந்ததால், ஹதீஸ்களை பதிவு செய்ய வேண்டும் என்ற கருத்து எழவில்லை.

நபிகளாரின் மறைவுக்குப் பிறகு லட்சக்கணக்கான ஹதீஸ்களை மனனம் செய்திருந்த நபித்தோழர்கள் பலர், மார்க்க அழைப்புப் பணிக்காகத் தொலைதூர நாடுகளுக்கு பயணம் மேற்கொண்டிருந்தனர். மேலும் பலர் அறப்போர்களில் ஈடுபட்டு உயிரிழந்தனர். இதனால் நபி மொழிகளை ஒன்று திரட்ட வேண்டிய அவசியம் ஏற்பட்டது.

உமர் (ரலி) அவர்களுக்கு நபிமொழிகளை நூல் வடிவில் தொகுக்க வேண்டும் என்ற எண்ணம் ஏற்பட்டது. முந்தைய சமுதாயத்தார் பல்வேறு நூல்களை எழுதி அதிலேயே மூழ்கி இறை வேதத்தை மறந்து விட்டதை நினைத்து, அதுபோன்ற நிலை இச்சமுதாயத்திலும் உருவாகி விடக்கூடாது என்பதற்காக நபிமொழியைத் தொகுக்கும் பணியைத் தொடங்காமலேயே விட்டு விட்டார்கள்.

நபிகளார் காலத்திற்குப் பிறகு இஸ்லாம் வேகமாக பரவி வந்தது. இஸ்லாத்தின் வளர்ச்சிக்கு அதன் ஆழமான கொள்கைகளும், எல்லா வகையிலும் அது தனித்து விளங்கியதும்தான் காரணம் என்பதை இஸ்லாத்தின் எதிரிகள் கண்டு கொண்டனர். இஸ்லாத்திலும் அர்த்தமற்ற கருத்துகள் நிறைந்திருப்பதாக நிரூபித்தால், இஸ்லாத்தின் வளர்ச்சியை பெருமளவு கட்டுப்படுத்தி விடலாம் என்று அவர்கள் கனவு கண்டனர்.

திருக்குர்ஆனில் திரிபு வேலை செய்ய முடியாது என்பதால், நம்ப முடியாத கருத்துகளை நபிகளார் கூறியதாக பொய்யுரை

அறிவோம் இஸ்லாம் 21

களை பரப்பலானார்கள். இதனால் உண்மையான ஹதீது எது? இடைச்செருகல் எது? என்பதை இனம் பிரித்துக் காட்ட வேண்டிய கட்டாயம் நபித்தோழர்களுக்கு ஏற்பட்டது.

நபிமொழியைத் தொகுக்கும் பணியில் முதன் முறையாகத் தம்மை ஈடுபடுத்திக் கொண்டவர் கலீபா உமர் பின் அப்துல் அஜீஸ் (ரஹ்) ஆவார். இதன்படி நபிமொழிகளைத் தொகுக்கும் பணியை மதீனாவில் சுக்ரீ (ரஹ்) தொடங்கினார்.

இதைத் தொடர்ந்து ஆதாரபூர்வமான நபிமொழிகளைத் தொகுக்கும் பணியை இமாம் இஸ்மாயில் புகாரீ (ரஹ்) அவர்கள் தொடங்கினார்கள்.

இது நபிமொழி தான் என்பதை அவர்கள் முதலில் உறுதி செய்வார்கள். பிறகு அதைத் தமக்கு யார் சொன்னது? அவருக்கு யார் சொன்னது? அது உண்மைத் தன்மை உடையதுதானா என்பதைத் தீர விசாரித்தே பதிவு செய்தார்கள்.

அதனால்தான் அவர்கள் தொகுத்த நபிமொழித் தொகுப்பிற்கு 'ஸஹீஹுல் புகாரி' – ஆதாரபூர்வமான ஹதீஸ் என்ற பெயர் ஏற்பட்டது.

இமாம் புகாரீ அவர்களைப் பின்பற்றி இமாம் முஸ்லிம் பின் அல் ஹஜ்ஜாஜ் (ரஹ்), திர்மிதீ (ரஹ்), அபூ தாவூத் (ரஹ்), இப்னு மாஜா (ரஹ்), நஸயீ (ரஹ்) ஆகியோர் நபிமொழிகளைத் தொகுத்தனர்.

ஐம்பதுக்கும் மேற்பட்ட நபிமொழித் தொகுப்புகள் வெளி வந்த போதிலும், மேற்கண்ட ஆறு நூல்கள் நம்பிக்கைக்குரிய, ஆதாரபூர்வமான நூல்கள் எனப் பொதுவாக மதிக்கப்படுகின்றன.

“எனக்குப் பிறகு இறை மறை, என் வழிமுறை என்ற இரண்டையும் விட்டுச் செல்கிறேன். அவற்றைப் பற்றிப் பிடித்துக் கொண்டால் நீங்கள் வழி தவற மாட்டீர்கள்” என்பது நபிமொழி.

4

இவர்தான் முஸ்லிம்

"இந்த மார்க்கத்தின் பெயர் 'இஸ்லாம்' என்பதும், இதைப் பின்பற்றுகிறவர்களை 'முஸ்லிம்'கள் என்றும் அழைக்க வேண்டும்" என்பதே மார்க்க அறிஞர்களின் கருத்து, என்பதை முதல் அத்தியாயத்தில் பார்த்தோம்.

இஸ்லாம் மார்க்கத்தைப் பின்பறுகின்றவர்களை 'இஸ்லாமியர்கள்' என்றும் அழைக்கலாம். ஆனால், 'முஸ்லிம்' என்று அழைப்பதே சிறப்பானது. காரணம், இது இறைவன் வைத்த பெயராகும்.

"நம்பிக்கையாளர்களே! நீங்கள் அல்லாஹ்வுடைய பாதையில் முயற்சிக்க வேண்டியவாறு முயற்சியுங்கள். அவனே உங்களைத் தேர்ந்தெடுத்(து மேன்மையாக்கி வைத்)திருக்கின்றான். இந்த மார்க்கத்தில் அல்லாஹ் உங்களுக்கு யாதொரு கஷ்டத்தையும் ஏற்படுத்தவில்லை. இது உங்கள் பிதாவாகிய இப்ராகீமுடைய மார்க்கமாகும்.

(அல்லாஹ்) அவன்தான் இதற்கு முன்னரும் இ(வ்வேதத்)திலும் உங்களுக்கு 'முஸ்லிம்' என்று பெயரிட்டுள்ளான். (இதற்கு) நம்முடைய இத்தூதரே சாட்சியாக இருக்கிறார்" என்று திருமறையில் (22:78) இறைவன் கூறுகின்றான்.

'முஸ்லிம்' என்றால் 'கீழ்ப்படிபவர்' என்று பொருள்.

இறைவன் ஒருவனுக்கு மட்டுமே அடிபணிந்து, அவனுக்கு மட்டுமே கீழ்ப்படிந்து வாழ்பவர்களே முஸ்லிம்கள்.

இஸ்லாத்தில் கடமையாக்கப்பட்டுள்ள அடிப்படைகளில் நம்பிக்கை வைத்து அதன்படி நடப்பவர் மட்டுமே முஸ்லிம் என்ற அந்தஸ்தைப் பெற முடியும்.

"நிச்சயமாக, எனது தொழுகையும், என்னுடைய வழிபாடுகளும், என்னுடைய வாழ்வும், என்னுடைய மரணமும் அகிலங்களின் அதிபதியாகிய அல்லாஹ்வுக்கே உரியனவாகும். அவனுக்கோ யாரும் இணையில்லை. இவ்வாறே எனக்குக் கட்டளையிடப்பட்டுள்ளது. மேலும் நான் இறைவனுக்குக் கீழ்ப்படிவோரில் (முஸ்லிம்களில்)

'ஸல்' என்பதன் பொருள்

பெற்ற தாய், தந்தையை விடவும், இன்னும் சொல்லப் போனால் தன் உயிரினும் மேலாகவும் முஸ்லிம்கள், நபிகள் நாயகம் (ஸல்) அவர்களை நேசிக்கிறார்கள் என்பது உலகறிந்த செய்தி.

நபிகளாரின் காலத்தில் வாழ்ந்தவர்கள்கூட ஏதாவது அவரிடம் கூற வேண்டுமென்றால், 'என் தாயும், தந்தையும் உங்களுக்கு சமர்ப்பணம் ஆகட்டும்' என்று சொல்லி தொடங்குகிற வழக்கம் இருந்தது.

இதனால்தான் அவர்கள் பெயரை எழுதும்போதும், சொல்லும்போதும் 'ஸல்லல்லாஹு அலைஹி வ ஸல்லம்' (இறைவனின் கருணையும், சாந்தியும் அவர்களுக்கு உண்டாவதாக) என்று எழுதுவதும், சொல்லுவதும் வழக்கம்.

இதைச் சுருக்கமாக 'ஸல்' என்று குறிப்பிடுவார்கள். இது நபிகளாருக்காக இறைவனிடம் மக்கள் செய்யும் பிரார்த்தனை ஆகும். இது 'ஸலவாத்' எனப்படும். எனவே நபிகளாரின் பெயர் வரும்போதெல்லாம் சுருக்கமாக 'ஸல்' என்பது அடைப்புக் குறிக்குள் குறிப்பிடப்படுகிறது.

இதைபோலவே இறைத் தூதர்கள் பெயர் வரும்போதெல்லாம், 'அலைஹிஸ் ஸலாம்' (அவர்கள் மீது சாந்தி உண்டாவதாக) என்று சொல்ல வேண்டும்.

இறைத் தூதர்களுக்குப் பிரார்த்தனை செய்யும் வகையில் அவர்கள் பெயருக்குப் பின்னால் இதைச் சுருக்கமாக 'அலை' என்று குறிப்பிடுவர். சான்றாக இறைத் தூதர் ஆதம் அவர்களைக் குறிப்பிடும்போது, நபி ஆதம் (அலை) அவர்கள் என்று எழுத வேண்டும்.

மேலும், நபித் தோழர்கள் பெயர் வரும்போது 'ரலியல்லாஹு அன்ஹு' (அன்னார் மீது இறைவனின் அன்பு உண்டாவதாக) என்று கூற வேண்டும்.

இது நபித் தோழர்களுக்காக செய்யப்படும் பிரார்த்தனை ஆகும். இதை 'ரலி' என்று சுருக்கமாகக் கூறுவார்கள். உதாரணமாக நபிகளாரின் உற்ற தோழரும், முதல் கலீபாவுமான (ஜனாதிபதி) அபூபக்கரைக் குறிப்பிடும்போது, அபூபக்கர் (ரலி) என்று எழுத வேண்டும்.

நபித்தோழர்களுக்குப் பின்னர் வாழ்ந்து மறைந்த இஸ்லாமியப் பெரியவர்கள் பெயர் வரும்போது 'ரஹ்மத்துல்லாஹி அலைஹி' (அவர் மீது இறைவனின் அருள் உண்டாவதாக) என்று கூற வேண்டும். இதைச் சுருக்கமாக 'ரஹ்' என்று குறிப்பிடுவர்.

நபி மொழிகளைத் தொகுத்த இமாம் புகாரி அவர்களை இமாம் புகாரி (ரஹ்) என்று எழுத வேண்டும்.

முதன்மையானவனாக உள்ளேன்" என்ற திருக்குர்ஆன் (6:162) வசனங்களுக்கேற்ப வாழ்பவர்களே முஸ்லிம்கள்.

இந்த வானங்களிலும், பூமியிலும் இருக்கின்ற எல்லாமே இறைவனுக்கு உரியவையே.

மனிதனிடம் இருக்கின்ற, 'தனது' என்று உரிமை கொண்டாடுகின்றவற்றுக்கும் அசல் உரிமையாளன் அந்த இறைவனே என்ற எண்ணம் கொண்டவர்களே முஸ்லிம்கள்.

இறைக் கடமைகளை நிறைவேற்றுவதோடு, இறையடியார்களின் கடமைகளை நிறைவேற்றி மனித உரிமைகளை மதிப்பவர்களே முஸ்லிம்கள்.

சுருங்கச் சொன்னால் 'பிறர் நலம் பேணுதல்' என்பதே அவர்களின் அடையாளம்.

'ஒரு முஸ்லிம் எப்போதும் ஏதாவது ஒரு வகையில் பிறருக்கு நன்மை புரிபவனாக இருக்க வேண்டும்' என்பதற்கு முன்னுரிமை கொடுத்து நபிகளார் முன்மொழிவதை நபிமொழி (ஹதீஸ்) தொகுப்பில் காணலாம்.

"என்னிடத்திலும், என் சமூகத்தைச் சார்ந்தவர்களிடத்திலும் மறுமை நாள் வரை நன்மை இருந்து கொண்டே இருக்கும்" என்பது நபிமொழியாகும்.

முஸ்லிம்கள் யார்? அவர்கள் கொள்கை என்ன? என்பதற்கு 1,400 ஆண்டுகளுக்கு முன்னால் வரலாற்றில் பதிவான நிகழ்ச்சியை பகிர்ந்து கொள்வது பொருத்தமாக இருக்கும்.

முஸ்லிம்களுக்கு எதிராக மக்கா மாநகர் குரைஷிகளின் தொல்லைகள், எல்லை மீறிப்போயின. அவர்கள் அளித்த இன்னல்கள், சித்ரவதைகளில் சிக்கி ஆரம்பகால முஸ்லிம்கள் கடும் அவதி அடைந்தனர்.

அப்போது அபிசீனியா நாட்டை நஜ்ஜாஷி என்ற கிறிஸ்தவ மன்னர் ஆண்டு வந்தார். குரைஷிகளின் கொடுமைகளுக்கு முடிவு கட்ட அந்த நாட்டில் போய் அடைக்கலம் தேடுமாறு அவர்களிடம் நபிகள் நாயகம் (ஸல்) அவர்கள் கேட்டுக்கொண்டார்கள்.

"இப்போது நீங்கள் அனுபவித்து வரும் துயரங்களில் இருந்து அல்லாஹ் (இறைவன்) உங்களுக்கு ஆறுதல் அளிக்கும் வரை, நீங்கள் அபிசீனியாவுக்குச் செல்லுங்கள். அநீதியால் துயருறாத மக்களைக் கொண்ட நாட்டின் மன்னரை நீங்கள் அங்கு காண்பீர்கள். அது மதங்களில் நேர்மை கொண்டதொரு நாடு" என்று நபிகளார் கூறினார்கள்.

அறிவோம் இஸ்லாம்

அதன்பேரில் சில முஸ்லிம்கள் அபிசீனியா சென்று அடைக்கலம் பெற்றனர். இதுவே இஸ்லாத்தின் முதல் 'புலம் பெயர்வு' ஆகும்.

இஸ்லாத்தின் எதிரிகளாக இருந்த குறைஷிகளில் சிலருக்கு இது தெரிய வந்தது. அவர்கள் அம்ர் என்பவரையும் அவருக்குத் துணையாக இன்னொருவரையும் அனுப்பி வைத்தனர். அவர்கள் அந்த நாட்டுக்குச் சென்று மன்னரிடம், முஸ்லிம்களைப் பற்றியும், இஸ்லாத்தைப் பற்றியும் இல்லாததையும், பொல்லாததையும் சொல்லி 'பற்ற' வைத்தனர். அவர்களை நாட்டை விட்டே அனுப்புமாறு கோரிக்கை விடுத்தனர்.

இதற்கு முன்னதாக மந்திரிகளுக்கும் அவருடைய ஆலோசகர்களுக்கும் கணிசமான 'அன்பளிப்பு'களை வழங்கி அவர்களை 'கை'க்குள் போட்டுக் கொண்டனர். இதனால் இந்த விவகாரம் மன்னரின் முன்பு வந்தபோது மந்திரிகளும், ஆலோசகர்களும் அம்ருக்கு ஆதரவுக் 'கரம்' நீட்டினர்.

இதற்கு நஜ்ஜாஷி மன்னர் உடனடியாக உடன்படவில்லை. "இறைவன் பெயரால் நாம் அவர்களுக்கு துரோகம் இழைக்க முடியாது. ஏனைய அனைவரிலும் என்னையே தேர்ந்தெடுத்து என்னிடம் வந்து அடைக்கலம் தேடியுள்ள அவர்களை நாம் கைவிட்டு விட முடியாது. முஸ்லிம்களை இங்கே அழைத்து இவர்கள் கூறும் குற்றச்சாட்டுகள் குறித்து விசாரித்து அறியாமல் அவர்களை ஒப்படைக்க நான் ஒப்புக் கொள்ள மாட்டேன்" என்று உறுதியாக தெரிவித்தார்.

இதைத் தொடர்ந்து அடைக்கலம் பெற்று அபிசீனியாவில் குடியேறிய முஸ்லிம்களை அழைத்து வருமாறு மன்னர் ஆணையிட்டார்.

அவர்களிடம், 'நீங்கள் புதிதாக ஏற்றுள்ள இஸ்லாத்தைப் பற்றிக் கூறுங்கள்' என்றார்.

அப்போது அந்தக் குழுவின் தலைவராக ஜஃபர் இப்னு அபூதாலிப் இருந்தார். அவர் மன்னரிடம் கூறியதாவது:-

"அரசரே! நாங்கள் அறியாமையிலும், ஒழுக்கக் கேட்டிலும் இருந்தோம். சிலைகளை வணங்கிக் கொண்டும், செத்ததைத் தின்று கொண்டும் வாழ்ந்து வந்தோம். எல்லாவிதமான அட்டூழியங்களையும் செய்து கொண்டிருந்தோம். உறவின் கயிறுகளை அறுத்தோம். அண்டை வீட்டாரை வெறுத்தோம். எம்மில் வலியவர்கள், எளியோரை வருத்தி வந்தோம். எங்களில் இருந்தே ஒரு தூதரை இறைவன் எங்களிடம் அனுப்பும் வரை நாங்கள் இவ்வாறே இருந்து வந்தோம். அந்தத் தூதரின் பரம்பரை, சத்திய வழி, நேர்மை, தூய்மை இவற்றைப் பற்றி நாங்கள் நன்கறிவோம்.

“ஒரே இறைவனை வணங்கும்படி அவர் எங்களை அழைத்தார். எங்கள் முன்னோர்கள் வணங்கி வந்த சிலைகளை வணங்கக் கூடாது என்று எடுத்துரைத்தார். உண்மையைப் பேச வேண்டும்; கொடுத்த வாக்கை காப்பாற்ற வேண்டும்; நம்பி ஒப்படைக்கப்பட்ட இன்னொருவரின் அமானிதத்துக்கு துரோகம் செய்யக்கூடாது என்று உபதேசித்தார்”.

“பெற்றோரிடமும், சுற்றத்தாரிடமும் கருணையுடன் நடந்து கொள்ள வேண்டும்; குற்றம் புரிவதில் இருந்தும் ரத்தம் சிந்துவதில் இருந்தும் நாங்கள் விலகிக் கொள்ள வேண்டும் என்றார்”.

“தீமை செய்யக்கூடாது; திருடக்கூடாது; பெண்களை அவமானப்படுத்தக்கூடாது; பொய் சத்தியம் செய்யக் கூடாது; பொய் சாட்சி கூறக்கூடாது; விபசாரம் புரியக் கூடாது என்று எடுத்துக் கூறினார்”.

“ஒரே இறைவனுக்காகவே எங்கள் வணக்கம் இருக்க வேண்டும் என்றும், தொழுகை, நோன்பு, ஜகாத் என்னும் கட்டாயக் கொடை ஆகியவற்றைக் கடைப்பிடிக்க வேண்டும் என்றும் கட்டளையிட்டார்”.

“நாங்கள் அவரை நம்பினோம். அவர் இறைவனிடம் இருந்து கொண்டு வந்த உபதேசங்களைப் பின்பற்றி நடந்தோம்”.

“ஆனால் குறைஷி குலத்தைச் சேர்ந்த சிலர், எங்களுக்கு எதிராகக் கிளர்ந்து எழுந்தனர். எங்கள் நம்பிக்கையையும், மார்க்கத்தையும் விட வேண்டும் என்று விடாப்பிடியாக இருந்தனர். எங்களுக்குத் தாங்க முடியாத துயரங்களைத் தந்தனர். சிலை வணக்கத்திற்கும் அழிவுப் பாதைக்கும் திரும்ப வேண்டும் என்று எங்களை வற்புறுத்தினார்கள்”.

“அதனால் நாங்கள் உங்கள் நாட்டில் அடைக்கலம் புகுந்துள்ளோம். உங்கள் பாதுகாப்பில் நாங்கள் மகிழ்ச்சியாக இருக்கின்றோம். உங்கள் மீதும், நீதியின் மீதும் நாங்கள் நம்பிக்கை வைத்துள்ளோம். எங்களைப் பயமுறுத்தும் எங்கள் எதிரிகளிடம் இருந்து எங்களை நீங்கள் காப்பாற்றுவீர்கள் என்று நாங்கள் நம்புகிறோம்”.

இதைக் கேட்ட மன்னர் நஜ்ஜாஷி, “உங்கள் வழியில் நீங்கள் செல்லுங்கள்; எங்கள் நாட்டில் நீங்கள் பாதுகாப்பாக இருக்கலாம். உங்களில் ஒருவரையும் நான் துயருக்கு உள்ளாக்க மாட்டேன்” என்று கூறி அனுப்பி வைத்தார்.

மன்னரிடம் ஜபர் அளித்த பதில், “எது இஸ்லாம்; யார் முஸ்லிம்கள்” என்ற கேள்விக்கு விடையாக– பாதுகாக்கப்பட்ட ‘பத்திரமாக’ இன்றைக்கும் திகழ்கிறது.

5

ஈமானில் ஒளிரும் மகிமை

இஸ்லாம் என்னும் மாளிகை ஐந்து தூண்களில் நிற்கிறது. அதில் முதலாவது மற்றும் முக்கியமான தூண்– 'இறை நம்பிக்கை' என்னும் 'ஈமான்' ஆகும். 'ஈமான்' என்ற அரபிச் சொல்லுக்கு 'அறிதல்', 'ஒப்புக்கொள்ளுதல்' என்று பொருள். 'இறைவன் ஒரு வனே' என்ற ஓரிறைக் கொள்கையை ஏற்பதே 'ஈமான்' என்றும், அதன்படி செயல்படுவதே 'இஸ்லாம்' என்றும் கூறுவர். ஈமான் என்பது நம்பிக்கையையும், இஸ்லாம் என்பது அந்த நம்பிக்கையை வெளிப்படுத்தும் செயல்களையும் குறிக்கும். அனைத்துக்கும் 'தீன்' (மார்க்கம்) என்ற பெயரையே நபிகளார் சூட்டியுள்ளார்கள்.

அனைத்தையும் படைத்து ஆளுகின்ற இறைவன் ஒருவனே; அவன் இணை துணையற்றவன்; அவனுக்கு ஒப்பான பொருள் ஏதுமில்லை; அவனுக்கு ஊண், உறக்கம் இல்லை; பெற்றோர், மனைவி, மக்கள் இல்லை; ஆதியும் அந்தமும், பிறப்பும், இறப்பும் இல்லாதவன். இத்தகைய சர்வ வல்லமை படைத்த இறைவன் ஒருவன் இருக்கின்றான் என நம்பிக்கை கொள்வதே 'தவ்ஹீத்' எனப்படும் ஓரிறைக் கோட்பாடு ஆகும்.

'லா இலாஹ இல்லல்லாஹ்' (வணக்கத்திற்குரியவன் அல் லாஹ்வைத் தவிர வேறெதுவும் இல்லை) – இந்த 'கலிமா' தான் இஸ்லாத்தின் மூல மொழி. 'கலிமா' என்பதற்கு 'சொல்' என்று பொருள். இஸ்லாத்தின் இதர கோட்பாடுகள், கட்டளைகள், சட்டங்கள் அனைத்தும், இந்தச் சொல்லை (கலிமா) அடிப்படை யாக வைத்தே சொல்லப்பட்டிருக்கின்றன. இதன் காரணமாகவே ஒருவர் முஸ்லிம் ஆவதற்கு 'லாயிலாஹ இல்லல்லாஹ்' என்ற மூல மொழியை முன்மொழிய வேண்டும் என்பதே முதன்மையான– அவசியமான நிபந்தனையாகும்.

"இறைவன் ஒருவனே என்பதில் உள்ள இந்தத் திடமான உறுதிப் பாட்டிலும், சர்வ வல்லமையுள்ள அந்த இறைவனின் ஆட்சி மீது அவர்கள் கொண்டுள்ள எளிய, உற்சாகமான நம்பிக்கைகளிலும் தான் இஸ்லாத்தின் வலிமை இருக்கிறது" என்று வரலாற்றாசிரியர் பிலிப் கே.ஹிட்டி கூறிய கருத்து இங்கே நினைவு கூரத்தக்கது.

"இறை நம்பிக்கை (ஈமான்) அறுபதுக்கும் மேற்பட்ட கிளை களைக் கொண்டதாகும். நாணமும், இறை நம்பிக்கையின் ஒரு கிளையே" என்பது நபிமொழியாகும். கிளைகள் என்பது 'பண்பு கள்' அல்லது 'செயல்கள்', 'கூறுகள்' எனப்பொருள்படும்.

அந்த ஈமானில் முதன்மையானது 'லா இலாஹ இல்லல்லாஹ்' என்பதாகும். அதில் இறுதியானது, 'துன்பம் தரும் பொருளை பாதையில் இருந்து அகற்றுவது'. அறுபதுக்கும் மேற்பட்ட கிளை களைக் கொண்ட மகத்தான ஈமான், மனித வாழ்க்கையின் எந்தத் துறையையும் விட்டு வைக்காமல் சூழ்ந்துள்ளது.

எனவே முழு வாழ்வையும்-வாழ்வின் அனைத்துத் துறைகளை யும் ஈமானின் வழிகாட்டுதலுடன் நிறைவேற்றும் முஸ்லிம்கள் மட்டுமே ஈமானில் முழுமை அடைகிறார்கள்.

வாழ்வில் அனைத்துத் துறைகளிலும் மிளிர்ந்திடும் ஈமான், அந்த மனிதர்களின் வாழ்க்கையையே வணக்கமாக மாற்றி விடுகிறது என்பது முஸ்லிம்களின் நம்பிக்கையாகும்.

"அல்லாஹ்வுக்காக நேசித்து, அல்லாஹ்வுக்காகக் கோபித்து, அல்லாஹ்வுக்காகக் கொடுத்து யார் வாழ்கிறாரோ அவர் தனது இறை நம்பிக்கையை முழுமையாக்கிக் கொண்டு விட்டார்" என்று நபிகள் நாயகம் (ஸல்) அவர்கள் ரத்தினச்சுருக்கமாக ஈமானுக்கு விளக்கம் அளித்துள்ளார்கள்.

இறைவனைப் பற்றிய நம்பிக்கையே இஸ்லாத்தின் ஆணி வேர். ஏகத்துவக் கொள்கையை ஏற்று 'கலிமா'வை மொழிந்த மறு நொடியே அவர் இஸ்லாமிய குடும்பத்தின் உறுப்பினராகி விடு கிறார்; உடன்பிறப்பாகி விடுகிறார். இஸ்லாத்தில் 'தீண்டாமை' இல்லை. எனவே புதிதாக இஸ்லாத்தில் சேர்ந்தவரின் 'சாதி' மாயமாகி விடுகிறது. ஒரே பாத்திரத்தில் உணவருந்தும் பாக்கியம் கிடைக்கிறது. சட்டங்களாலும், சலுகைகளாலும் சாதிக்க முடியாத 'சாதி ஒழிப்பை' இஸ்லாத்தின் மூல முழக்கமான இந்த 'கலிமா' சாதித்துக் காட்டிக் கொண்டிருக்கிறது.

"இன்றும் தீண்டத்தகாதவர் இஸ்லாத்தைத் தழுவினால், அவரை முஸ்லிம்கள் ஆரத்தழுவி அன்பு பாராட்டுவதைப் பார்க்கி றோம்".

"மரணத்திற்கு அப்பால் ஒட்டிக் கொண்டிருக்கிற சாதி அவ லத்தை உயிரோடு இருக்கும்போதே துடைத்தெறிந்து விடுகிற ஒரே சமயம் இஸ்லாம் என்பதாகத்தான் எனக்குத் தோன்றுகிறது".

மேற்கண்டவை, வார்த்தைச்சித்தர் வலம்புரி ஜான் வார்த்தை களாகும்.

அறிவோம் இஸ்லாம் **29**

அல்லாஹ் என்பது 'அல் இலாஹ்' என்பதாகும். 'இலாஹ்' என்ற பொதுப்பெயருடன் 'அல்' என்ற குறிப்புப் பெயரும் சேர்ந்ததே 'அல்லாஹ்' என்பதாகும். அதாவது, 'வணக்கத்திற்குரிய தகுதியான ஒரே இறைவன்' என்பது அதன் பொருள். 'அல்லாஹ்' என்ற சொல் ஆண், பெண் போன்ற எந்த பாலினத்தையும் குறிக்காது. பாரசீக மொழியில் 'குதா', இந்தியில் 'தேவ்தா', ஆங்கிலத்தில் 'காட்', தமிழில் 'இறைவன்', 'கடவுள்' என்னும் சொற்களின் பொருளும் பெருமளவு இதற்குப் பொருத்தமாக இருப்பதைப் பார்க்கலாம்.

'அல்லாஹ்' என்ற சொல்லின் மாபெரும் சிறப்பு, அச்சொல்லில் இருந்து இடது பக்கமாக ஒவ்வொரு எழுத்தாக நீக்கினால் எஞ்சி இருக்கும் சொல், அல்லாஹ் என்ற அர்த்தத்தையே தரும்.

அல்லாஹ்	–	அல்லாஹ்
லில்லாஹ்	–	அல்லாஹ்
லஹு	–	அல்லாஹ்
ஹு	–	அவன் (அல்லாஹ்)

வேறு எந்த மொழியிலும் 'இறைவன்' என்ற சொல்லுக்கு இந்தச் சிறப்பு இல்லை. இறை வேதமாகிய திருக்குர்ஆனில் அல்லாஹ் தன்னைப் பற்றி அறிமுகம் செய்யும்போது, தனது அழகிய பண்புகளை வெளிப்படுத்துகின்றான். அவை அல்லாஹ்வின் திருநாமங்கள் ('அஸ்மாஹுல் ஹுஸ்னா') எனப்படும்.

"அல்லாஹ் அழகிய பெயர்களுக்கு உரித்தானவன்; எனவே, அந்த அழகிய பெயர்களைக் கொண்டே அவனை அழையுங்கள்" (7:180) என்கிறது திருமறை.

உதாரணமாக...

'அர் ரஹ்மான்'	–	அளவற்ற அருளாளன்
'அர் ரஹீம்'	–	நிகரற்ற அன்புடையோன்
'அர் ரகீப்'	–	கண்காணிப்பவன்
'அல் மலிக்'	–	அரசன்
'அல் காலிக்'	–	படைப்பாளன்
'அஸ்ஸலாம்'	–	சாந்தி அளிப்பவன்
'அல் அஸீஸ்'	–	யாவரையும் மிகைத்தவன்
'அல் கப்பார்'	–	மன்னிப்பவன்
'அல் வாஹித்'	–	தனித்தவன்
'அல் வதூத்'	–	நேசிப்பவன்
'அல் ரஸ்ஸாக்'	–	உணவளிப்பவன்

இறைவனின் திருநாமங்களில் அதிகமாகப் பயன்படுத்தப்படு வது, 'அர் ரஹ்மான்', 'அர் ரஹீம்'. முஸ்லிம்கள் எந்தச் செயலைத் தொடங்கினாலும், 'பிஸ்மில்லா ஹிர்ரஹ்மா னிர்ரஹீம்' என்று சொல்ல வேண்டும். இதற்கு, 'அளவற்ற அருளாளனும் நிகரற்ற அன்புடையோனுமாகிய இறைவனின் திருநாமத்தால் தொடங்குகி றேன்' என்று அர்த்தம். திருக்குர்ஆனின் ஒவ்வொரு அத்தியாயமும் இந்தச் சொல்லைக் கொண்டே தொடங்குகின்றன. குர்ஆனின் முதல் வசனமும் இதுதான். அல்லாஹ்வைப் பற்றி பல்வேறு விஷ யங்களைக் குர்ஆன் தன்னகத்தே கொண்டிருந்தாலும், அனைத்தை யும் உள்ளடக்கி புரிந்துணர திருக்குர்ஆனின் 122–வது அத்தியாயம் (இக்லாஸ்–ஏகத்துவம்) போதுமானது.

"(நபியே!) நீர் கூறுவீராக: அல்லாஹ் ஒருவன்தான்; அல்லாஹ் (எவரிடத்தும்) தேவையற்றவன். அவன் (எவரையும்) பெறவு மில்லை. (எவராலும்) பெறப்படவும் இல்லை".

மேற்காணும் வசனங்கள் இறைவனுக்குரிய தனித்துவத்தின் பெரு மையைச் சுருக்கமாகவும், 'சுருக்'கென்று மனதில் பதியும் வகையி லும் எடுத்தியம்புகின்றன. இறைவனுக்கு எதிராகச் செய்யப்படும் பாவங்கள் ஒன்றைத் தவிர ஏனைய பாவங்கள் அனைத்தும் மன் னிக்கப்படும். அந்தப் பாவங்களைச் செய்தவர் உண்மையிலேயே மனம் வருந்தி மன்னிப்புக்காக மன்றாட வேண்டும். ஆனால் இறைவனுக்கு இணை வைத்தல் என்ற பாவத்தை மட்டும் இறை வன் மன்னிக்கவே மாட்டான்.

"நிச்சயமாக அல்லாஹ் (இறைவன்) தனக்கு இணை வைப்பதை மன்னிக்கவே மாட்டான். இதனைத் தவிர (மற்ற) எதனையும் தான் நாடியவர்களுக்கு மன்னிப்பான்" (4:48) என்று திருமறை தெளி வாகவும், உறுதியாகவும் தெரிவிக்கிறது.

6

தொழுகையில் மிளிரும் சமத்துவம்

தொழுகை, இஸ்லாத்தின் பிரதான தூண். தொழுகை முஸ்லிமாகிய ஒவ்வொரு ஆணும், பெண்ணும் நிறைவேற்ற வேண்டிய கடமையாகும்.

இறைவனை வணங்குவது, தொழுவது எல்லாம் மற்ற மதங்களில் தனி மனித விருப்பம் சார்ந்தது. ஆனால் வரையறுக்கப்பட்ட நேரங்களில் இறைவனைக் கட்டாயம் வணங்க வேண்டும் என்பதை இஸ்லாம் கடமையாக்கியுள்ளது.

தொழுவது எப்படி முக்கியமோ அதேபோல தொழுகின்ற நேரமும் முக்கியம். "நிச்சயமாக தொழுகையோ குறிப்பிட்ட நேரத்தில் (தவறாமல்) நம்பிக்கையாளர்கள் நிறைவேற்ற வேண்டிய கடமையாகவே இருக்கின்றது" என்று திருக்குர்ஆன் (4:103) கூறுகிறது.

ஒவ்வொரு தொழுகை நேரத்திற்கும் தொடக்கமும் உண்டு; முடிவும் உண்டு. அதற்குள் தொழுது விட வேண்டும்.

இவ்வாறு இறை வழிபாட்டுக்கு நேரத்தைக் கற்பித்து, வாழ்க்கையில் நேரம் தவறாமையைக் கடைப்பிடிக்க வேண்டும் என்பதை மனிதர்களுக்கு இறைவன் உணர்த்துவதாகக் கொள்ளலாம்.

தொழுகை தொடங்குவதற்கு முன்பாக அதற்கான தொழுகை அறிவிப்பு ('பாங்கு') செய்யப்படுகிறது.

'தொழுகை அறிவிப்பு' என்பதைக் குறிக்க மூலத்தில் 'அல் அதான்' என்ற சொல் கையாளப்பட்டுள்ளது. இதற்கு 'அறிவித்தல்' என்று அர்த்தம்.

பார்சியன் மொழியில் 'பாங்க்' (ஒலி) என்பர். இதுவே தொழுகை அறிவிப்பை 'பாங்கு' என்று சொல்லும் வழக்கம் தமிழ் முஸ்லிம்களிடம் வந்து விட்டது.

தொழுகைக்கான அறிவிப்பு சுருக்கமாக இருந்தாலும், அதில் பொருள் செறிவும் இஸ்லாமிய அடிப்படைக் கொள்கையும் இடம் பெறுவது சிறப்புக்குரியதாகும்.

அல்லாஹு அக்பர் (இறைவன் மிகப் பெரியவன்) – 2 முறை;

அஷ்ஹது அல் லாயிலாஹ இல்லலாஹ் (அவன் இணை துணை யற்ற ஏகன்) –2 முறை;

அஷ்ஹது அன்ன முகம்மதர் ரசூல்லாஹ் (முகம்மது நபி இறை வனின் திருத்தூதர்) –2 முறை;

ஹய்ய அலஸ் ஸலாஹ் (தொழுகைக்கு வாருங்கள்) –2 முறை;

ஹய்ய அலல் பலாஹ் (வெற்றியை நோக்கி வாருங்கள்) –2 முறை;

மீண்டும் அல்லாஹு அக்பர் –2 முறை;

லாயிலாஹ இல்லல்லாஹ்– ஒரு முறை.

அதிகாலை சுபுஹு தொழுகைக்கு அழைப்பு விடுக்கும்போது மட்டும், 'அஸ்ஸலாத்து ஹைரும் மினன் நவ்ம்' (தூக்கத்தை விட தொழுகை மேலானது) என்ற வரிகளை 2 முறை கூற வேண்டும்.

தொழுகைக்கான அழைப்பின் நோக்கமே, அனைத்து இறை நம்பிக்கையாளர்களையும் ஒரே நேரத்தில் ஒன்று திரட்டி தொழச் செய்வதுதான்.

ஒவ்வொருவரும் தனக்காகத்தான் தொழுகிறார்கள். இருந்த போதிலும் அவர்களை ஒன்று கூடச் செய்வதன் நோக்கம், ஒரு சமூக ஒற்றுமை உருவாக்கமே.

ஒரு இமாமைப் பின்பற்றி தொழுவதே கூட்டுத் தொழுகை. இமாம் என்பதற்குத் 'தலைவர்' என்று அர்த்தம். முதன்மை பொறுப்பு வகிப்பவர்; கூட்டுத் தொழுகையை முன்னின்று நடத்து பவர்; வழிகாட்டி, முன்னோடி என்ற பொருளும் உண்டு.

ஒருவர் கடமையான தொழுகையைத் தனியாகத் தொழுவதை விட பலருடன் சேர்ந்து, இமாமைப் பின்பற்றிக் கூட்டாகத் தொழு வது பல மடங்கு சிறப்புக்குரியதும், மேலானதும் ஆகும். இதை 'ஜமாத்துடன்' தொழுவது என்பார்கள்.

"தனியாகத் தொழுவதை விட கூட்டாகத் தொழுவது 27 மடங்கு சிறந்ததாகும்" என்றும்,

"ஜமாத்-கூட்டுத் தொழுகைக்காக அளிக்கப்படும் நன்மைகள் மக்களுக்குத் தெரியுமானால், அவர்களுக்கு ஆயிரக்கணக்கான நிர்பந்தங்கள் இருப்பினும் அதற்காக ஓடி ஓடி விரைந்து வந்து விடுவார்கள்" என்றும் நபிகளார் கூறினார்கள்.

தொழுகையை பள்ளி வாசலிலும் தொழலாம்; மைதானத்திலும் நிறைவேற்றலாம்; வீட்டிலும் தொழலாம்.

நேரம் தவறாமல் தொழுகையை நிறைவேற்ற வேண்டும் என்பதே

முக்கியமானது. இதனால்தான் ஓடும் ரெயிலிலும் சிலர் தொழுவதைப் பார்க்கிறோம்.

'பூமி முழுவதும் தொழுமிடமாகவும், சுத்தம் (தயம்மும்) செய்வதற்கேற்றதாகவும் ஆக்கப்பட்டுள்ளது. எனவே என் சமுதாயத்தாரில் யாருக்கேனும் தொழுகை(யின் நேரம்) வந்து விட்டால் (அவர் எந்த இடத்தில் இருக்கின்றாரோ அந்த இடத்தில்) தொழுது கொள்ளட்டும்' என்று நபிகளார் நவின்றார்கள்.

இதே கருத்தை இந்தியாவின் ஜனாதிபதியாக இருந்த தத்துவ மேதை டாக்டர் ராதாகிருஷ்ணன், "இந்த உலகம் முழுவதையும் வணங்கும் இடமாக இஸ்லாம் மாற்றி இருக்கிறது" என்று சென்னைப் பல்கலைக்கழகத்தில் பேசியபோது கூறினார்.

எங்கு வேண்டுமானாலும் தொழலாம் என்ற போதிலும் பள்ளி வாசலில் 'ஜமாத்துடன்' தொழுவதே சிறந்தது.

'ஆரம்ப தினத்திலேயே (அல்லாஹ்வின்) பயத்தின் மீது (பரிசுத்தமான எண்ணத்துடன்) அமைக்கப்பட்ட பள்ளி வாசல்தான் நீங்கள் நின்று தொழவும் (தொழ வைக்கவும்) மிகத்தகுதி உடையது' (9:108) என்று திருமறை தெரிவிக்கிறது.

தொழுகை சமத்துவத் தொட்டிலாக மட்டுமல்ல, மருந்தில்லா மருத்துவமாகவும் திகழ்கிறது. நமது ஆரோக்கிய வாழ்வுக்கு தொழுகை ஒரு சிறந்த உடற்பயிற்சியாக விளங்குகிறது.

இருபத்தோராம் நூற்றாண்டில் அனைத்தும் இயந்திர மயமாகி விட்டன. இதனால் அதிக இயக்கம் இல்லாத இயந்திர வாழ்க்கையை நாம் நடத்தி வருகிறோம்.

நமது உடல் எப்போதும் இயங்கிக் கொண்டே இருக்க வேண்டும். தூங்கும்போது மட்டுமே முழு ஓய்வு எடுத்துக் கொள்ள வேண்டும். உண்பது, உட்காருவது, படுப்பது என்ற நிலையில் வாழ்க்கையை நகர்த்தினால் உடல் நலம் கெடும். உடல் எடை கூடும். பல்வேறு நோய்கள் தாக்கும் கூடாரமாக நமது உடல் மாறி விடும்.

எனவே நாம் அனைவரும் ஏதேனும் உடற்பயிற்சியோ, தேவையான நடைபயிற்சியோ கண்டிப்பாக மேற்கொள்ள வேண்டும். இதுபோன்ற உடற்பயிற்சி மற்றும் நடைபயிற்சி போன்ற உடல் உழைப்புகளால் ரத்தத்தில் உள்ள சர்க்கரை சத்து உடைபட்டு சக்தியாகவும், வெப்பமாகவும் வெளியேறுகின்றன. இதன் காரணமாக உடலில் இருந்து அதிக கலோரிகள் செலவிடப்பட்டு உடல் பருமன் ஆகாமல் தடுக்கப்படுகிறது. கொழுப்பும் குறைகிறது.

சூரிய உதயத்திற்கு முன்பு நிறைவேற்றப்படும் தொழுகை 'சுபுஹு' தொழுகையாகும். அந்தத் தொழுகையை நிறைவேற்றுவதில் நடை

பயிற்சியும், உடற்பயிற்சியும் இடம் பெறுவதால் உடல் நலம் பெறு கிறது. தொழுகைக்காக பள்ளிவாசலுக்கு நடந்தே செல்வது அதிக நன்மை பயக்கும்.

மதீனாவில் உள்ள மஸ்திதுன் நபவீ பள்ளிவாசலுக்கு அருகே சில இடங்கள் காலியாக இருந்தன. மிகத் தொலைவில் குடியிருந்த பனூ சலிமா குலத்தார் அந்த பள்ளிவாசலுக்கு அருகே குடியேறத் திட்டமிட்டனர்.

இதை அறிந்த நபிகளார், 'பனூ சலிமா குடும்பத்தாரே! உங்கள் கால் எட்டுகளின் அளவுக்கு நீங்கள் நன்மையை எதிர்பார்க்க மாட்டீர்களா?' என்று கேட்டார்கள். இதைத் தொடர்ந்து அந்தத் திட்டத்தை அவர்கள் கைவிட்டனர்.

'மக்களில் கூலி அதிகம் பெறுபவர், தொழுகைக்காக வெகு தூரம் நடந்து வருபவர்தான்' என்பது நபிகளாரின் கூற்று.

எல்லாவித வேலைகளையும் இடைவிடாமல் தொடர்ந்து செய்ய மூளைக்கு நிறைய ஆக்சிஜன் அவசியம். மூளைக்கு ஒரு நிமிடத் திற்கு 800 மில்லி ரத்தம் தேவைப்படுகிறது.

உடம்பின் எடையில் மூளை ஐம்பதில் ஒரு பங்கு –அதாவது 2 சதவீதம் தான். இருந்தபோதிலும் உடல் பயன்படுத்தும் மொத்த ஆக்சிஜன் மற்றும் ரத்தத்தில் 20 சதவீதத்தை அதாவது ஐந்தில் ஒரு பாகத்தை மூளையே அபகரித்துக் கொள்கிறது. ஆக்சிஜன் கொஞ்ச நேரம் இல்லாவிட்டாலும்கூட மூளையின் 'செல்'கள் பழுதடைந்து விடும். அல்லது இறந்து விடும்.

உயிர் வாழும் பொருட்கள் அனைத்தும் காற்றில் இருந்து ஆக்சி ஜனைப் பெற்றுக் கொள்கிறது. நமது உடலில் நிகழும் ரசாயன மாற்றங்கள் எல்லாவற்றுக்குமே ஆக்சிஜனே ஜீவாதாரம்.

அதிகாலை சூரிய உதயத்திற்கு 40 நிமிடத்திற்கு முன்புதான் மூளையின் செயலாற்றும் திறன், மிக அதிகபட்ச அளவான 70 சதவீதம் வரை வெளிப்படுகிறது என்பது விஞ்ஞான ஆராய்ச்சி யின் வெளிப்பாடு.

அந்த நேரத்தில்தான் முஸ்லிம்களின் அதிகாலைத் தொழுகை தொடங்குகிறது. இதில் பங்கேற்பதன் மூலம் மூளையின் செயல் திறன் அதிகரிக்கிறது.

பார்வை, கண்களால் நிகழ்வது. கண் என்பது ஒரு 'கேமரா' போலத்தான். அதற்குள் ஒரு 'லென்ஸ்' இருக்கிறது. ஒளிக்கதிர்கள் 'கார்னியா' வழியாகக் கண்ணுக்குள் நுழைகின்றன. இது குறைந்த வெளிச்சத்தில் பெரிதாகும். அதிக வெளிச்சத்தில் குறுகும்.

நமது முன்னோர்கள் அதிகாலையில் எழுந்து நடை

பயிற்சியோடு அன்றாட வேலைகளைத் தொடங்கி விடுவதால் உடல் நலத்தோடு நீண்ட நாள் வாழ்ந்தனர். அந்தக் காலத்தில் கண் ணாடி போடும் மனிதர்களைக் காண்பது அரிதாக இருக்கும்.

அதிகாலைத் தொழுகையில் பங்கேற்கச் செல்லும்போது சுத்த மான காற்றை நமது நுரையீரல் அதிகபட்சமாகச் சுவாசிக்கிறது. அதிகாலை நேரத்தில் பள்ளிவாசலில் வைகறையின் அழகிய சூழல் மனதிற்கு அமைதியை அளிக்கிறது. இத்தகைய காரணங்களால் அதிகாலைத் தொழுகை, கண்களுக்கு மட்டுமல்ல, உடலுக்கும், உள்ளத்திற்கும் நன்மை பயக்கிறது.

அதிகாலைத் தொழுகை (சுபுஹு) தவிர பகல் நேரத் தொழுகை (லுஹர்), மாலை நேரத்தொழுகை (அஸர்), அந்தி நேரத்தொழுகை (மக்ரிப்), முன்னிரவுத் தொழுகை (இஷா) ஆகிய தொழுகைகளும் மிதமான உடற்பயிற்சி என்பது ஒப்புக்கொள்ளப்பட்ட உண்மை யாகும்.

தொழுகையில் நிமிர்ந்து நிற்பது, குனிவது, நெற்றியைத் தரையில் வைத்து வழிபடும் நிலை என பல நிலைகள் உள்ளன. தொழுகை யில் இரு கைகளையும், இரு முழங்கால் மீது வைத்து குனிந்து நிற்கும் நிலை 'ருகூ' எனப்படும்.

தொழுகையில் நெற்றி தரையில்படும்படி செய்யப்படும் சிர வணக்கம் 'சஜ்தா' எனப்படும். தொழுகை இருப்பில் ஓதப்படுவது 'அத்தஹியாத்'.

நின்று குனிந்து நிமிர்ந்து தரையில் அமர்ந்து செய்யும் பயிற்சி கள் தொழுகையில் இடம் பெறுகின்றன.

இதனால் தொழுகை அனைவருக்கும் ஏற்ற உடற்பயிற்சியாகும். தொழுகை, இதயத்திற்கு இதமளிக்கிறது. மன அழுத்தத்தைக் கட் டுப்படுத்துகிறது. ஆன்மாவை அமைதிப்படுத்துகிறது.

இஸ்லாமியத் தொழுகையில் இன்னொரு சிறப்பும் உண்டு. பள்ளிவாசலில் தொழுகை நடத்துவதற்காகவும், அரபிப் பாட சாலைகளில் (மதரஸா) ஓதி கொடுப்பதற்காகவும் நியமிக்கப் பட்டுள்ள 'இமாம்'கள் மட்டுமே தொழுகை நடத்திட வேண்டும் என்ற நியதி எதுவும் இல்லை.

தொழுகைக்காக வந்திருப்பவர்களில் ஒருவரை இமாமாக முன் நிறுத்தி அவரைப் பின்பற்றியும் தொழலாம். அவர் மார்க்க சட்ட திட்டங்களில் தேர்ச்சி பெற்றவராக இருக்க வேண்டும். இறையச் சம் மிக்கவராய் இருத்தல் வேண்டும்.

ஜமாத்துடன்-கூட்டாகத் தொழும்போது வரிசையைச் சீராக வைத்துக் கொள்ள வேண்டும். தொழுகைக்கான வரிசை அணி வகுப்பில் மிகவும் கவனமாக இருக்க வேண்டும். தோளோடு தோள்

பாத்திமா மைந்தன்

சேர்ந்து இணைந்து நிற்க வேண்டும். இடைவெளி விட்டு விலகி நிற்கக் கூடாது.

இப்படிக் கட்டுப்பாட்டுடனும், ஒழுங்குடனும் அணிவகுத்து முஸ்லிம்கள் தொழும்போது அங்கே ஆண்டான்-அடிமை, ஏழை-பணக்காரன் என்ற பாகுபாடு இம்மியும் எழுவதில்லை. அனைவரும் தோளோடு தோள் உராய்ந்து நின்று தொழுது சமத்துவ, சகோதரத்துவ ஒற்றுமையை இதன் மூலம் உலகிற்கு உணர்த்துகிறார்கள்.

இந்தக் கூட்டுத் தொழுகையானது இனப்பாகுபாடு, சாதி வேறுபாடு மற்றும் மனிதர்களுக்கு இடையே உள்ள மனமாச்சரியங்களைக் களைகின்ற மாபெரும் தீர்வாக அமைந்துள்ளது.

கூட்டுத்தொழுகையானது கருத்திலும் செயலிலும் உள்ள ஒற்றுமை உணர்வு, இறை சன்னிதானத்தில் முஸ்லிம்கள் காட்டுகிற பணிவு, அவர்களுக்கிடையே உள்ள பிணைப்பு, கட்டுப்பாடு, ஒழுங்கு ஆகியவற்றை உணர்த்துகிற ஓர் அழகிய செயல்பாடாக உள்ளது.

இறைச் சன்னிதானத்தில் அனைவரும் சமமே என்ற சமத்துவ பண்பாட்டை விதைக்கும் விளை நிலமாகத் திகழ்கிறது, தொழுகை.

தொழுகையில் நிமிர்ந்து நிற்பது, குனிவது, நெற்றியைத் தரையில் வைத்து வழிபடும் நிலை முதலிய பல நிலைகள் உள்ளன. தொழுகையின்போது நெற்றி, இரு உள்ளங்கைகள், இரு முழங்கால்கள், இரு கால்களின் விரல்கள் ஆகிய உறுப்புகள் தரையில்படும்படி செய்யப்படும் சிர வணக்கம் 'சஜ்தா' எனப்படும்.

இது இறைவனுக்கு மட்டுமே செய்ய வேண்டிய-செய்யக்கூடிய முறையாகும். இதனால்தான் இறைவனைத் தவிர வேறு யாரையும் தரையில் தலை படும்படி முஸ்லிம்கள் வணங்குவதில்லை.

தொழுகையின்போது தரையில் நெற்றி படும் நிலையில் ('சஜ்தா') என்ன சொல்ல வேண்டும் தெரியுமா?

'சுப்ஹான ரப்பியல் அஃலா (வபிஹம்திஹி)'- இதற்கு, 'இறைவனே பரிசுத்தமானவன்; உயர்ந்தவன்; அவனுக்கே புகழனைத்தும்' என்பதே பொருள்.

இந்த சொல்லும் செயலும் சொல்வதென்ன?

'பணத்தால், இனத்தால், நிறத்தால், அறிவால், ஆற்றலால் நான் உயர்ந்தவன் அல்லன். இறைவா! நீயே உயர்ந்தவன்.' என்ற எண்ணத்தை இந்த வார்த்தை ஒவ்வொருவர் மனதிலும் உருவாக்குகிறது. தான் என்ற அகந்தையை அழிக்கிறது.

ஒரு முஸ்லிம், இந்தியாவின் ஜனாதிபதியாக இருப்பதாக வைத்துக் கொள்வோம். அவர் ஒரு பள்ளிவாசலுக்கு தாமதமாகத் தொழ வருகிறார் என்பதற்காக, தொழுகையின் நேரத்தை ஒரு சில வினாடிகள் தள்ளி வைக்க முடியுமா? அல்லது இந்தியாவின் முதல் குடிமகன் நான்; அதனால் தொழுகையின் முதல் வரிசையில்தான் நிற்பேன் என்று அவர் 'அடம்' பிடிக்க முடியுமா?

இறைவன் சன்னிதானத்தில் ஏழை–பணக்காரர், உயர்ந்தவர்–தாழ்ந்தவர் என்ற ஏற்ற தாழ்வுகள் இல்லை. அங்கே இறைவனுக்கே– அல்லாஹ்வுக்கே 'முதல் மரியாதை'.

"இறை இல்லத்தில் ஏற்ற தாழ்வுகள் இல்லை என்பது மட்டுமல்ல; இறைவனை வணங்க எந்த இடையூறும் இல்லை; இடைத்தரகர்களும் இல்லை என்று சொல்லும் இஸ்லாம் மார்க்கமே மேலானது" என்று புதிதாக இஸ்லாத்தைத் தழுவிய ஜெர்மனியைச் சேர்ந்த ஆமினா மோஸ்லார் கூறிய கருத்து இங்கே கவனிக்கத்தக்கது.

உலக முஸ்லிம்கள் அனைவரும் மக்கா மாநகரில் உள்ள புனித இறை இல்லமான கஅபாவை முன்னோக்கியே தொழ வேண்டும். கஅபா உள்ள திசை 'கிப்லா' என்று அழைக்கப்படுகிறது. இதற்கு முன்னோக்கும் திசை என்பது பொருளாகும்.

ஒரு மனிதர் எந்த நாட்டில் இருந்தாலும் அவர் இறை இல்லமான கஅபா அமைந்துள்ள திசை நோக்கியே தொழ வேண்டும்.

இதை அறியாத சிலர், 'திசையை வணங்கும் முஸ்லிம்கள்' என்று பிழையான கருத்தின் பக்கம் திசை திருப்புகிறார்கள்.

"(நபியே!) நீர் எங்கிருந்து புறப்பட்டாலும் (தொழுகையின் போது) உம் முகத்தை (கஅபா எனும்) மஸ்ஜிதுல் ஹராமின் பக்கமே திருப்பிக் கொள்வீராக! நிச்சயமாக இதுதான் உங்கள் இறைவனுடைய உண்மை(யான கட்டளை)யாகும்" (திருக்குர்ஆன்–2:149) என்பது நபிகளாருக்கு இறைவன் பிறப்பித்த உத்தரவு.

இதைப் பின்பற்றியே உலக முஸ்லிம்கள் தாங்கள் இருக்கும் இடத்தில் இருந்து 'கஅபா' இருக்கும் திசை நோக்கித் தொழுகிறார்கள்.

இதன்மூலம் உலகளாவிய ஒற்றுமையும், ஒழுங்கு முறையும் பின்பற்றப்படுகிறது.

7

நோன்பின் மாண்பு

நோன்பு என்பதைக் குறிக்க மூலத்தில் 'அஸ் ஸவ்ம்' என்ற சொல் கையாளப்பட்டுள்ளது. இதற்கு 'நிறுத்திக் கொள்ளுதல்', 'விட்டு விடுதல்' என்று அர்த்தம்.

பகலில் உணவை, நீரை, உடல் இச்சையில் ஈடுபடுவதை விட்டுவிட வேண்டும். தீய எண்ணங்களையும், பேச்சுக்களையும், செயல்களையும் நிறுத்திக்கொள்ள வேண்டும்.

இஸ்லாத்தின் ஐம்பெருங்கடமைகளில் ஒன்றான நோன்பு, ஹிஜ்ரி இரண்டாம் ஆண்டு கடமை ஆக்கப்பட்டது. அதற்கு முன்பு முகரம் மாதம் பத்தாம் நாள் (ஆஷூரா) நோன்பு கடமை ஆக்கப்பட்டிருந்தது.

"இறை நம்பிக்கையாளர்களே! உங்களுக்கு முன்பு இருந்த(நபி மார்களைப் பின்பற்றிய)வர்கள் மீது கடமை ஆக்கப்பட்டதைப் போல, உங்கள் மீதும் நோன்பு கடமை ஆக்கப்பட்டுள்ளது. அதன் மூலம் நீங்கள் இறையச்சம் உள்ளவர்களாகத் திகழக்கூடும்" *(2:183)* என்று திருமறை கூறுகிறது.

இதன் மூலம், 'இதற்கு முன்பு வாழ்ந்த சமுதாயத்தினர் மீதும் நோன்பு கடமையாக்கப்பட்டிருந்தது' என்பது புலனாகிறது.

வைகறை தொடங்குவதற்கு முன் தொடங்கி, சூரியன் அடையும் வரை உணவு, பானம், உடலுறவு போன்றவற்றில் இருந்து விலகி இருத்தலே இஸ்லாமிய நோன்பாகும். இது ரமலான் மாதம் முழுவதும் கடைப்பிடிக்கப்படுகிறது.

நோன்பு நோற்பது பருவம் அடைந்த ஒவ்வொரு ஆண்கள் மற்றும் பெண்கள் மீது கட்டாயக் கடமையாகும். நோயாளி, பயணி ஆகியோர் நோன்பைக் கைவிட அனுமதி உண்டு.

ஆனால் அந்த நோன்பை அவர்கள் வேறு நாட்களில் நோற்க வேண்டும். அவ்வாறே பெண்கள் மாதவிடாய் ஏற்பட்ட நாட்களிலும், மகப்பேறு ரத்தப்போக்குள்ள நாட்களிலும் நோன்பு நோற்

கலாகாது. வேறு நாட்களில் அந்த நோன்புகளை நிறைவேற்ற வேண்டும்.

'ரமலான்' என்பது 'ரமளான்' என்றும் சொல்லப்படுகிறது. இது 'ரமள்' என்ற சொல்லில் இருந்து வந்தது. இதற்குக் 'கடின வெப் பம்' என்று பொருள். இந்த மாதத்தில் கடும் வெப்பம் நிலவியதால் அரேபியர்கள் இப்பெயரைச் சூட்டினார்கள்.

'ரமலானில் நோன்பு நோற்பதால் பாவங்கள் சுட்டெரிக்கப்படு கின்றன' என்பது இஸ்லாம் வந்த பிறகு கூறப்பட்ட காரணமா கும்.

ரமலான் மாதத்திற்கு வேறு பல பெயர்கள் உண்டு. இறை மாதம் (ஷஹ்ருல்லாஹ்), மறை மாதம் (ஷஹ்ருல் குர்ஆன்), வெற்றி மாதம் (ஷஹ்ருத் நஜாத்), அருட்கொடைகள் மாதம் (ஷஹ்ருல் ஆலாஉ) போன்ற பெயர்களும் உண்டு.

மனிதர்களுக்கு இறைவன் மன்னிப்பை வழங்கும் மாதம்; சொர்க்கத்தைப் பரிசாக வழங்கும் மாதம் என்பதால் இது 'இறை மாதம்' என்று அழைக்கப்படுகிறது.

ரமலான் மாதத்தில்தான் உலக மக்களுக்கு நேர்வழி காட்டக் கூடிய திருக்குர்ஆன் அருளப்பட்டது. இதனால் இது 'மறை மாதம்' என்ற பெயரைப் பெற்றது.

இஸ்லாமிய வரலாற்றில் திருப்பு முனையை ஏற்படுத்திய போர், 'பத்ர்' என்னும் இடத்தில் முஸ்லிம்களுக்கும் அவர்களை எதிர்த்த மக்கா மாநகர் குரைஷிகளுக்கும் இடையே நடந்த போராகும். இந்தப் போரில் 313 முஸ்லிம்கள் மட்டுமே பங்கேற்றனர். ஆனால் எதிர் தரப்பில் ஆயிரத்துக்கும் மேற்பட்டோர். எனினும் இந்தப் போரில் முஸ்லிம்கள் மாபெரும் வெற்றி பெற்றனர். இது ரமலான் மாதத்தில் நடைபெற்ற போராகும்.

இஸ்லாமிய சாம்ராஜ்யத்தை நிறுவிய பிறகு நபிகளார், குரைஷி கள் யாரும் எதிர்பாராத நேரத்தில் பத்தாயிரம் பேருடன் மக்கா நகருக்குள் நுழைந்தார்கள். கத்தியின்றி ரத்தமின்றி மக்கா வெற்றி கொள்ளப்பட்டது. இதுவும் ரமலான் மாதத்தில் நிகழ்ந்தது. இத னால்தான் ரமலான் மாதம் 'வெற்றி மாதம்' என்ற அடைப்புக் குறிக்குள் அடைகாக்கப்படுகிறது.

"எவர் ரமலான் மாதத்தில் ஒரு கடமையான செயலை நிறை வேற்றினாரோ, (அதற்கு) மற்ற மாதங்களில் 70 கடமைகளை நிறை வேற்றுவதற்கான நற்கூலியை இறைவன் வழங்குவான்" என்பது

நபிமொழி. இதனால் இந்த மாதம் 'அருட்கொடைகள் மாதம்' ஆனது.

ஒவ்வொரு முஸ்லிமும் அல்லாஹ்வுக்காகவே நோன்பு நோற்கிறார்கள். இதனால்தான், "எனக்காகவே நோன்பாளி தனது உணவையும், பானத்தையும், ஆசையையும் கைவிடுகிறார். நோன்பு எனக்கு (மட்டுமே) உரியது; அதற்கு நானே கூலி கொடுப்பேன்" என்று இறைவன் கூறுகிறான்.

ஒரு செயலை அல்லது பொருளை அல்லாஹ் (இறைவன்) இது என்னுடையது என்று சொல்வது, அந்தச் செயலின் அல்லது பொருளின் மகத்துவத்தை உணர்த்த போதுமான சான்றாகும்.

'மக்கள் ரமலான் மாதத்தின் சிறப்புகளை முழுமையாக அறிவார்களேயானால், வாழ்நாள் முழுவதும் ரமலானாகவே இருக்கக் கூடாதா என்று ஏங்குவார்கள்' என்பது நபிமொழியாகும்.

ஆட்டம், பாட்டம், கொண்டாட்டம்! உலகெங்கும் உள்ள எல்லா மதங்களிலும், திருவிழா மற்றும் பண்டிகைகள் வகை வகையான உணவுகளை உண்பதன் மூலமும், கூத்து, கேளிக்கைகளில் ஈடுபடுவதன் மூலமும் கொண்டாடப்படுகின்றன.

ஆனால் ஒரே ஒரு சமயத்தில் மட்டும் பட்டினி கிடப்பதன் மூலம் ஒரு பண்டிகை கொண்டாடப்படுகிறது. அதுவே இஸ்லாமிய நோன்பும், அதைத்தொடர்ந்து கொண்டாடப்படும் 'ஈகைத்திருநாள்' என்று அழைக்கப்படும் பெருநாளும் ஆகும்.

நோன்பு இருப்பதையும் தர்மம் செய்வதையும் கட்டாயமாக்கிய மார்க்கம் இஸ்லாம்.

பசித்திருத்தலையும், பசி தீர்த்தலையும் கடமையாக்கிய மார்க்கம், இஸ்லாம்.

பசியோடு இருத்தலைக் கடமையாக்கிய இஸ்லாம் மார்க்கத்தின் அடிப்படை நோக்கமே, பசியாற்றுவதை அடிப்படையாகக் கொண்டது.

ரமலான் மாதம் முழுவதும் நோன்பு நோற்பதில் மிகுந்த கவனத்துடன் இருக்க வேண்டும். காரணம் இல்லாமல் ஒரு நோன்பைக்கூட விடுவதற்கு அனுமதி இல்லை. ஏனெனில் பிறகு வாழ்நாள் முழுவதும் நோன்பு நோற்றால்கூட அந்த நோன்புக்கு ஈடாகாது.

இஸ்லாம் கூறும் ஐம்பெரும் கடமைகளில் நோன்புக்கென தனி மாண்பு உள்ளது. இது ஒரு ரகசிய இறை வணக்கம்.

அறிவோம் இஸ்லாம்

தொழுகை, ஜகாத், ஹஜ் போன்ற கடமைகளை மற்றவர்கள் அறிகின்ற வகையில்தான் நிறைவேற்ற முடியும். ஆனால் நோன்பு நோற்கிறீர்களா இல்லையா? என்பதை நீங்கள் பிறருக்குச் சொன்னால்தான் தெரியும்.

மேலும் தொழுகை, ஜகாத், ஹஜ் போன்ற வழிபாடுகள் எல்லாம் மனிதன் முகஸ்துதிக்காகவும், விளம்பரத்திற்காகவும் செய்ய இடமுண்டு. ஆனால் பட்டினி இருந்து நோன்பு நோற்பதில் விளம்பரம் தேட இயலாது.

ஒருவர் நோன்பு நோற்காமலேயே நோன்பாளி என்று வெளியே காட்டிக்கொள்ள முடியும். அப்படியிருந்தும் உண்மையாகவே ஒருவர் நோன்பு நோற்கிறார் என்றால் இதற்கு அடிப்படையாக இருப்பது இறையச்சம். இறைவன் நம்மைக் கண்காணித்துக் கொண்டிருக்கிறான் எனும் நம்பிக்கை.

வெறுமனே பசியையும், தாகத்தையும் தாங்கிக் கொள்வதற்கு மட்டும் ஏற்படுத்தப்பட்ட செயல் அல்ல, நோன்பு. அதற்கு மாறாக மன விருப்பங்களை உடைத்து, மனக்கட்டுப்பாட்டைப் பேணும் ஒரு பயிற்சிக் களம் தான் நோன்பு. அந்த வகையில் அதிகாலை தொடங்கி மாலை வரை உண்ணாமலும், பருகாமலும் இருப்பதன் மூலம் மனிதன், பசியையும், தாகத்தையும் மட்டுமல்ல, தன் உடல் இச்சைகளையும், மன உணர்வுகளையும், தன் கட்டுப்பாட்டில் வைத்திருப்பதற்கான பயிற்சியை நோன்பு வழங்குகிறது.

மனக்கட்டுப்பாடு என்னும் நற்பண்பை நோன்பு கற்றுத் தருகிறது. மனக்கட்டுப்பாடு உள்ளவர்களே நோன்பு நோற்கிறார்கள். அதே நேரத்தில் நோன்பு நோற்பவர்கள் மனக்கட்டுப்பாட்டைப் பெறுகிறார்கள்.

சந்திரனின் சுழற்சியைக் கொண்டே இஸ்லாமிய ஆண்டு கணக்கிடப்படுகிறது. இதனால் கோடை காலம், மழைக்காலம், குளிர்காலம், பனிக்காலம் என நோன்பு மாறிமாறி வருகின்றது. இதனால் எல்லாப் பருவ காலங்களிலும் நோன்பு நோற்கும் வாய்ப்பு கிடைக்கிறது. இதன் காரணமாக மழையையும், குளிரையும், பனியையும், வெயிலையும் தாங்கிக் கொள்ளும் மனப்பக்குவத்தை முஸ்லிம்கள் பெறுகிறார்கள்.

நோன்பு நோற்பதன் மூலம் மனிதன் தன்னைத் தீமையில் இருந்து காத்துக்கொள்கிறான். தொழுகையைப் போன்றே அகத் தூய்மையையும், புறத்தூய்மையையும் அளிக்கும் சக்தி நோன்புக்கு உண்டு.

ரமலான் மாதம் முழுவதும் இறைவனைப் பற்றிய சிந்தனை

களுடனும், நம்பிக்கையுடனும் நோன்பு இருப்பது நல வாழ்வை நல்கும். பசித்திருப்பது பல நோய்களுக்கு நிவாரணியாக அமையும் என்பதை மருத்துவ உலகம் மறுக்கவில்லை.

நோன்பு மனிதனுக்குப் பொறுமையைக் கற்றுத் தருகிறது. சுயநலமற்ற உணர்வு வளர நோன்பு வகை செய்கிறது. நோன்பு நோற்பவர் பசியின் வேதனையை உணருகிறார். இருந்தபோதிலும், அதைப்பொறுமையுடன் சகித்துக்கொள்கிறார்.

நோன்பு இருப்பதால் பிறரின் பசியையும், தாகத்தையும் அவரால் புரிந்து கொள்ள முடிகிறது. ஒரு நாள் பசி, வாழ்நாள் முழுவதும் வாடுபவர்களின் வறுமையை அவருக்கு உணர்த்துகிறது. இதனால் சுயநலமற்ற முறையில் பிறருக்கு உதவுகின்ற மனப்பக்குவத்தை அவர் பெறுகிறார்.

ரமலான் மாதம் முழுவதும் தொழுகை, நோன்பு, குர்ஆன் ஓது தல் ஆகியவற்றில் கழிகிறது. இதனால் உடலுக்கும், உள்ளத்திற்கும் தெம்பும், புத்துணர்ச்சியும் ஏற்படுகிறது.

பதினோரு மாதங்கள் மனிதனின் வயிறு இடையறாது இயங்கி வந்தது. ரமலான் மாதத்தில் நோன்பு இருப்பதன் மூலம் உடலுக்கு மட்டுமல்ல, குடலுக்கும் நன்மை கிட்டுகிறது. நோன்பு நோய்களைக் குணப்படுத்துவது மட்டுமல்ல, நோய் வராமலும் தடுக்கின்றது.

ரத்தத்தில் உள்ள கொழுப்பை (கொலஸ்ட்ரால்) குறைக்கிறது. இதய அடைப்பு ஏற்படுவதைத் தடுக்கிறது. எதிர்ப்பு சக்தியை உடல் பெறுவதால் நோய் நெருங்காமல் நம்மை பாதுகாத்துக் கொள்ளமுடிகிறது.

மருத்துவ குணம் மிக்க நோன்பு, மனிதனுக்கு நோயின்றி வாழ இறைவனால் அருளப்பட்ட நோய் நிவாரணியாகும்.

ஈமானை மொழிவதாலும், கூட்டுத் தொழுகையில் பங்கேற்பதா லும் இஸ்லாம், 'சமத்துவப் பூங்கா'வாகத் திகழ்கிறது என்பதைச் சென்ற அத்தியாயங்களில் கண்டோம்.

அதை போலவே நோன்பும், சமத்துவத்திற்குச் சாமரம் வீசுகி றது.

நோன்பு திறக்கும்போது பள்ளிவாசல்களில் ஏழையும், பணக்கா ரரும் அருகருகே அமர்ந்து நோன்புக்கஞ்சி அருந்துவது, இஸ்லாம் காட்டும் சமத்துவத்திற்கு மற்றுமொரு சான்று.

8

'ஜகாத்'தும் வறுமை ஒழிப்பும்

'ஜகாத்' என்பது இஸ்லாத்தைத் தாங்கி நிற்கும் ஐம்பெரும் தூண்களில் ஒன்றாகும். 'ஜகாத்' என்பதற்கு கட்டாயக்கொடை, அறக்கொடை, கட்டாய தர்மம், கட்டாய வரி, ஏழை வரி என்பன போன்ற பல பெயர்கள் உண்டு. 'ஜகாத்' என்ற சொல், பல விரிவான பொருளைக் கொண்டது. இந்தச் சொல்லுக்கு, வளர்ச்சி, தூய்மை, முன்னேற்றம் போன்ற பொருள் உண்டு.

'ஜகாத்' கொடுப்பதால், செல்வந்தரின் பொருள் வளர்ச்சி அடைகிறது; தூய்மை பெறுகிறது. பொருளை வழங்குகின்ற செல்வந்தர்களின் உள்ளங்களும் தூய்மை பெறுகின்றன. இத்தகைய காரணங்களால் அந்த அறக்கொடைக்கு 'ஜகாத்' என்ற பெயர் வந்தது.

'ஜகாத்' வழங்குவது, அன்பின் 'முதலீடு' மட்டுமல்ல; அது ஓர் ஆன்மிக 'கொள்முதல்' ஆகும்.

"தொழுது வாருங்கள்; 'ஜகாத்'தும் கொடுத்து வாருங்கள்" என்று தொழுகையையும், ஜகாத்தையும் இணைத்து, திருக்குர்ஆனில் 28 இடங்களில் கூறப்பட்டிருப்பதைக் காணலாம். இதனால் தொழுகைக்கு இணையான அந்தஸ்தை 'ஜகாத்' பெற்று இருப்பதைப் புரிந்து கொள்ள முடியும்.

ஒரு முஸ்லிமிடம் குறிப்பிட்ட அளவு செல்வம் சேர்ந்து- அது ஒரு வருடத்திற்கு மேலாக அவரது உடைமையில் இருந்தால், அந்தப் பணத்தில் 40-ல் ஒரு பங்கு அதாவது $2\frac{1}{2}$ சதவீதம் 'ஜகாத்' என்ற கட்டாயத் தர்மத்தைச் செலுத்துவது கடமை ஆகும்.

பொதுவாக, 'ஜகாத்' செய்யுங்கள் என்று மட்டும் இறைவன் திருமறையில் கூறவில்லை. யார் தர்மம் செய்ய வேண்டும்? யாருக்கு அதைக் கொடுக்க வேண்டும்? எப்படிக் கொடுக்க வேண்டும்? என்பதையெல்லாம் விரிவாக விளக்கி இருக்கிறான்.

'ஜகாத்' கொடுக்க யாருக்குத் தகுதி உண்டு என்பதை இஸ்லாம் பட்டியலிடுகிறது.

1. 'ஜகாத்' கொடுப்பவர் முஸ்லிமாக இருக்க வேண்டும், 2. பருவம் எய்தி இருக்க வேண்டும், 3. சம்பாத்தியத்தில் சுதந்திரம்

பெற்றவராக இருக்க வேண்டும். (அடிமைகள் மீது 'ஜகாத்' கடமை இல்லை), 4. பொருளின் மீது பூரண அதிகாரம் பெற்றிருத்தல் வேண்டும். ஒருவர் கைவசம் பொருள் இருக்கிறது. ஆனால் அந்தப் பொருளுக்கு அவர் சொந்தக்காரர் இல்லையாயின் அவர் மீது 'ஜகாத்' கடமை இல்லை, 5. பொன், வெள்ளி, ரொக்கப்பணம் ஆகியவற்றில் அவை ஓராண்டு காலம் கைவசம் இருந்தால் மட்டுமே 'ஜகாத்' கடமையாகும்.

6. வளரும் பொருட்களுக்கே 'ஜகாத்' வழங்க வேண்டும். வியாபார சரக்கு, தங்கம், வெள்ளி, பணம், கால் நடைப்பிராணிகள் வளரும் பொருட்களாகும். வளரும் பொருளில்லாதவை, தேவைக்கு அதிகமாக இருப்பினும் அவை மீது 'ஜகாத்' கடமை இல்லை. ஒன் றுக்கும் மேற்பட்ட வீடுகள், கார்கள், பாத்திரங்கள் (அவைகளின் மூலம் வருமானம் வராத பட்சத்தில்) இருந்தாலும் இவை மீது 'ஜகாத்' கடமை ஆகாது. ஒருவர் வருமானம் வரும் கட்டிடங்கள் (வியாபாரத் தலங்கள்) தொழிற்சாலைகள் போன்றவற்றில் முதலீடு செய்து இருந்தால், அவர் அவற்றில் இருந்து வரும் நிகர லாபத்தில் 'ஜகாத்' கொடுக்க வேண்டும். அதன் மொத்த மதிப்பில் கொடுக்க வேண்டியதில்லை. ஆனால் ஒருவர் கட்டிடங்களையோ அல்லது வீடுகளையோ வியாபாரப் பொருட்களாக்கிக் கொண்டிருந்தால் (அதாவது அவர் வீடுகளையும், கட்டிடங்களையும் கட்டி அவற்றை விற்பதையே வியாபாரமாகக் கொண்டிருந்தால்) அவர் அவற்றின் மொத்த மதிப்பில் 'ஜகாத்' கொடுக்க வேண்டும்.

7. தானியம் மற்றும் காய்கறி வகைகள் போன்ற விவசாயப் பொருட்களுக்கும் 'ஜகாத்' கொடுக்க வேண்டும். இதில் ஆற்றுப் பாசனம் போன்றவை மூலம் தானாக விளையும் பொருட்களுக்கு 10 சதவீதம் 'ஜகாத்' கொடுக்க வேண்டும். பணம் செலவழித்து நீர் பாய்ச்சுதல் போன்ற பணிகளைச் செய்து விளையும் பொருட்களுக்கு 5 சதவீதம் கொடுத்தால் போதுமானது.

'ஜகாத்'தைக் கடமையாக்கிய இறைவன், அதை யாருக்குக் கொடுக்க வேண்டும் என்ற வரையறையையும் வகுத்து விட் டான்.

"(ஜகாத் என்னும்) தானங்கள்–வறியவர்களுக்கும், ஏழைகளுக்கும், அதற்காக (வசூல் செய்வது, கணக்கிடுவது போன்ற வேலைகளில்) உழைப்பவர்களுக்கும், எவர்களுடைய இதயங்கள் (இஸ்லாத்தின் பால்) ஈர்க்கப்படுகின்றனவோ அவர்களுக்கும், (அடிமைகளை) விடு தலை செய்வதற்கும், கடன்பட்டிருப்பவர்களுக்கும், அல்லாஹ்வின் பாதையிலும், வழிப்போக்கர்களுக்கும் உரியவை. (இது) அல்லாஹ் விதித்த கடமையாகும். அல்லாஹ் (யாவையும்) அறிபவன்; மிக்க ஞானமுடையோன்" (9:60) என்று திருக்குர்ஆன் கூறுகிறது.

இதன்படி 1. ஏழைகள், 2. வறியவர்கள், 3. ஜகாத்தை வசூலிக்கவும், பங்கிடவும் நியமிக்கப்பட்டவர்கள், 4. உள்ளங்கள் இணைக்கப்பட வேண்டியவர்கள், 5. கைதிகள், 6. கடனாளிகள், 7. இறைவழியில் உழைப்பவர்கள், 8. பயணிகள் ஆகியோருக்கு வழங்கிட வேண்டும்.

ஜகாத் பொருளைத் தன்னுடைய தாய், தந்தை, தந்தை வழி தாத்தா, பாட்டி, தாய் வழி தாத்தா, பாட்டி ஆகியோருக்குக் கொடுக்கக் கூடாது. இவ்விதமே தம்முடைய மக்கள், மகன் வழி பேரன் பேத்தி, மகள் வழி பேரன் பேத்தி ஆகியோருக்குக் கொடுத்தால் ஜகாத் நிறைவேறாது. இவ்வாறே கணவன்–மனைவி ஒருவருக்கொருவர் தமது ஜகாத்தைக் கொடுத்துக் கொள்வதும் கூடாது.

மேற்கூறப்பட்ட உறவினர்களைத் தவிர மற்றவர்களுக்கு 'ஜகாத்' கொடுப்பது கூடும். சான்றாக சகோதரன், சகோதரி, சகோதரர் குழந்தைகள், சகோதரி குழந்தைகள், சிறிய தந்தை, சிற்றன்னை, மாமா, மாமி ஆகியோர் 'ஜகாத்' பெறுவதற்குத் தகுதியுடையோர். அவர்களுக்கு ஜகாத் கொடுப்பது கூடும்.

ஜகாத் மற்றும் தான தர்மங்கள் கொடுப்பதில் உற்றார், உறவினர்களுக்கு முன்னுரிமை வழங்க வேண்டும்.

"(நெருங்கிய உறவினருக்குத் தர்மம் செய்பவருக்கு) உறவைப் பேணல், தர்மம் செய்தல் ஆகிய இரு (நன்மைகளுக்கான) நற்பலன் கிடைக்கும்" என்பது நபிமொழி.

மனித வாழ்வை அலைபோல அலைக்கழிப்பதில் வறுமைக்குப் பெரும் பங்கு உண்டு. வறுமையை ஒழிக்க வேண்டும் என்ற முழக்கம் உலகம் முழுவதும் உலவுவதை யாராலும் மறுக்க முடியாது. இதற்காக சர்வதேச அளவில் பல்வேறு திட்டங்கள் தீட்டப்படுகின்றன. சட்டங்கள் இயற்றப்படுகின்றன. இருந்தபோதிலும் வறுமை ஒழிந்ததா என்றால், 'இல்லை' என்றே சொல்ல வேண்டும்.

பசி, பட்டினி, பஞ்சம் முதலிய சமூகப் பிணிகளை அகற்றி, செழிப்பான, வளமான சமுதாய அமைப்பை உருவாக்குவதில் ஜகாத்துக்கு முக்கிய பங்கு உண்டு. வசதி படைத்தவர்கள், ஏழைகளுக்கு 'ஜகாத்'தை வழங்கியே வாழ வேண்டும் என்று அழுத்தம் திருத்தமாக இஸ்லாம் அறைகூவல் விடுக்கிறது. இது ஒரு பொருளாதார, சமூக மேம்பாட்டுத் திட்டம் என்பதுடன் பொருள் வழி வணக்கமும் ஆகும்.

புனித ரமலான் மாதத்தில் நோன்பை எந்த அளவுக்கு இறையச்சத்தோடு நிறைவேற்றுகிறோமோ, அதைப்போல அனைத்தை

யும் இறைவன் பார்த்துக் கொண்டிருக்கிறான் என்ற உணர்வோடு ஜகாத்தை நிறைவேற்ற வேண்டும்.

'ஜகாத்'- இறைநம்பிக்கையின் பிரதிபலிப்பாக இருக்க வேண்டும் என்று இஸ்லாம் பிரகடனப்படுத்துகிறது.

இறைவனுடன் மனிதன் கொண்டிருக்கும் தொடர்பை, தொடர்ந்து நிலை நிறுத்தக் கூடிய ஒரு கொள்கை அடிப்படையிலான– ஒழுக்க ரீதியிலான திட்டமே 'ஜகாத்.'

பொருளாசையை விட இறை நேசத்திற்கு முன்னுரிமை அளிக்க வேண்டும் என்பதை முன் மொழியும் உன்னத திட்டம் இது.

'ஜகாத்' ஏழைகளின் உரிமை; அது அவர்களுக்குப் போய்ச் சேர வேண்டியது என்பதை, "அவர்களுடைய செல்வங்களில் நிர்ணயிக்கப்பட்ட உரிமை இருக்கிறது, யாசிப்பவருக்கும், இல்லாதாருக்கும்" (70:24) என்ற இறை வசனம் விளக்குகிறது.

வசதியுள்ள முஸ்லிம்கள் மீது கட்டாயமாகச் சுமத்தப்பட்ட ஒரு கடமையாக இருப்பதால், இதை யாராலும் தட்டிக்கழித்து விட முடியாது; தட்டிக்கழிக்கவும் கூடாது.

'ஜகாத்' வழங்குவதால் எந்தக் காரணத்தைக் கொண்டும் அந்தச் செல்வந்தரின் செல்வம் குறைந்து விடாது. இந்தக் கருத்தை உருவகப்படுத்தி அழகிய உவமையுடன் இறைவன் திருமறையில் கூறுகின்றான்:

"அல்லாஹ்வுடைய வழியில் தங்கள் பொருட்களைச் செல வழிப்போர்களின் செலவுக்கு உவமானம், ஒரு தானிய விதையைப் பயிரிடுவது போன்றதாகும். அதில் இருந்து ஏழு கதிர்கள் முளைக்கின்றன. ஒவ்வொரு கதிரும் நூறு தானிய மணிகளைக் கொண்டுள்ளது" (2:261).

செல்வமும், அதன் பயன்பாடும் சமுதாயம் முழுவதிலும் சுற்றிக் கொண்டிருக்க வேண்டும். அந்தச் செல்வத்தால் முழு சமுதாயமும் பயன் பெற வேண்டும். அதன் அடிப்படையில், "உங்களிலுள்ள செல்வந்தர்களுக்கு உள்ளேயே (செல்வம்) சுற்றிக் கொண்டிருக்கா மல் இருப்பதற்காக இவ்வாறு பங்கிட்டுக் கொடுக்க கட்டளை யிடப்பட்டுள்ளது" (திருக்குர்ஆன்–59:7) என்று இறைவன் கூறு கின்றான்.

இந்த நோக்கத்திற்காகவே ஜகாத்தும் கடமையாக்கப்பட்டிருக் கிறது.

"வறுமை இறை மறுப்பின் பக்கம் இட்டுச் செல்லும்" என்பது நபிமொழி. இதைக் கருத்தில் கொண்டே மறுமை வாழ்க்கையில் கவனம் செலுத்துவதைப் போன்றே, இவ்வுலக வாழ்க்கையிலும்,

உடல் சார்ந்த தேவைகளிலும் இஸ்லாம் மிகுந்த கவனம் செலுத்து கிறது.

பொருளாதாரத்தை அடிப்படையாகக் கொண்ட ஏற்ற தாழ்வு, சமுதாயத்தைச் சீரழித்து, சமத்துவத்தின் வேரழித்து விடும்.

இதனால்தான் 'ஜகாத்'தை கட்டாயம் வழங்க வேண்டும் என்று கடமையாக்கி கட்டளையிடுகிறது, இஸ்லாம்.

ஏழை–பணக்காரர் என்ற பாகுபாட்டைக் களைகின்ற சமத்துவ நெறிக்கு வலிவூட்டும் வழியாகவே 'ஜகாத்'தும் கருதப்படுகிறது.

இன்று 'ஜகாத்'தை தனித்தனியாகக் கொடுத்து வருவதைப் பார்க்கிறோம். ஆனால் நபிகள் நாயகம் (ஸல்) அவர்கள் காலத் தில் தனித்தனியாக 'ஜகாத்' கொடுக்கப்படவில்லை. அனைவரும் 'ஜகாத்' பொருளை நபிகளாரிடம் கொடுத்து அதை அவர்கள் மற்றவர்களுக்குப் பங்கிட்டுக் கொடுத்தார்கள்.

'ஜகாத்' பெற தகுதி உடையவர் பட்டியலில் (திருக்குர்ஆன்–9:60 வசனம்) 'ஜகாத்தை வசூலிப்பவர் பெயரும் இடம் பெற்றுள் ளது.

மேலும், "(நபியே!) அவர்களுடைய செல்வத்தில் இருந்து தர்மத்தை (ஜகாத்தை) எடுத்துக் கொண்டு, அதைக்கொண்டு அவர்களைத் தூய்மையாக்கி, அவர்களைப் பரிசுத்தப்படுத்துவீராக" (9:103) என்று இறைவன் திருமறையில் கூறுகின்றான்.

இதன் மூலம் 'ஜகாத்'தை கூட்டு முறையில்தான் கொடுக்க வேண்டும் என்பதை நம்மால் புரிந்து கொள்ள முடிகிறது.

'ஜகாத்'தைத் தனிப்பட்ட முறையில் கொடுக்கும்போது ஒருவ ரின் முழுமையான தேவையை நிறைவேற்ற முடியாமல் போகிறது. கூட்டு முறையில் கொடுக்கும்போது ஒருவரின் முழுமையான தேவையை நிறைவேற்ற இயலும். கூட்டு முறையில் 'ஜகாத்'தை வசூல் செய்வதால் அதைக்கொடுப்பவர்கள் ஆண்டுதோறும் தவ றாமல் கணக்கிட்டு வழங்கும் நிலை ஏற்படும்.

தனித்தனியாக ஒவ்வொரு பணக்காரரும் ஏழைகளுக்கு நேரடி யாக 'ஜகாத்' கொடுக்கும் பழக்கம் நடைமுறைப்படுத்தப்பட்டால், சரியாகப் பகிர்ந்தளிக்கப்படாமல் அதன் நோக்கம் பாழாகி விடும். ஏழைகள் பற்றி தெளிவான தகவல்களைத் திரட்டி முறையாகப் பங் கீடு செய்யப் பணக்காரர்கள் எவரும் முன் வர மாட்டார்கள்.

சில சமயம் எல்லோரும் தங்கள் 'ஜகாத்' நிதியை ஒரே ஏழை யிடமும் கொடுக்கவும் வாய்ப்பு உருவாகி விடும்.

மிகத்தேவையுள்ள ஏழைகளை விட்டு விட்டு, தேவை குறைந்த ஏழைகளுக்கு வழங்கிடும் சூழ்நிலை ஏற்படலாம். எண்ணற்ற பல நன்மைகள் இருப்பதாலும், இறைவனும், அவனுடைய திருத்தூதர் நபிகளாரும் கூட்டு முறையில் 'ஜகாத்'தைக் கொடுக்க வலியுறுத்தி யதாலும் நாமும் கூட்டு முறையில் 'ஜகாத்'தை வசூலிக்க வேண்டும்.

மக்களிடம் இருந்து 'ஜகாத்' வசூலிக்கப்பட்டு, அதைப் பொது நிதியில் சேர்த்து வழங்கும் முறையை இஸ்லாம் வகுத்துள்ளது; அதை வரவேற்கிறது. பொது நிதி கருவூலம் என்பது 'பைத்துல் மால்' எனப்படும். இந்தப் பைத்துல் மால்' மூலம் ஜகாத்' வழங்குவதை 'பைத்துல் ஜகாத்' என்பார்கள்.

'பைத்துல் மால்' மூலம் 'ஜகாத்' வழங்குவதால், ஜகாத்தைப் பெறுவோரின் சுய மரியாதையும் பாதுகாக்கப்படுகிறது.

தர்மத்தை மறைவாகக் கொடுப்பதையே இஸ்லாம் விரும்புகிறது.

"நீங்கள் தர்மங்களை வெளிப்படையாகச் செய்தால் அதுவும் நன்றே; அவற்றை மறைத்து ஏழைகளுக்கு வழங்கினால் அது (இன்னும்) உங்களுக்குச் சிறந்ததாகும்" (2:271) என்று இறைவன் கூறுகின்றான்.

இறையருளைப் பெற வேண்டும் என்ற நோக்கத்தில் நாம் பிறருக்கு 'ஜகாத்'தை வழங்குகிறோம். இதன் நோக்கத்தை நாம் பாழ்படுத்தி விடக்கூடாது. நாம் யாருக்கு வழங்குகிறோமோ அவர் நமக்கு நன்றிக்கடன்பட்டிருக்க வேண்டும், நமது பெருமையைப் பேசுபவராக இருக்க வேண்டும் என்ற எண்ணம் நமது உள்ளத்தில் ஒருபோதும் ஏற்படக்கூடாது. பொருளை வழங்கிய பிறகு வசதியற்றோரின் சுய மரியாதையைப் பாதிக்கும் வகையில் அவர்களை இழிவுபடுத்தக் கூடாது.

"எவர்கள் அல்லாஹ்வுடைய வழியில் தங்கள் பொருட்களைச் செலவு செய்த பின்னர், அதைத் தொடர்ந்து தாங்கள் செலவு செய்ததைச் சுட்டிக் காட்டி பேசாமலும், (மனம்) புண்படச் செய்யாமலும் இருக்கின்றார்களோ அவர்களுக்கு உரிய நற்கூலி அவர்கள் அதிபதியிடம் இருக்கின்றது. மேலும் அவர்களுக்கு எந்தவித அச்சமும் இல்லை. அவர்கள் துயரப்படவும் மாட்டார்கள்" என்று இறைவன் திருமறையில் (2:262) கூறுகின்றான்.

கூட்டு முறையில் 'ஜகாத்' வழங்குவதன் மூலம் பொருளாதாரத்தில் நலிவுற்ற ஏழை, அதிலிருந்து விடுபட்டு முன்னேற்றப் பாதை

அறிவோம் இஸ்லாம்

யில் செல்லவும், பசி, பட்டினியில் இருந்து நிரந்தரமாக விடுபடவும் வாய்ப்பு ஏற்படுகின்றது.

தையல் தொழில், தச்சுத்தொழில் மற்றும் குடிசைத் தொழில் போன்ற சிறு தொழில்களில் ஈடுபாடு இருக்குமானால், அவர்களுக்கு அந்தந்த தொழில்கள் செய்ய போதிய நிதி உதவி வழங்கியோ, அவர்களின் தொழிலுக்குத் தேவையான கருவிகளை 'ஜகாத்' நிதியில் இருந்து வாங்கிக் கொடுத்தோ உதவலாம்.

அதேபோல ஒரு ஏழைக்கு வியாபாரம் செய்வதில் ஆர்வம் இருக்குமானால் அதற்குரிய ஏற்பாடுகளைச் செய்து கொடுக்கலாம்.

ஒரு ஏழை முதியவராகவோ, ஊனமுற்றவராகவோ, மனநலம் பாதிக்கப்பட்டவராகவோ இருந்து அதனால் எதுவும் செய்ய இயலாத நிலையில் இருந்தால், அவரது அத்தியாவசிய வாழ்க்கைத் தேவையைப் பூர்த்தி செய்யும் வகையில் ஒரு நிரந்தர ஆண்டு வருமானத்திற்கு ஏற்பாடு செய்யலாம்.

ஆக தொழில் செய்ய தெரிந்தவர்களுக்கு அதற்கான மூலதனத்தை 'ஜகாத்' நிதியில் இருந்து வழங்கி அவர்களின் வாழ்க்கைப் பிரச்சினைக்கு நிரந்தர தீர்வு காண வழிவகை செய்ய வேண்டும்.

எதுவுமே செய்ய முடியாத ஏழைகளுக்கு அவர்களது அடிப்படைத் தேவையைப் பூர்த்தி செய்யும் விதமாக நிதி உதவிக்கு ஏற்பாடு செய்ய வேண்டும்.

எனவே 'ஜகாத்' நிதியைத் திரட்டி, 'பைத்துல் மால்' என்னும் பொது நிதி கருவூலத்தில் சேர்த்து, பின்னர் ஏழைகள் குறித்து முறையாக கணக்கெடுத்து அவர்களுக்கு தேவைக்கேற்ப வழங்குவதே முறையானது.

இதற்காக ஒவ்வொரு ஊரிலும் 'பைத்துல் மால்' அமைப்பை அங்குள்ள மஹல்லா ஜமாத்தினர் ஏற்படுத்தி ஆக்கபூர்வமான பணிகளில் ஈடுபட வேண்டும். ('மஹல்லா ஜமாத்' என்பது அந்தந்த பகுதியில் உள்ள முஸ்லிம் கூட்டமைப்பாகும்.) இதன் மூலம், இந்த ஆண்டு 'ஜகாத்' நிதி பெறுவோர், உழைத்து பொருளீட்டி அடுத்த வருடம் 'ஜகாத்' கொடுக்கும் நிலைக்கு உயர வேண்டும் என்பதே இஸ்லாம் வகுத்துள்ள இந்த 'ஜகாத்'தின் நிலைப்பாடு ஆகும்.

9

புனித ஹஜ்

இஸ்லாத்தின் ஐம்பெரும் கடமைகளுள் இறுதிக் கடமை 'ஹஜ்' பயணமாகும். வசதி படைத்தவர்கள் தனது வாழ்நாளில் ஒரு முறையேனும் மக்காவில் உள்ள கஅபா ஆலயத்திற்குச் சென்று அந்தப் புனிதக் கடமையை இனிதே நிறைவேற்ற வேண்டும்.

"அந்த ஆலயத்திற்குச் சென்று வர மக்களில் எவர்கள் சக்தி பெற்றவர்களோ, அவர்கள் ஹஜ் செய்வதானது, அல்லாஹ்வுக்காக ஆற்ற வேண்டிய கடமையாகும். ஆனால் யாரேனும் இந்தக் கட்டளையை செயல்படுத்த மறுத்தால் (அவர் தெரிந்து கொள்ளட்டும்) உலகத்தார் அனைவரை விட்டும், நிச்சயம் அல்லாஹ் தேவையற்றவனாக இருக்கின்றான்" (3:97) என்று திருமறையில் இறைவன் கூறுகின்றான்.

இதனால் ஹஜ் செய்வதை ஒருபோதும் தாமதப்படுத்தக் கூடாது. இந்த ஆண்டு போகலாம்; அல்லது அடுத்த ஆண்டு செல்லலாம் என்று இந்தப் புனிதக் கடமையை எந்தக் காரணத்தைக் கொண்டும் தள்ளிப் போடக் கூடாது.

ஹஜ் செய்ய சக்தி பெற்றவர் அதனை விரைவாக நிறைவேற்றுவது கடமை என்பதை இறைவனின் கட்டளைகளும், நபிகளாரின் மொழிகளும் உணர்த்துகின்றன.

"எவர் ஹஜ் செய்ய நாடுகிறாரோ, அவர் (தாமதம் செய்யாமல்) ஹஜ் செய்வதில் முனைப்பாக இருக்க வேண்டும். ஏனெனில் அவர் நோய்வாய்ப்பட்டு விடலாம். அல்லது அவரது ஒட்டகமும் பயணப்பொருளும் காணாமல் போகலாம். மேலும் வேறு ஏதேனும் தேவைகள் உருவாகி ஹஜ் செய்யாத நிலைக்கு அவரைத் தள்ளி விடலாம்" என்று நபிகள் நாயகம் (ஸல்) அவர்கள் கூறினார்கள்.

ஹஜ் பயணம் என்பது இறை இல்லத்தைத் தரிசிக்கவும், இறையருளைப் பெறவும் மேற்கொள்ளும் புனிதப் பயணமாகும். மற்ற உலக நோக்கங்களுக்கு இதில் இடம் தரக் கூடாது.

ஹஜ் கடமையாவதற்குப் பின் வரும் நிபந்தனைகள் அவசியம்.

1. முஸ்லிமாக இருக்க வேண்டும்.

2. பருவ வயதை அடைந்திருக்க வேண்டும்.

3. நல்ல மனநிலையுடன் இருக்க வேண்டும்.

4. சுதந்திரமானவராக இருக்க வேண்டும்.

5. உடல் பலம், மன பலம், பண பலம் உடையவராக இருக்க வேண்டும்.

ஹஜ்ஜை நிறைவேற்ற புறப்படுபவர் தன் குடும்பத்தார் மற்றும் உறவினர்களை அழைத்து இறையச்சத்துடன் நடந்து கொள்ளுமாறு உபதேசம் செய்வது விரும்பத்தக்க செயலாகும்.

இறையச்சம் என்பது இறைவனின் கட்டளைப்படி செயல் படுவதும், அவன் தடுத்தவைகளை விட்டு விலகிக் கொள்வதும் ஆகும்.

ஹஜ் பயணம் செல்லும்போது வழித்துணை சாதனங்கள் தேவைப்படும். அதையெல்லாம் மறக்காமல் கொண்டு செல்ல வேண்டும். ஆனால் கொண்டு செல்லும் வழித்துணை சாதனங்க ளில் மிகச் சிறந்தது, இறையச்சம் தான்.

"நீங்கள் (ஹஜ்ஜுக்காக) வழித்துணை சாதனங்களைக் கொண்டு செல்லுங்கள். உண்மையாதெனில், வழித்துணை சாதனங்களில் எல்லாம் மிக மேலானது, இறையச்சம்தான்" (2:197) என்று திரு மறையில் இறைவன் கூறுகின்றான்.

மனித உயிர், மானம் ஆகியவற்றில் அநீதி இழைத்திருந்தால், ஹஜ் பயணம் செல்வதற்கு முன்பு, உரியவர்களிடம் அதற்காக சமாதானம் செய்து கொள்ள வேண்டும்.

பொருள் போன்றவற்றில் உரிமை மீறி இருந்தால், அதை மீட்டுக் கொடுப்பதும் அல்லது பொறுத்துக் கொள்ள வேண்டிக் கொள் வதும் அவசியமாகும்.

இந்தப் புனிதக் கடமையை நிறைவேற்ற கடனோடும் போகக் கூடாது; கடன் வாங்கியும் போகக்கூடாது.

"ஹஜ் செய்யாத ஒருவர் ஹஜ்ஜுக்காக கடன் வாங்கலாமா?" என்று நபிகளாரிடம் கேட்டபோது, அவர்கள் "கூடாது" என்று பதில் அளித்தார்கள். (அறிவிப்பாளர்: அப்துல்லாஹ் இப்னு அபீ அவ்ப் (ரலி)

ஹஜ் காலத்தில் ஒரு குறிப்பிட்ட நாளில், குறிப்பிட்ட எல்லையில் ஹஜ் செய்வதற்காக உறுதிமொழி எடுத்துக் கொள்ள வேண்டும். ஹஜ் பயணிகள் அணிய வேண்டிய எளிய ஆடையை அணிந்து,

'இஹ்ராம்' என்னும் கட்டுப்பாட்டை ஏற்று, ஹஜ்ஜை தொடங்க வேண்டும்.

"உன் அழைப்பை ஏற்றேன், இறைவா! உன் அழைப்பை ஏற் றேன். உனக்கு இணை துணை யாரும் இல்லை. திண்ணமாக அனைத்துப் புகழும், அருளும் உனக்குரியவைதான். ஆட்சியதி காரமும் உனக்குரியதே" என்ற முழக்கத்தை (தல்பியா) மொழிய வேண்டும்.

துல் ஹஜ் மாதத்தின் 7–ம் நாள் முதல் 12–ம் நாள் வரை புனித கஅபாவைச் சுற்றி (தவாப்) வருதல், ஸபா– மர்வா குன்றுகளுக்கு இடையே ஓடுதல், மினா, அரபா, முஸ்தலிபா ஆகிய இடங்களில் தங்கி வழிபாடு செய்தல், சாத்தான் மீது கல்லெறிதல், குர்பானி கொடுத்தல் உள்ளிட்ட வழிமுறைகளைச் செய்வது ஹஜ்ஜின் முக்கிய அம்சங்களாகும்.

'தவாப்' என்பதற்குச் 'சுற்றி வருதல்' என்று பொருள். புனித கஅபாவை நபி வழிப்படி சுற்றி வரும் ஒருவகை வழிபாடு இதுவா கும். துல்ஹஜ் 7–ம் நாளன்று, ஹஜருல் அஸ்வத் கல்லுக்கு நேராக நின்று, கஅபாவைத் தமது இடது பக்கமாகக் கொண்டு வலம் வருதலைத் தொடங்க வேண்டும். இவ்வாறு ஏழு முறை வலம் வர வேண்டும்.

'தவாப்' முடிந்தவுடன் மகாமே இப்ராகீமுக்கு (நபி இப்ராகீம் நின்ற இடம்) அருகிலோ, பள்ளிவாசலின் எப்பகுதியிலோ இரண்டு 'ரக்அத்' தொழ வேண்டும். இதன் பிறகு 'ஸம் ஸம்' நீரை அருந்த வேண்டும். இவை நபி வழியாகும்.

"அது (ஸம் ஸம்) அருள் வளம் மிக்கதாகும். உணவுக்கு உணவாக வும், நோய்க்கு மருந்தாகவும் உள்ளது" என்பது நபி மொழியாகும்.

தல்பியா

'தல்பியா' என்ற சொல்லுக்கு முன்னோக்குதல், நாடிச் செல்லல், பரிவு காட்டல், தூய அன்பு, தாங்குதல் போன்ற பல அர்த்தங்கள் அகராதியில் காணப்படுகின்றன. இஸ்லாமிய வழக்கில் 'தல்பியா' என்பது ஹஜ் அல்லது உம்ராவின் போது புனிதப் பயணிகள் இறைவனைப் போற்றும் ஓர் முழக்கமாகும்.

''லப்பைக் அல்லாஹும்ம லப்பைக் லா ஷரீக லக லப்பைக்'' என்று தொடங்கும் இந்த முழக்கத்திற்கு, ''உன் அழைப்பை ஏற் றேன், இறைவா; உன் அழைப்பை ஏற்றேன்'' என்பது பொருளா கும்.

இந்த முழக்கத்தை இஹ்ராம் கட்டியதில் இருந்து, துல்ஹஜ் பத் தாம் நாள் கல்லெறியத் தொடங்கும் வரை கூறுவார்கள். மேட்டில் ஏறும்போதும் பள்ளத்தில் இறங்கும் போதும், பயணிகளைச் சந் திக்கும்போதும், பகலிலும், இரவிலும் 'தல்பியா' கூறுவது விரும் பத்தக்கதாகும்.

அறிவோம் இஸ்லாம்

இதன் பிறகு 'ஸயீ' எனப்படும் 'தொங்கோட்டம்' ஓட வேண்டும். ஸபா-மர்வா குன்றுகளுக்கு இடையே ஏழு முறை ஓட்டமும் நடையுமாகச் செல்வது 'ஸயீ' எனப்படும். இதுவும் ஹஜ் வழிமுறைகளில் ஒன்றாகும்.

துல் ஹஜ் மாதத்தின் 8-ம் நாள் ஹஜ் பயணிகள் 'மினா' என்ற இடத்திற்குச் செல்வார்கள். அங்கு அவர்கள் இரவு பிரார்த்தனைகளில் (துஆ) ஈடுபடுவார்கள்.

ஹஜ் பிறை 9-ம் நாளன்று அரபா பெருவெளியை நோக்கிப் புறப்படுவார்கள். மக்காவுக்குக் கிழக்கே 15 கிலோ மீட்டர் தொலைவில் அமைந்துள்ள திறந்தவெளி, அரபா.

துல் ஹஜ் பிறை ஒன்பதாம் நாள் அரபாவில் தங்க வேண்டும். இது நபிகள் நாயகம் (ஸல்) அவர்கள் இறுதிச் சொற்பொழிவு நிகழ்த்திய இடம். இதனால் இந்த இடத்தில் முஸ்லிம்கள் தனது இறைவனுக்கு முன்னால் கட்டுப்பட்டவனாக, அவனுக்கு அடிபணிந்தவனாக, அவனுடைய அருளையும், பாவ மன்னிப்பையும் எதிர்பார்த்தவனாக நடந்து கொள்ள வேண்டும். சூரியன் மறையும் வரை அரபாவில் இருந்து மனக்கட்டுப்பாட்டுடன் பிரார்த்தனைகளில் ஈடுபட வேண்டும்.

சூரியன் மறைந்த பிறகு அமைதியாகவும், கம்பீரமாகவும், 'தல்பியா' கூறியவர்களாக முஸ்தலிபா நோக்கிச் செல்ல வேண்டும். இங்கு அந்தி நேரத் தொழுகை (மக்ரிப்), இரவு நேரத் தொழுகை (இஷா) ஆகியவைகளைத் தொழுத பிறகு திறந்தவெளியில் இரவைக் கழிக்க வேண்டும்.

துல் ஹஜ் 10-ம் நாள் காலையில் சூரியன் உதிப்பதற்கு முன்னர் மினாவுக்குப் புறப்பட வேண்டும். செல்லும் வழியில் அதிகமதிகமாக 'தல்பியா' கூற வேண்டும். மினாவில் 'ஜம்ரத்துல் அகபா' என்ற இடத்தில் நின்று கொண்டு சாத்தான் மீது கற்களை எறிய வேண்டும்.

இப்ராகீம் நபி இறைவன் கட்டளையை ஏற்று தன் மகனை பலியிடத் தயாராகும்போது சாத்தான் குறுக்கிட்டு இடையூறு செய்ததை நினைவு கூரும் வகையில் இந்த நிகழ்ச்சி நடைபெறுகிறது. இது முடிந்த பிறகு ஹாஜிக்கள், மிருகங்களை அறுத்து 'குர்பானி' கொடுப்பார்கள்.

இஸ்மாயிலுக்குப் பதிலாக இப்ராகீம் நபி ஒரு செம்மறி ஆட்டை பலியிட்டதன் நினைவாக இது நிகழ்த்தப்படுகிறது. இதன் பிறகு ஹாஜிக்கள் தங்கள் தலை முடியை மழித்துக் கொள்வார்கள். அல்லது குறைத்துக் கொள்வார்கள்.

'தொங்கோட்டம்'

நபி இப்ராகீம் (அலை) அவர்கள் தனது இளைய மனைவி ஹாஜராவையும், பால்குடி பருவத்தில் இருந்த மகன் இஸ்மாயிலையும் அழைத்து வந்து கஅபாவுக்கு அருகே குடியமர்த்தினார்கள். அன்று மக்காவில் மனிதர்கள் யாரும் வசிக்கவில்லை. தண்ணீரும் கிடையாது. பேரீத்தம் பழங்கள் கொண்ட ஒரு தோல் பாத்திரத்தையும், தண்ணீர் நிறைந்த மற்றொரு பாத்திரத்தையும் ஹாஜரா அருகே வைத்தார்கள்.

உடனே ஹாஜரா, "மனிதர்களோ இன்ன பிற பொருட்களோ ஏதுமற்ற இந்தப் பள்ளத்தாக்கில் எங்களைத் தனியாக விட்டு விட்டு நீங்கள் எங்கு செல்கிறீர்கள்?" என்று கேட்டார்.

பலமுறை கேட்டும் இதற்கு நபி இப்ராகீம் பதில் அளிக்க வில்லை. அவர் திரும்பிப் பார்க்காமல் நடந்து கொண்டே இருந்தார். இதனால் ஹாஜரா, "இவ்வாறு செய்யுமாறு இறைவனா உங்களுக்கு உத்தரவு பிறப்பித்தான்?" என்று கேட்டபோது, அவர், 'ஆம்' என்று கூறினார். உடனே ஹாஜரா, 'அவ்வாறெனில் அவன் (இறைவன்) எங்களைக் கை விட மாட்டான்' என்றார்கள்.

நபி இப்ராகீம் கொடுத்துச் சென்ற தண்ணீர் தீர்ந்தது. பாலகன் பசியால் துடிப்பதைப் பொறுக்காத ஹாஜரா, ஸபா மலைக்குன்றை நோக்கிச் சென்றார். அதன் மீது ஏறி எவராவது தென்படுகிறார்களா என்று பள்ளத் தாக்கை நோக்கி பார்வையைச் செலுத்தினார். எவரும் தென்படவில்லை. இதனால் ஸபா மலையில் இருந்து இறங்கினார்.

பள்ளத்தாக்கில் இறங்கியவுடன் எவ்வளவு வேகமாக ஓட முடியுமோ அவ்வளவு வேகமாக ஓடி மர்வா குன்றை அடைந்தார். அதன் மேல் ஏறி யாராவது தென்படுகிறார்களா என்று நோக்கினார். யாரும் தென்படவில்லை. இப்படி ஸபா-மர்வா குன்றுகளுக்கு இடையே அவர் ஏழு முறை ஓடினார். இதுவே 'ஸயீ' (தொங்கோட்டம்) எனப்படுகிறது.

இதைத் தொடர்ந்து ஹாஜிக்கள் மக்காவுக்குச் சென்று மீண்டும் கஅபாவைச் சுற்றி (தவாப்) வருவார்கள்.

பிறகு 'மினா'வுக்கு திரும்பி வந்து அன்றிரவு அங்கு தங்க வேண்டும். துல்ஹஜ் 11, 12 ஆகிய தினங்களில் ஜம்ரயே ஊலா, உஸ்தா, அகபா ஆகிய 3 இடங்களில் ஒவ்வொரு இடத்திலும் 7 கற்கள் வீதம் எறிய வேண்டும்.

பின்னர் கஅபாவை நோக்கி துஆ (பிரார்த்தனை) செய்ய வேண்டும். இதன் பிறகு மக்காவுக்குத் திரும்பி விடைபெறும் வகையில் கஅபாவை சுற்றி (தவாப்) வர வேண்டும். இத்துடன் ஹஜ் வழிமுறைகள் நிறைவடைகின்றன.

10

உலகளாவிய சமத்துவ மாநாடு

இஸ்லாம் கட்டிக் காத்து வரும் சமத்துவ நெறி மணக்கும் சமுதாய அமைப்புக்கு மகுடமாகத் திகழ்கிறது, ஐந்தாம் கடமையான 'ஹஜ்'. நாடு, இனம், மொழி, நிறம், குலம், கோத்திரம், அந்தஸ்து போன்ற எல்லாவிதமான வேற்றுமைகளையும் களைந்து விட்டு, உலக மக்கள் ஒரே நிறமாம் வெள்ளுடையை அணிந்து கொள்கிறார்கள்.

நாடுகளாலும், மொழிகளாலும், நிறத்தாலும் வேறுபட்ட லட்சக்கணக்கான மக்கள், ஒரே உடையில், ஒரே சிந்தனையில், ஒரே குரலில், "லப்பைக்க அல்லாஹும்ம, லப்பைக்க" (இதோ வந்து விட்டேன் இறைவா; நான் வந்து விட்டேன்) என்று முழக்க மிடுகிறார்கள்.

ஆண்டுதோறும் நடைபெறும் உலகளாவிய மாநாடு இது என்பதில் எந்தச் சந்தேகமும் இல்லை.

"இறைவன் முன்பு எந்த ஏற்றத் தாழ்வுகளும் இல்லை; இறைவன் எந்த ஏற்றத் தாழ்வுகளையும் ஏற்றுக் கொள்வதில்லை" என்பதைப் பறை சாற்றும் சமத்துவ மாநாடு இது என்பதில் இருவேறு கருத்துகளுக்கு இடமில்லை.

இறைக் கட்டளையை ஏற்று மக்கா நகரில் கூடியுள்ள மக்கள் அனைவரும் ஒரே நோக்கத்தோடு, ஒரே லட்சியத்தோடு, ஒரே முழக்கத்தோடு, ஒரேவிதமான உடைகளோடு, ஒரே செயலைப் பின்பற்றி ஏக இறைவன் முன்பு நிற்கும் அரிய காட்சியை வேறெங்கும் காண முடியாது.

"இம்மாதங்களில் எவரேனும் ஹஜ் கடமையை நிறைவேற்ற நாடினால், ஹஜ்ஜின்போது இச்சைகளைத் தூண்டக்கூடிய சொல், செயல் மற்றும் தீவினை, சண்டை, சச்சரவு ஆகியவற்றில் ஈடுபடக் கூடாது" (2:197) என்று இறைவன் திருமறையில் கூறுகின்றான்.

இதன் அடிப்படையில் ஹஜ் கடமையின்போது ஒழுக்கமும், ஒழுங்கும் மட்டுமின்றி அமைதியும் மிக முக்கியமானதாகும்.

இஹ்ராம்

'இஹ்ராம்' என்றால் விலக்கிக்கொள்ளல் என்று பொருள். 'இஹ்ராம்' என்பது மக்காவுக்கு 'ஹஜ்' அல்லது 'உம்ரா' செல்லும் பயணிகள் கடைப்பிடிக்க வேண்டிய சில கட்டுப்பாடுகள் ஆகும். புனிதப் பயணத்தில் ஒரு குறிப்பிட்ட எல்லையில் இருந்து, ஹஜ் கடமையை நிறைவேற்றி முடிப்பது வரை அவர்களின் உடை, நடத்தை, சிந்தனை ஆகியவற்றில் கட்டுப்பாடுகளுடன் இருக்க வேண்டும். இதற்கு 'இஹ்ராம்' என்று பெயர்.

"உடல் இச்சையைத் தூண்டும் செயல்களில் ஈடுபடக் கூடாது; தலை முடி, நகங்களைக் களையக் கூடாது; நாவாலோ, கரத்தாலோ பிறருக்குத் தொந்தரவு செய்யக் கூடாது.; தரையில் வேட்டை பிராணிகளை வேட்டையாடக் கூடாது" என்பன போன்றவை 'இஹ்ராம்' கட்டுப்பாடுகளாகும்.

குளித்து தூய்மையாகி இஹ்ராமுடைய ஆடையை அணிந்த பிறகு, ஹஜ் கடமையை நிறைவேற்றுவதாக மனதில் நினைத்து (நிய்யத்) கொள்ள வேண்டும். அந்தக் குறிப்பிட்ட எல்லையை அடைந்ததும், தையலிடப்பட்ட ஆடைகளைக் களைந்து 'இஹ்ராமின்' இரு ஆடைகளை மட்டும் ஆண்கள் அணிய வேண்டும். உடலின் மேல் பகுதியை (தலையைத் தவிர) மறைக்கும் துணியும், கீழ்ப் பகுதியை மறைக்கும் துணியும் 'இஹ்ராம்' ஆடைகளாகும்.

இவை இரண்டும் வெள்ளை நிற ஆடைகளாக இருப்பது சிறப்பாகும். மேலும் இஹ்ராமின் போது செருப்பு அணிந்திருப்பதும் விரும்பத்தக்க செயலாகும். பெண்கள் தங்கள் வழக்கமான ஆடைகளில் 'இஹ்ராம்' தரித்துக் கொள்ளலாம்.

முகமும், மணிக்கட்டு வரை இரு கைகளும் தெரியும்படி எந்த உடையையும் அணியலாம். "(ஹஜ் பயணத்தை மேற்கொண்டிருக்கும்) பெண் முகத்தைத் திரையிட்டு மறைக்கக் கூடாது. மேலும் கையுறைகளை அணியக்கூடாது" என்பது நபி மொழியாகும்.

இறைவனோடு அமைதிப்படுதல், தனது ஆன்மாவோடு அமைதிப்படுதல், பிற மக்களோடு அமைதியாக இருத்தல், பிற உயிர்களிடத்தில் அமைதியாக இருத்தல் என்பதாக அமையும்.

அந்த வகையில் ஹஜ் என்பது மனித வரலாற்றில் எங்கும் காண முடியாத மிகப்பெரிய அமைதி மாநாடாகும்.

இறுதித் தீர்ப்பு நாளில் இறைவன் முன்பு இப்படித்தான் மனிதர்கள் அனைவரும் எந்தப் பாகுபாடுமின்றி, ஏற்றத் தாழ்வுகளின்றி தங்களது தீர்ப்புகளுக்காகக் காத்திருப்பார்கள் என்பதை நினைவுறுத்தும் செயலாகவும் விளங்குகின்றது, ஹஜ்.

ஆக மொத்தத்தில், இஸ்லாம் கூறும் ஈமான் (இறை நம்பிக்கை), தொழுகை, நோன்பு, ஜகாத், ஹஜ் ஆகிய ஐம்பெரும் கடமைகளும் சமத்துவத்தை இந்த உலகில் நிச்சயம் உலவ விட முடியும் என்பதை உணர்த்துகின்றன.

‘ஹஜருல் அஸ்வத்’

கஅபாவின் தென் கிழக்கு மூலையில் ஒரு கறுப்புக் கல் பதிக்கப் பட்டுள்ளது. அதன் வரலாறு நீண்டது; மாண்புடையது. ஆரம் பத்தில் வானவர்கள் அல்லது ஆதி இறைத் தூதர் ஆதம் (அலை) அவர்கள் புனித கஅபாவைக் கட்டினார்கள் என்று சொல்லப்படு கிறது. இரண்டாவதாக இறைதூதர் இப்ராகீம் (அலை) அவர்கள், கஅபாவின் அஸ்திவாரத்தைக் கண்டுபிடித்து அதன் மீது கட் டிடத்தை எழுப்பினார்கள். அப்போது ஒரு வானவ தூதரால் பக்கத்தில் இருந்த அபூ குபைஸ் என்ற மலையில் இருந்த ஒரு கற்பாறை இப்ராகீம் நபியிடம் வழங்கப்பட்டது. இந்தக் கற்பாறை வானலோகத்தில் இருந்து பூமிக்குக் கொண்டு வரப்பட்ட காலம் முதல் அந்த மலையிலேயே இருந்து வந்தது. இந்தக் கற்பாறை கஅபாவின் தென் கிழக்கு மூலையில் நிறுவப்பட்டது.

“இந்தக் கல் சொர்க்கத்தில் இருந்து வந்தது. அப்போது அது பாலை விட வெண்மையாக இருந்தது. மனிதனின் பாவக்கறைகள் அதைக் கறுப்பாக்கி விட்டன” என்பது நபிமொழியாகும்.

அறியாமைக் காலத்தில் கஅபாவை குரைஷிகள் புதுப்பித்தனர். அப்போது நபிகளாருக்கு வயது 35. கட்டுமான வேலை ஒரு கட்டத் திற்கு வந்தவுடன், அந்தக் கட்டிடத்தில் இப்ராகீம் நபி பதித்திருந்த ‘ஹஜருல் அஸ்வத்’ என்னும் புனிதக் கல்லை அது முன்பிருந்த இடத் தில் வைத்துக் கட்ட வேண்டி இருந்தது.

அந்தக் கல்லைத் தூக்கிக் கொண்டு போய் வைக்கும் பெருமை தங்களுக்கே கிடைக்க வேண்டும் என்று ஒவ்வொரு கோத்திரத்தாரும் ஆர்வம் கொண்டனர். இதனால் அவர்களுக்குள் மோதல் ஏற்படும் நிலை நிலவியது. அங்கிருந்த முதியவர் அபூ உமையா பின் முகைரா, “நாளை அதிகாலை இங்கு யார் முதலில் நுழைகிறாரோ அவரிடம் நம் வழக்கைச் சொல்லி தீர்ப்புக் கோருவோம்” என்றார். அதை அனைவரும் ஏற்றனர்.

மறுநாள் கஅபாவுக்குள் முதலில் நுழைந்த நபிகளாரிடம் அவர்கள் முறையிட்டனர். சிறிது நேரச் சிந்தனைக்குப் பிறகு அவர்கள் ஒரு போர்வையை வாங்கி தரையில் விரித்தார்கள். ‘ஹஜருல் அஸ்வத்’ என்ற அந்தப் புனிதக் கல்லைத் தனது திருக்க ரங்களால் எடுத்துப் போர்வையில் வைத்தார்கள்.

“ஒவ்வொரு கோத்திரத்தாரும் போர்வையின் ஓரங்களைப் பிடித்துக் கொள்ளுங்கள்” என்று கூறி அந்தக் கல்லைப் பதிக்க வேண்டிய இடத்திற்கு அருகே வைக்குமாறு பணித்தார்கள். இதை ஏற்று அவ்வாறே அவர்கள் அதைத் தூக்கிக்கொண்டு சென்றனர்.

'ஸம் ஸம்' - அதிசய நீரூற்று

மக்காவில் உள்ள புனித கஅபாவுக்கு அருகில் உள்ள வற்றாத நீரூற்றே 'ஸம் ஸம்' ஆகும். இது கஅபாவுக்கு கிழக்கே 20 மீட்டர் (66 அடி) தூரத்தில் உள்ளது. இறைத்தூதர் இப்ராகீம் (அலை) அவர்கள் தமது மனைவி ஹாஜரா (அலை) மகன் பாலகன் இஸ்மாயில் (அலை) ஆகியோரை மக்காவில் உள்ள பாலைவனத்தில் விட்டுவிட்டுச் சென்றார். மனைவிக்கும், குழந்தைக்கும் அவர் கொடுத்துச் சென்ற உணவும், நீரும் தீர்ந்து போயின. இதனால் தண்ணீரைத் தேடி ஹாஜரா அங்குமிங்கும் அலைந்தார்கள். இறுதியில் வானவர் ஜிப்ரீல் (அலை) அவர்கள் தோன்றி, தனது காலால் மண்ணில் அழுத்தினார்கள். அந்த இடத்தில் ஓர் ஊற்று பீரிட்டு எழுந்தது. அதைக் கண்ட ஹாஜரா ஓடிச் சென்று, அந்த ஊற்றை அணை கட்டி 'ஸம் ஸம்' என்றார். அதற்கு 'நில் நில்' என்று அர்த்தம். அதன்படி அந்த ஊற்று அப்படியே நின்றது. அதுதான் இன்றைய 'ஸம் ஸம்' கிணறாகும். அந்தக் கிணற்றின் ஆழம் 30 மீட்டர். நீர் மட்டம் சுமார் 4 மீட்டர். அந்தக் கிணற்றின் ஊற்றில் இருந்து ஒரு வினாடிக்கு 11 லிட்டர் முதல் 19 லிட்டர் வரை நீர் வந்து கொண்டிருக்கிறது. அது உரு வான காலத்தில் இருந்து இன்று வரை ஓய்வறியா சூரியனைப் போல ஓயாது, வற்றாத நீரை வழங்கிக் கொண்டிருக்கிறது.

குறைந்த ஆழம் கொண்ட ஒரு கிணறு ஹஜ் மற்றும் உம்ரா காலங்களில் கூடும் லட்சக்கணக்கான பயணிகளின் தண்ணீர் தேவையைப் பூர்த்தி செய் வது அதிசயம் அல்லவா?

மேலும், 'ஸம் ஸம்' கிணற்று நீரையும், மக்கா நகரில் உள்ள வேறு கிணற்று நீரையும் ஆராய்ந்து பார்த்ததில், இரண்டுக்கும் இடையே கண்டு பிடிக்கப்பட்ட வித்தியாசமும் ஓர் அதிசயத்தை அரங்கேற்றியது. 'ஸம் ஸம்' நீரில் சுண்ணாம்புச் சத்து (கால்சியம்), வெளிமம் (மக்னீசியம்) ஆகிய சத்து கள் அதிகம் உண்டு. இதனால் களைப்பை நீக்கும் நிவாரணியாகக் கருதப் படுகிறது. அந்த நீரில் கிருமிகளைக் கொல்லும் 'புளோரைடுகள்' உள்ளன. உள்ளபடியே அந்த நீர் குடிப்பதற்கு உகந்த நீர் என்று கண்டறியப்பட்டுள்ளது. நீண்ட நாட்கள் வைத்திருந்தபோதிலும் கெடாத தன்மையைக் கொண்டது.

பின்னர் அதனை உயர்த்திப் பிடிக்கக் கூறிய நபிகளார், சரியான உயரத்திற்கு வந்ததும், கல்லை எடுத்து உரிய இடத்தில் தனது கரங்களால் பதித்தார்கள். இத்தகைய முத்திரைத் தீர்ப்பால் அத் தரையில் பெரும் போர் தவிர்க்கப்பட்டது.

இன்றைய தினம் ஹஜ் பயணிகள் இந்தக் கல்லை நோக்கி கையை உயர்த்துகிறார்கள் அல்லது முத்தமிடுகிறார்கள் என்றால், அன்று தனது புத்திசாலித்தனத்தால் அமைதியை நிலை நாட்டிய நபிகள் நாயகம் (ஸல்) அவர்களை நினைவு கூரும் வகையில் அவ் வாறு செய்கிறார்கள்.

11

இரு பெருநாட்கள்

முஸ்லிம்களுக்கு பெருநாள்கள் இரண்டு. முதலாவது பெருநாள், ஷவ்வால் மாதம் முதல் நாளன்று கொண்டாடப்படுகிற 'நோன்புப் பெருநாள்'. இது 'ஈதுல் பித்ர்' என்று அழைக்கப்படுகிறது. 'ஈதுல் பித்ர்' என்றால் 'நோன்பை நிறைவு செய்த பண்டிகை' என்று பொருள்.

ரமலான் மாதம் முழுவதும் நோன்பு நோற்கப்படுவதால் இது 'ரமலான் பண்டிகை' என்றும், ஏழைகளுக்கு ஈந்து மகிழ்வதால், 'ஈகைத் திருநாள்' என்றும் அழைக்கப்படுகிறது.

'ஈத்' என்றால் பண்டிகை அல்லது பெருநாள். 'ஈத்' என்ற சொல்லுக்கு 'திரும்ப வரக்கூடியது' என்று அர்த்தம். வாழ்க்கையில் வசந்தமும், மகிழ்ச்சியும் திரும்பத் திரும்ப வர வேண்டும் என்ற பொருளில் இப்பெயர் வழங்கலாயிற்று.

முஸ்லிம்கள் இறைவனுக்காக தாங்கள் ஆற்றிய கடமையின் நிறைவைக் கொண்டாடுவதுதான் பெருநாளின் நோக்கமாகும். ரமலான் மாதம் முழுவதும் நோன்பு நோற்று அதை வெற்றிகரமாக நிறைவேற்றியதற்காக கொண்டாடப்படுகிறது, நோன்புப் பெருநாள்.

ஹஜ் கடமையை நிறைவேற்றியதற்கு அடையாளமாகக் கொண்டாடப்படுகிறது, ஹஜ்ஜுப் பெருநாள்.

ஒரு மாத நோன்பை நிறைவு செய்த முஸ்லிம்கள், ஏழை, எளியவர்களுக்கு பெருநாளன்று தான தர்மங்கள் செய்வதன் மூலம் இறைவனுக்குத் தங்கள் நன்றியை செலுத்துகிறார்கள். இதுபோலவே ஹஜ் கடமையை நிறைவேற்றிய முஸ்லிம்களும், ஏனைய ஏழைகளுக்கு 'குர்பானி' பொருட்களைப் பங்கிட்டுக் கொடுத்து தங்களின் நன்றியை வெளிப்படுத்துகிறார்கள்.

தான தர்மங்களையும், குர்பானி பொருட்களையும் வழங்குவது பெருநாட்களின் மிக முக்கியமான அம்சங்களாகும். இவ்வாறு நன்றி செலுத்துவது ஆன்மிக உணர்வையும், மனிதாபிமான உணர்வையும்

'பித்ரா' எனப்படும் தானம்

நோன்புப் பெருநாளை முன்னிட்டு ஏழைகளுக்கு வழங்கப்படும் தர்மமே 'ஜகாத் துல் பித்ர்' எனப்படும் நோன்புப் பெருநாள் தர்மம் ஆகும். இது 'பித்ரா தானம்' என்றும் சொல்லப்படுகிறது. அன்றைய செலவுகள் போக மிச்சமாக கையிருப்பு வைத்திருக்கும் ஒருவர், தனக்காகவும், தம் குடும்பத்தில் உள்ள ஒவ்வொரு வருக்காகவும் தனித்தனியாகக் கணக்கிட்டு, நோன்புப் பெருநாள் தர்மத்தைக் கொடுக்க வேண்டும். கோதுமை, அரிசி போன்ற நாம் பயன்படுத்தும் தானியங்களையே 'பித்ரா' தானமாகக் கொடுக்க வேண்டும். ஒரு 'ஸாஉ' அளவில் குடும்பத்தில் உள்ள ஒவ்வொருவருக்காகவும் தனித்தனியாகக் கணக்கிட்டு ஏழைகளுக்கு வழங்க வேண்டும். ஒரு 'ஸாஉ' என்பது இன்றைய மதிப்பில் 533 கிராம் ஆகும். பெருநாள் தொழுகைக்கு முன்னதாக இந்த 'பித்ரா' தானத்தைக் கண்டிப்பாக வழங்கி விட வேண்டும். தொழுகைக்குப் பிறகு கொடுத்தால் அது சாதாரண தர்மமாக அமையும். நோன்பாளிகள் செய்த சிறு தவறுகளுக்கு இந்தத் தர்மம் ஒரு பரிகாரமாக அமையும். மேலும், பெருநாளன்று வறியவர்கள் பசியோடும், பட்டினியோடும் இருக்கக் கூடாது என்பதற்காகவே நபிகள் நாயகம் (ஸல்) அவர்கள் இந்த நோன்புப் பெருநாள் தர்மத்தைக் கடமை ஆக்கினார்கள்.

ஒருங்கிணைக்கும் ஓர் உன்னத செயலாகும். நோன்பு மனிதனுக்கு சமூக உணர்வையும், ஒற்றுமை உணர்வையும், சகோதரத்துவ உணர்வையும் ஊட்டுகிறது. அதே உணர்வுடன் முஸ்லிம்கள் பெருநாளை பெரு மகிழ்வுடன் கொண்டாடுகிறார்கள்.

பெருநாள் தொழுகைக்கு புத்தாடை அல்லது தன்னிடம் இருப்பதில் சிறந்த ஆடைகளை அணிந்து செல்ல வேண்டும். பள்ளி வாசலிலோ அல்லது தொழுகைக்காக கூடியுள்ள இடத்திலோ தொழுகையைத் தொடங்குவதற்கு முன்பு 'தக்பீர்' சொல்ல வேண்டும்.

'தக்பீர்' என்பது இறைவனைப் பெருமைப்படுத்தும் முழக்கமாகும். 'அல்லாஹு அக்பர், அல்லாஹு அக்பர் லாயிலாஹ இல்லல் லாஹு, அல்லாஹு அக்பர் அல்லாஹு அக்பர் வலில்லாஹில் ஹம்து' – இதுவே தக்பீராகும்.

இதற்கு, 'அல்லாஹ் மிகப் பெரியவன்; வணக்கத்திற்குரியவன் அல்லாஹ்வைத் தவிர வேறு எவரும் இல்லை. இன்னும் அல்லாஹ் மிகப் பெரியவன்; எல்லாப் புகழும் அல்லாஹ்வுக்கே உரியது' என்பது பொருளாகும்.

பிறை பார்த்ததும், அந்தி நேரத் தொழுகை (மக்ரிப்) முடிந்த வுடன் பள்ளிவாசல்களில் தொடங்கும் இந்த 'தக்பீர்' முழக்கம், பெருநாள் தொழுகை தொழுது முடிக்கும் வரை கூறப்படும்.

பெருநாள் தொழுகையை, சூரிய உதயத்திற்கும் நண்பகலுக்கும் இடையில் உள்ள நேரத்தில் நிறைவேற்ற வேண்டும். இதற்கு 'பாங்கு' சொல்லத் தேவை இல்லை. பெருநாள் தொழுகை இரண்டு

'ரக்அத்'களைக் கொண்டது. தொழுது முடித்தவுடன், இமாம் சொற்பொழிவு (குத்பா) ஆற்றுவார்.

இந்தச் சொற்பொழிவு, வெள்ளிக்கிழமை ஜும்மா சொற்பொழிவைப் போன்று நல்லுரைகளையும், அறிவுரைகளையும் கொண்டதாக இருக்கும். தொழுகை முடிந்ததும் முஸ்லிம்கள் உறவினர்களையும், நண்பர்களையும் சந்தித்து தங்கள் மகிழ்ச்சியையும், பெருநாள் வாழ்த்துகளையும் பகிர்ந்து கொள்வார்கள்.

துல்ஹஜ் மாதம் 10-ம் நாள் கொண்டாடப்படும் பண்டிகை, 'ஈதுல் அள்ஹா' எனப்படும். இது 'ஹஜ்' கடமையின் நிறைவையொட்டி கொண்டாடப்படுவதால் 'ஹஜ்ஜுப் பெருநாள்' என்றும், நபி இப்ராகீம் (அலை) அவர்களின் தியாகத்தை நினைவு கூர்வதால், 'தியாகத் திருநாள்' என்றும் அழைக்கப்படுகிறது. இதற்கு 'பக்ரீத் பண்டிகை' என்ற பெயரும் உண்டு.

ஆறாயிரம் ஆண்டுகளுக்கு முன்பு ஒருநாள் துல்ஹஜ் மாதம் எட்டாம் நாள் இரவு இப்ராகீம் நபி, தன் மகன் இஸ்மாயில் (அலை) அவர்களை அறுத்து பலியிடக் கனவு கண்டார். இது இறைவனின் ஆணையா? அல்லது சாத்தானின் வேலையா? என்பதைக் கண்டறிய முடியாமல் குழப்பம் அடைந்தார். மறுநாளும் அதே கனவு.

பத்தாம் நாள் இரவில், "இப்ராகீமே! அல்லாஹ்வுக்கு அடி பணியுமாறு சாத்தான் உம்மைப் பணிக்க மாட்டான். பணிக்கப்பட்ட வண்ணம் ஆற்றுவீராக" என்ற குரல் கேட்டு விழித்தெழுந்தார்.

விடிந்ததும் தன் மகன் இஸ்மாயிலை அழைத்துக் கொண்டு, இறைக் கட்டளையை நிறைவேற்ற புறப்பட்டார். தந்தையும் மகனும் முன்னும் பின்னுமாக நடந்து சென்றார்கள். செல்லும் வழியில் சாத்தான் அவர்களின் மனதைக் கலைக்க முயன்றான். அவர்கள் சாத்தானை இனம் கண்டு கொண்டு அவன் மீது கற்களை வீசி எறிந்து விரட்டி அடித்தார்கள். இப்போது தந்தையும் மகனும் இரு மலைகளுக்கு இடையே உள்ள பள்ளத்தாக்கை அடைந்தனர்.

"என்னருமை மகனே! நான் உன்னை அறுத்துப் பலியிடுவதாகக் கனவு கண்டேன். இது பற்றி உமது கருத்தென்ன?" என்று கேட்டார். அதற்கு இஸ்மாயில், "தந்தையே! நீர் ஏவப்பட்டபடியே செய்வீர். இன்ஷா அல்லாஹ் –அதைச் சகித்துக் கொண்டு உறுதியாக இருப்பவனாகவே என்னை நீங்கள் காண்பீர்கள்" என்று பதில் அளித்தார்.

மகனின் பதிலைக் கேட்டு மகிழ்ந்த நபி இப்ராகீம், இஸ்மா

யிலைக் குப்புறப் படுக்க வைத்து கத்தியால் அறுத்தார். பலமுறை அறுத்த போதிலும் கத்தி மழுங்கியதே தவிர கழுத்து அறுபட வில்லை.

இதனால் ஆத்திரம் அடைந்த இப்ராகீம் நபி, அருகில் இருந்த கல்லில் கத்தியை ஓங்கி அடித்தார்கள். அதன் கூர்மையால் அந்தக் கல் இருகூறாகப் பிளந்து ஒரு கூறு கீழே விழுந்தது. (அந்தப் பாறையை இப்போதும் மினாவில் காணலாம்)

அப்போது "இப்ராகீமே! நீர் கண்ட கனவை உண்மைப்படுத்தி னீர். நாம் நன்மை செய்வோருக்கு இவ்விதமே கூலி கொடுப்போம். நிச்சயமாக இது மகத்தானதொரு சோதனையாகும்" என்ற குரல் கேட்டது. இதைக் கேட்டு இப்ராகீம் நபி அதிர்ந்து நின்றார்.

அப்போது இறைவன் மீண்டும், "அருகில் பாருங்கள்; அதையே அறுத்துப் பலியிடுங்கள்" என்றான்.

குர்பானி

ஹஜ் பெருநாளன்று, பெருநாள் தொழுகை முடிந்த பிறகே 'குர்பானி' கொடுக்க வேண்டும். 'குர்பானி' என்பது உருது வார்த்தை ஆகும். இதற்கு 'அறுத்துப் பலியிடுதல்' என்று அர்த்தம். அரபி மொழியில் இதற்கு 'உள்ஹியா' என்ற சொல் பயன்பாட்டில் உள்ளது. இதன் அடிப் படையிலேயே இந்தத் திரு நாளுக்கு 'ஈதுல் அள்ஹா' என்ற பெயர் வந்தது.

"குறிப்பிட்ட நாட்களில் அல்லாஹ் அவர்களுக்கு அளித்துள்ள (ஆடு, மாடு, ஒட்டகம்) போன்ற கால் நடைப் பிராணிகள் மீது அவனது திருப் பெயரைக் கூறி குர்பானி கொடுப்பார்கள். நீங்களும் அதில் இருந்து சாப்பிடுங்கள். கஷ்டப்படும் ஏழைகளுக்கும் கொடுங்கள்" (திருக்குர் ஆன்–22: 28) என்று திரு மறையில் இறைவன் கூறுகின்றான்.

ஆடு, மாடு, ஒட்டகம் போன்ற கால்நடைகளே குர்பானி கொடுப்ப தற்கு தகுதி பெற்றவைகளாகும். ஓர் ஆட்டை ஒருவர் குர்பானியாகக் கொடுக்கலாம். மாடு, ஒட்டகம் ஆகியவற்றை ஏழு பேர் கூட்டாகச் சேர்ந்து குர்பானி கொடுக்கலாம். குர்பானி கறியை மூன்று பங்காகப் பிரித்துக் கொள்ள வேண்டும். இதில் ஒரு பங்கைத் தன் குடும்பத்துக்கும், இன் னொரு பங்கை உற்றார் உறவினர்களுக்கும், மற்றொரு பங்கை ஏழை களுக்கும் கொடுக்க வேண்டும்.

"பலியிடப்பட்ட பிராணியின் ரத்தமோ, இறைச்சியோ இறைவனைச் சென்று சேருவதில்லை. உங்களுடைய இறை உணர்வே இறைவனைச் சென்று சேருகிறது" (திருக்குர்ஆன்–22:37) என்பது திருமறை வசனம்.

இறையச்சம் என்ற பயிற்சியே இந்தப் பலியிடுதலின் நோக்கம் என்பது தெளிவாகப் புரிகிறது.

அங்கு வானவர் தலைவர் ஜிப்ரீல் (அலை) அவர்கள் ஓர் ஆட்டுடன், 'அல்லாஹு அக்பர்' என்ற இறைத் துதியை மொழிந்தவாறு நின்றார்கள். இதைக் கேட்ட இப்ராகீம் (அலை) அவர்கள் "லாயிலாஹ இல்லலாஹு, அல்லாஹு அக்பர்" என்று கூற, இஸ்மாயில் (அலை) அவர்கள், "அல்லாஹு அக்பர் வலில்லாஹில் ஹம்து" என்று முழங்கினார்.

இந்த மூவரும் கூறிய தக்பீரே இரு பெருநாட்களிலும் முழங்கப்பட்டு வருகிறது.

இப்ராகீம் நபி அவர்கள் இறை ஆணைப்படி தன் மகன் இஸ்மாயிலை அறுத்து பலியிட முன் வந்த தியாகத்தை நினைவு கூரும் வகையில் கொண்டாடப்படுவதே இந்தப் பெருநாளாகும்.

ஈதுல் அள்ஹா பெருநாள் தினத்தில் நபிகள் நாயகம் (ஸல்) அவர்கள், "நாம் இன்றைய தினம் செய்யும் முதல் வேலை யாதெனில் (பெருநாள் தொழுகை) தொழுவதுதான்" என்று தோழர்களிடம் சொன்னார்கள்.

இதன் மூலம் நேரத்தோடு பெருநாள் தொழுகையை நிறைவேற்ற வேண்டும் என்பதைத் தெரிந்து கொள்ள முடிகிறது.

பள்ளி வாசலிலோ அல்லது பெருநாள் தொழுகைக்காக ஏற்பாடு செய்த இடத்திலோ தொழுகையை நிறைவேற்ற வேண்டும். தொழுகையின்போது இறைவனைப் போற்றும் 'தக்பீர்' முழங்கப்படுகிறது.

இந்தத் தக்பீர் துல்ஹஜ் மாதம் 9-ம் நாள் அதிகாலை (சுபுஹு தொழுகை) தொழுகைக்குப் பிறகு தொடங்கி, துல்ஹஜ் 13-ம் நாள் மாலை நேரத் தொழுகை (அஸர் தொழுகை) வரை 23 தொழுகை வேளைகளில் மொழியப்படுகிறது.

12

ஸலாம் சொல்வோம்

மனிதர்கள் தினந்தோறும் ஒருவரையொருவர் சந்தித்துக் கொள்ளும்போது நலம் விசாரிப்பதும், வாழ்த்துகளைப் பரிமாறிக் கொள்வதும் வழிவழியாக வந்த வழிமுறையாகும்.

ஒருவரை முதன்முறையாகச் சந்திக்கும்போது 'வணக்கம்' கூறுவது தமிழர்களின் பண்பாடாகும். காலையில் சந்திக்கும்போது 'குட் மார்னிங்' என்பதும், மாலையில் சந்திக்கும்போது 'குட் ஈவனிங்' என்பதும், இரவில் பிரிகிற நேரத்தில் 'குட் நைட்' என்பதும் ஆங்கிலேயர்கள் நடைமுறை.

இன்னும் 'வந்தனம்', 'நமஸ்தே', 'நமஸ்காரம்' போன்ற வாழ்த்துச் சொற்களும் உண்டு.

ஆனால் இவற்றுக்கெல்லாம் இல்லாத சிறப்பு, இஸ்லாம் சொல்லித் தந்த 'ஸலாம்' என்ற சொல்லுக்கு உண்டு. அது உள்ளார்ந்த உள்ளன்பை வெளிப்படுத்துகிற சொல்லாகும்.

'ஸலாம்' என்ற அரபுச் சொல்லுக்கு பல பொருள்கள் உள்ளன. 'பாதுகாப்பு' என்பது அவற்றுள் ஒன்று. இதன்படி 'அஸ்ஸலாமு அலைக்கும்' என்று கூறினால், 'உங்களுக்கு இறைவனின் பாதுகாப்பு கிடைக்கட்டும்' என்பது பொருள். அதாவது இறைவன் உங்களுக்குப் பாதுகாப்பு அளிப்பான்; நீங்கள் அஞ்ச வேண்டியதில்லை. 'ஸலாம்' என்பதற்கு இன்னொரு பொருள், 'சாந்தி, சமாதானம்.' அதாவது நம்மிடையே சாந்தியும், சமாதானமும் என்றென்றும் நிலவட்டும்.

'ஸலாம்' என்ற சொல்லுக்கு வாழ்த்து, முகமன் ஆகிய பொருள்களும் உண்டு.

மேலும், இறைவனின் 99 திருநாமங்களில் 'அஸ்ஸலாம்' என்பதும் இடம் பெற்றுள்ளது. இறைவன் (அல்லாஹ்) அனைத்துக் குறைபாடுகளை விட்டு நீங்கியவன். 'நிச்சயமாக அல்லாஹ்வே 'ஸலாமாக' இருக்கின்றான்' என்பது நபிமொழியாகும்.

இறைவனால் அவனது அடியார்களுக்கு எந்தவித தீங்கும் ஏற்

படாது. அதனால் உலக மக்களின் நன்மைக்காக இறைவன் தன் பெயரை 'ஸலாம்' என்று வைத்திருக்கின்றான்.

ஸலாமுக்கு, இறைவன் உங்களோடு இருக்கின்றான் என்ற பொரு ளும் கூறப்படுகிறது. எனவே 'ஸலாம்' கூறும்போதும், அதற்குப் பதில் 'ஸலாம்' கூறும்போதும் ஒருவர் மற்றொருவரைப் பார்த்து, 'இறைவன் உங்களோடு இருக்கின்றான்' என்று வாழ்த்துகின்ற னர்.

முதலில் 'ஸலாம்' கூறுபவர், 'அஸ்ஸலாமு அலைக்கும்' என்று கூற வேண்டும். இதற்கு, 'உங்கள் மீது சாந்தியும், சமாதானமும் உண்டாவதாக' என்று பொருள். பதில் கூறுபவர், 'வ அலைக்கும் ஸலாம்' என்று சொல்ல வேண்டும். 'உங்கள் மீதும் சாந்தியும் சமாதானமும் உண்டாவதாக' என்று இதற்கு அர்த்தம்.

ஸலாம் சொல்லும்போது, 'அஸ்ஸலாமு அலைக்கும்' என்று சொல்வதோடு நிறுத்தி விடாமல், 'வ ரஹ்ம(த்)துல்லாஹி வ பரகா(த்)துஹு' என்பதையும் சேர்த்து சொல்லுதல் சிறப்பாகும். இதற்கு, 'இன்னும் இறைவனின் அருளும், அவனது நிரந்தரமான அபிவிருத்தியும் உண்டாகட்டும்' என்பது பொருள். பதில் அளிப்ப வர்களும், 'வ அலைக்கும் ஸலாம், வ ரஹ்ம(த்)துல்லாஹி வ பரகா(த்)துஹு' என்று கூற வேண்டும்.

'அஸ்ஸலாமு அலைக்கும்– இதில் 'அலைக்கும்' என்பது பன்மை. இதற்கு 'உங்கள் மீது' என்று அர்த்தம்.

'அஸ்ஸலாமு அலைக்க'– இதில் 'அலைக்க' என்பது ஒருமை. இதற்கு 'உன் மீது' என்று பொருள்.

எனவே ஒருவருக்கு 'ஸலாம்' கூறினால் 'அஸ்ஸலாமு அலைக்கும்' (உங்கள் மீது சாந்தியும், சமாதானமும் உண்டாவதாக') என்று பன்மையிலேயே கூற வேண்டும்.

'உங்கள் மீது' என்ற வார்த்தையில் அவருடன் இருக்கின்ற அம ரர்களையும், உலக முஸ்லிம்களையும் மனதில் நாடி, இறைவனின் சாந்தியும், சமாதானமும் அனைவருக்கும் கிடைக்க வேண்டும் என்ற அடிப்படையில் அவ்வாறு மொழிய வேண்டும்.

சந்திக்கும்போது மட்டுமல்ல; பிரியும்போதும் 'ஸலாம்' சொல்ல வேண்டும் என்கிறது, இஸ்லாம்.

ஸலாத்தை நேரிலும் சொல்லலாம். வெளியூரில் மற்றும் வெளி நாடுகளில் உள்ள உறவினர்களுக்கோ, நண்பர்களுக்கோ வேறொ ருவர் மூலமாகவும் கூறலாம்.

வெளிநாடு செல்ல இருக்கும் உறவினர் ஒருவர், நம்மிடம் 'பய

ணம்' சொல்லி வாழ்த்து பெற வருகிறார். அவரிடம், 'நீங்கள் அங்கு என் அண்ணன் மகனைச் சந்திக்கும் சந்தர்ப்பம் ஏற்படும். அப் போது அவருக்கு, 'என் ஸலாத்தைச் சொல்லுங்கள்' என்கிறோம். அவரும் அந்த ஸலாத்தைச் சுமந்து கொண்டு வெளிநாடு செல்கி றார். சொல்லியபடியே அண்ணன் மகனைச் சந்தித்து ஸலாத்தைச் சமர்ப்பிக்கிறார்.

இதைக் கேட்ட அண்ணன் மகன், 'வ அலைக்க அலைஹி(ஸ்) ஸலாம்' என்று மறுமொழி பகர்வார்.

வ அலைக்க – இன்னும் தங்களுக்கும்

வ அலைஹி – (சொல்லி அனுப்பிய) அவருக்கும்

ஸலாம் – சாந்தியும், சமாதானமும் உண்டாவதாக.

ஸலாத்தைச் சொல்லி அனுப்பியவருக்கு மட்டுமல்ல; அதைச் சுமந்து சென்றவருக்கும் இங்கே 'சோபனம்' கூறப்படுகிறது.

நபிகள் நாயகம் (ஸல்) அவர்களிடம், ஒரு மனிதர் சென்று, 'இஸ்லாத்தில் சிறந்தது எது?' என்று கேட்டார். அதற்கு நபிகளார், '(பசித்தவருக்கு) உணவு அளிப்பதும், உமக்கு அறிமுகமானவருக்கும், உமக்கு அறிமுகமற்றவருக்கும் முகமன் (ஸலாம்) சொல்வதும் ஆகும்' என்று பதில் அளித்தார்கள்.

தெரிந்தவராயினும், தெரியாதவராயினும் அவருக்கு 'ஸலாம்' சொல்லுங்கள் என்று சொல்வது உயர்ந்த பண்பாட்டைப் பண் பாடும் சொல்லாகும்.

'ஸலாம் கூறுவது மூலம் சொர்க்கத்தில் நுழையுங்கள்' என்ற நபிகளாரின் பொன்மொழி, ஸலாத்தின் சிறப்பை–மேன்மையைப் போற்றும் மொழியாகும்.

மனிதர்களுக்கு இடையே நேசத்தை–பிரியத்தை வளர்க்கும் ஆயு தம் 'ஸலாம்'.

ஸலாம் சொல்வதில் ஒரு ஒழுங்கு முறை உள்ளது. வாகனத்தில் செல்பவர் நடந்து செல்பவருக்கும், நடந்து செல்பவர் அமர்ந்து இருப்பவர்களுக்கும், சிறு கூட்டத்தினர் பெருங்கூட்டத்தினருக்கும், சிறுவர்கள் பெரியவர்களுக்கும் ஸலாம் கூற வேண்டும். இது ஒழுக்கத்தையும் பணிவையும் எடுத்துக்காட்டும் வகையில் கூறப் பட்ட ஒரு மரபாகும். இதற்கு மாறாக மற்றவர்கள் முதலில் ஸலாம் கூறினாலும் அதில் தவறேதும் இல்லை.

வாகனத்தில் செல்பவர், நடப்பவருக்கு ஸலாம் கூறும்போது, நடப்பவருக்கு அவரைப்பற்றி உண்டான அச்சம், பயம் நீங்கி விடும். வாகனத்தில் உள்ளவர் ஸலாம் கூறும்போது, நடப்பவரை விட நாம்தான் உயர்ந்தவர் என்ற கர்வம் ஏற்படாது. மாறாகப்

அறிவோம் இஸ்லாம்

பணிவு ஏற்படும். எண்ணிக்கையில் அதிகமானவர்களின் உரிமை அதிகமானதால், எண்ணிக்கையில் குறைவானவர்கள் அவர்களுக்கு ஸலாம் கூற வேண்டும்.

ஒருவரையொருவர் சந்திக்கும்போது 'ஸலாம்' கூறுவதைப் போன்றே, கரம் பற்றி வாழ்த்து தெரிவிப்பதும் நபி வழியாகும். இதை 'முஸாபஹா' என்பர். ஒருவரின் கை மற்றவரின் கையுடன் சேர்வதை இது குறிக்கும்.

இதில் இரு கைகளையும் பற்றி வாழ்த்து தெரிவிப்பதே சிறந்த முறையாகும். 'நபித் தோழர்கள் ஒருவரையொருவர் சந்தித்துக் கொள்ளும்போது கரம் பற்றி 'முஸாபஹா' செய்வார்கள். பயணத்தில் இருந்து வந்தால் கட்டித் தழுவிக் கொள்வார்கள்' என்று அனஸ் (ரலி) அவர்கள் அறிவித்துள்ளார்கள்.

ஒரு வீட்டுக்குச் சென்றவுடன் உள்ளே நுழைவதற்கு முன்பு முதலில் ஸலாம் கூற வேண்டும். பிறகு உள்ளே செல்ல அனுமதி பெற வேண்டும்.

'நம்பிக்கையாளர்களே! உங்களுடையது அல்லாத வீடுகளில் நீங்கள் (நுழையக் கருதினால்) அதில் இருப்பவர்களுக்கு ஸலாம் கூறி (அவர்களுடைய) அனுமதியைப் பெறும் வரையில் நுழையாதீர்கள். இவ்வாறு நடந்து கொள்வது உங்களுக்கே மிக்க நன்று. (இதனை மறந்து விடாது நீங்கள் கவனத்தில் வைப்பீர்களாக)' (திருக்குர்ஆன்-24: 27) என்று இறைவன் திருமறையில் கூறுகின்றான்.

ஒரு வீட்டுக்குச் சென்று அனுமதி கோரி கதவைத் தட்டும்போது உள்ளே இருப்பவர், 'வந்திருப்பது யார்?' என்று வினவினால், 'நான் தான்' என்று கூறக் கூடாது. தான் இன்னார் என்பதை வீட்டில் உள்ளவர்கள் புரிந்து கொள்ளும் வகையில் பெயர், ஊர் போன்ற வற்றைத் தெளிவாகக் கூற வேண்டும்.

முஸ்லிம்கள் நாள்தோறும் நடைமுறைப்படுத்துகின்ற 'அஸ் ஸலாமு அலைக்கும்' என்ற வாழ்த்துச் சொல், ஆழமான அர்த்தங்களைக் கொண்டது.

இந்த வாழ்த்துச் சொல்லை எல்லா நேரங்களிலும், எல்லா இடங்களிலும் சொல்லலாம்.

"உங்கள் மீது சாந்தியும் சமாதானமும் உண்டாவதாக" என்ற இந்தச் சொல்லை மகிழ்ச்சியாக இருப்பவர்களிடமும் கூறலாம். சோகமாக இருப்பவர்களிடமும் சொல்லலாம்.

திருமண வீடுகளிலும் சொல்லலாம்; துக்க வீடுகளிலும் மொழியலாம். ஏனெனில் எல்லோருக்குமே சாந்தியும், சமாதானமும் தேவையானது. நிம்மதியும், அமைதியும் அனைவருக்கும் அவசியமானது.

இந்த வாழ்த்தைக் காலையிலும் கூறலாம்; மாலையிலும் கூற லாம்; இரவிலும் கூறலாம்.

ஆங்கில நடைமுறையான 'குட் மார்னிங்' (நல்ல காலைப் பொழுது) என்பதை மாலையிலோ இரவிலோ சொல்ல முடியாது. சோகமான இடங்களில் சொல்லக் கூடாது.

சோகமாக இருக்கும் ஒருவரிடம், 'நல்ல காலைப் பொழுது' என்று சொல்வது நல்லதல்ல.

மேலும், பெரியவர்கள் சிறியவர்களுக்கும், சிறியவர்கள் பெரியவர்களுக்கும் 'ஸலாம்' கூறலாம். ஆசிரியர்கள் மாண வர்களுக்கும், மாணவர்கள் ஆசிரியர்களுக்கும் 'ஸலாம்' சொல் லலாம். தலைவர்கள் தொண்டர்களுக்கும், தொண்டர்கள் தலை வர்களுக்கும் கூறலாம். பணக்காரர்கள் ஏழைகளுக்கும், ஏழைகள் பணக்காரர்களுக்கும் 'ஸலாம்' சொல்லலாம்.

வணக்கம், வந்தனம், நமஸ்தே, நமஸ்காரம் போன்ற வாழ்த்துச் சொற்கள், வணங்குகிறேன் என்ற பொருளில் வழங்கப்படுகின் றன. இதோடு ஒப்பிடுகையில் இஸ்லாமியர்களின் 'அஸ்ஸலாமு அலைக்கும்' என்ற வாழ்த்துச் சொல் ஒப்பற்றது. அனைவரின் கவுரவத்தையும், மரியாதையையும் பேணுகின்ற வகையில் அமைந் துள்ளது.

'உங்கள் மீது சாந்தியும் சமாதானமும் உண்டாவதாக; இன்னும் இறைவனின் அருளும் அவனது நிரந்தரமான அபிவிருத்தியும் உண்டாகட்டும்' என்று ஒருவருக்காக மற்றொருவர் வாழ்த்துவதும், இறைவனிடம் பிரார்த்திப்பதும் போன்ற அடிப்படையில் அமைந் திருக்கிற இந்த வாழ்த்து இஸ்லாத்தின் தனிச்சிறப்பாகும்.

இதில் இன்னொரு மகத்தான மகத்துவமும் உள்ளது. பிற மதங்க ளில் ஏழைகள், பணக்காரர்களுக்கும், தொழிலாளர்கள், தொழில் அதிபர்களுக்கும் வாழ்த்து கூறுகின்ற நடைமுறை உள்ளது. ஆனால் முஸ்லிம்களுக்கிடையே இதில் நேர்மாறான நிலை காணப்படு கிறது. கோடீஸ்வரர்கள்கூட, சாதாரணமானவர்களைக் கண்டதும் 'ஸலாம்' சொல்ல முந்திக் கொள்வதைக் காணலாம்.

'முஸ்லிம்களுக்கிடையே ஸலாம் சொல்வதில் முந்திக் கொள் ளுங்கள்' என்று நபிகளார் சொல்லி இருப்பதே இதற்குக் காரண மாகும்.

'முதலில் ஸலாம் கூறுபவரே இறைவனுக்கு வழிபட்டு அவனை நெருங்குவதற்கு மக்களில் மிகவும் தகுதியானவர்' என்பது நபி களாரின் கூற்று.

13

இன்ஷா அல்லாஹ்

அல்லாஹ் மற்றும் அவனுடைய தூதரின் கட்டளைகளை ஏற்றுச் செயல்படுவதே இஸ்லாம் மார்க்கத்தின் அடிப்படை கொள்கையாகும். இவை இன்றி ஈமானும் இல்லை; இஸ்லாமும் இல்லை.

இதையே இறைவன் திருக்குர்ஆனில் பல்வேறு இடங்களில் வலியுறுத்திக் கூறுகின்றான்.

"அல்லாஹ்வின் மீதும் அவனுடைய தூதர்கள் மீதும் நம்பிக்கை கொள்ளுங்கள்; நீங்கள் நம்பிக்கை கொண்டு (அல்லாஹ்வை) அஞ்சுவீர்களாயின் உங்களுக்கு மகத்தான (நற்)கூலியுண்டு". (திருக்குர்ஆன்–3:179)

"நிச்சயமாக அல்லாஹ் இறையச்சம் உள்ளவர்களோடு இருக்கின்றான் என்பதை உறுதியாக அறிந்து கொள்ளுங்கள்" (திருக்குர்ஆன்–9:123) –இப்படி எண்ணற்ற வசனங்கள் உள்ளன.

இறைவன் திருக்குர்ஆனில் மனிதர்களை, 'இறை நம்பிக்கை யாளர்களே' என்றுதான் அழைக்கிறான். மனிதர்கள் இறை நம்பிக்கையோடும், இறையச்சத்தோடும் வாழ வேண்டும் என்பதே அவனுடைய ஆசையும், விருப்பமும்.

இஸ்லாம் மார்க்கத்தில் இறை நம்பிக்கையும், இறையச்சமும் நாணயத்தின் இரு பக்கங்களைப் போல பிரிக்க முடியாதவை; ரெயில் தண்டவாளங்களைப் போல இணை பிரியாதவை.

'வாழ்வையும், மரணத்தையும் அளிப்பவன் இறைவனே' என்பதை முஸ்லிம்கள் மனதார ஒப்புக் கொள்ள வேண்டும். 'அவ னின்றி அணுவும் அசையாது' என்பதில் அசையாத நம்பிக்கை கொண்டிருக்க வேண்டும்.

"உண்மையில் உயிரைக் கொடுப்பவனும், உயிரைப் பறிப்பவனும் அல்லாஹ்வே ஆவான்" (திருக்குர்ஆன்–3:156)

"அவனே வாழ்வை அளிக்கின்றான். இன்னும் (அவனே) மர ணிக்கச் செய்கின்றான். பின்னர் அவனிடமே நீங்கள் (மறுமையில்) திரும்பக் கொண்டு செல்லப்படுவீர்கள்". (திருக்குர்ஆன்–10:56)

"அல்லாஹ்வின் அனுமதியின்றி எந்த உயிரினமும் மரணிக்க முடியாது". (திருக்குர்ஆன்–3:145)

"வானங்கள், பூமி ஆகியவற்றின் ஆட்சி நிச்சயமாக அல்லாஹ் வுக்கே உரியது. (அவனே) உயிர் கொடுக்கின்றான். (அவனே) மரணிக்கும்படியும் செய்கின்றான். அல்லாஹ்வைத் தவிர உங் களுக்கு வேறு பாதுகாவலரும் இல்லை. உதவியாளரும் இல்லை" (திருக்குர்ஆன்–9:116) என்பன போன்ற கருத்துகளைத் திருமறையில் திருப்புகின்ற பக்கங்களில் எல்லாம் காணலாம்.

ஏழையாக இருந்தாலும் பணக்காரராக இருந்தாலும், வீரனாக இருந்தாலும் கோழையாக இருந்தாலும், மாளிகையில் வாழ்ந்தா லும், மண் குடிசையில் இருந்தாலும் மரணத்தைச் சந்தித்தே தீர வேண்டும்.

"நீங்கள் எங்கிருந்தபோதிலும் உங்களை மரணம் அடைந்தே தீரும். நீங்கள் மிகவும் உறுதியாகக் கட்டப்பட்ட கோட்டைகளில் இருந்தபோதிலும் சரியே!" (திருக்குர்ஆன்–4:78) என்கிறது, திரு மறை.

'இன்று இருப்போர் நாளை இல்லை'– இதனால்தான் முஸ் லிம்கள், 'நாளை நான் உன்னைக் கண்டிப்பாகச் சந்திக்கிறேன்' என்று சொல்ல மாட்டார்கள். இன்ஷா அல்லாஹ் (இறைவன் நாடினால்) நாளை சந்திக்கிறேன்' என்பார்கள்.

'இன்ஷா அல்லாஹ்'– சொல்ல மறந்ததால் ஒருமுறை நபிகள் நாயகம் (ஸல்) அவர்கள் இன்னலைச் சந்திக்க நேர்ந்தது.

நபிகள் நாயகம் (ஸல்) அவர்களிடம் கடினமான கேள்விகளைக் கேட்டு அவர்கள் பதில் சொல்ல முடியாத நிலையில் இஸ்லாம் மார்க்கத்தை போலி மார்க்கம் என்று முத்திரை குத்த மக்கா மாநகர் குரைஷிகள் திட்டம் தீட்டினர்.

இதற்காக அவர்கள் இருவரைத் தேர்ந்தெடுத்து மதீனா நகருக்கு அனுப்பினார்கள். அவர்கள் அங்கு சென்று யூத வேத குருக்களைச் சந்தித்து, ஆலோசனை செய்தனர்.

அதற்கு அவர், "1. கடந்த காலத்தில் வாழ்ந்த வாலிபர்களின் அதிசய வரலாற்றைப் பற்றிக் கேளுங்கள். 2. பூமி முழுவதும் கிழக்கில் இருந்து மேற்கு வரை சுற்றி வந்த அந்த அரசரைப் பற்றிக் கேளுங்கள். 3. உயிரை (ரூஹ்) பற்றிக் கேளுங்கள்" என்று சொல்லி அனுப்பினார். இந்தக் கேள்விகளை குரைஷிகள் நபிகள் நாயகம் (ஸல்) அவர்களிடம் கேட்டனர்.

அப்போது நபிகளார், "நாளை வாருங்கள்; பதில் சொல்கிறேன்" என்று அவர்களிடம் சொல்லி அனுப்பினார்கள்.

அப்போது, 'இன்ஷா அல்லாஹ்' என்பதைக் கூற மறந்து விட்

டார்கள். இதனால் இறைச்செய்தி (வஹி) பல நாட்களாக வர வில்லை. இதன் காரணமாக குரைஷிகளுக்கு பதில் சொல்வதும் நாளை, நாளை என்று நாட்கள் பல நகர்ந்தன.

“விடை கூறத்தெரியாமல் விழிக்கிறார், முகம்மது. அல்லாஹ் அவரைக் கைவிட்டு விட்டான்” என்று குரைஷிகள் எள்ளி நகை யாடினர். நபிகளார், “இறைவா! வஹி வரவில்லையே” என்று இறைஞ்சினார்.

“(நபியே!) இன்னும் எந்த விஷயத்தைப் பற்றியும் ‘நிச்சயமாக நான் நாளை நான் அதை செய்பவனாக இருக்கிறேன்’ என்று கூறாதீர்கள். ஆயினும் இன்ஷா அல்லாஹ் (இறைவன் நாடினால் நாளைக்குச் செய்வேன்) என்று கூறுங்கள். நீங்கள் இதை மறந்து விட்டால் (ஞாபகம் வந்ததும் இவ்வாறு) உங்கள் இறைவனின் பெயரைக் கூறுங்கள்” (திருக்குர்ஆன்–18:23) என்ற இறைச்செய்தி இறங்கியது.

அதில் குரைஷிகளின் இரு கேள்விகளுக்கான பதில்களும் இருந் தன. (உயிரை (ரூஹ்) பற்றி வேறொரு அத்தியாயத்தில் பதில் சொல் லப்பட்டிருக்கிறது.) இதை அவர்களிடம் கூறி, தான் இறைத்தூதர் என்பதை நிரூபித்தார்கள்.

‘இன்ஷா அல்லாஹ்’– இறைவன் நாடினால் என்ற வார்த்தை இறைவன் மீது பெரும் நம்பிக்கை வைத்துச் சொல்லப்படுகிற பொருள் பொதிந்த வார்த்தையாகும். இதை முஸ்லிம்கள் மட்டு மல்ல, இறைவனை நம்புகிற அனைவருமே பயன்படுத்தலாம். பிற மதத்தைச் சேர்ந்த பலர் இந்த வார்த்தையைப் பயன்படுத்தி வரு வதைப் பார்க்கிறோம்.

‘இன்ஷா அல்லாஹ்’ (இறைவன் நாடினால்) என்ற சொல்லைப் போல அன்றாட வாழ்க்கையில் முஸ்லிம்கள் பயன்படுத்தும் பொருள் செறிவுள்ள வார்த்தைகள் பல உள்ளன.

எந்த ஒரு செயலைச் செய்தாலும், அதைத் தொடங்குவதற்கு முன்பு, முஸ்லிம்கள் சொல்லும் வார்த்தை, ‘பிஸ்மில்லா ஹிர்ரஹ் மானிர் ரஹீம்.’ இதற்கு அளவற்ற அருளாளனும் நிகரற்ற அன்பு டையோனுமாகிய அல்லாஹ்வின் திருநாமத்தால் தொடங்குகிறேன் என்று பொருள்.

ஆச்சரியத்தைத் தரக்கூடிய பொருளைப் பார்க்கும்போது சொல்ல வேண்டிய சொல், ‘சுப்ஹானல்லாஹ்’ (இறைவன் மிகவும் தூய்மையானவன்)

கோபம் வரும்போதும், தீய செயல்களில் ஈடுபடாமல் தன்னைத் தற்காத்துக் கொள்ளும்போதும், ‘அவூது பில்லாஹி மினஷ் ஷைத் தானிர் ரஜீம்’ (சபிக்கப்பட்ட ஷைத்தானின் தீங்கில் இருந்து நான்

இறைவனிடம் பாதுகாப்பு தேடுகிறேன்) என்று சொல்ல வேண்டும்.

ஒரு நண்பரின் மகளுக்கு திருமணம். அதில் பங்கேற்க முடியாத உறவினர் அவரைச் சந்தித்து, 'முக்கிய வேலை இருந்ததால் உங்கள் மகளின் திருமணத்தில் கலந்து கொள்ள முடியவில்லை. திருமணம் சிறப்பாக நடந்ததா?' என்று வினவுகிறார். அதற்கு அந்த நண்பர், 'ஆமாம். சிறப்பாக நடந்தது' என்று சொல்ல மாட்டார். அதற்கு மாறாக 'மாஷா அல்லாஹ்' என்று பதில் அளிப்பார்.

'மாஷா அல்லாஹ்' என்பதற்கு 'இறைவனால் நடந்தது', 'இறைவன் நாடியதால் நடந்தது' என்று பொருள். எந்தவொரு சுப நிகழ்ச்சி நடந்தாலோ அல்லது உயர்வு தேடி வந்தாலோ அதற்குக் காரணம் இறைவன் என்று நம்புவதும், தான் இதற்கு எந்தவிதத்திலும் காரணம் அல்ல; இது இறைவனால் நடந்தது என்றும் முஸ்லிம்கள் நம்புகிறார்கள். அதன் அடிப்படையிலேயே 'மாஷா அல்லாஹ்' என்ற வார்த்தையைப் பயன்படுத்துகிறார்கள்.

யாராவது நமக்கு நன்மை செய்யும்போது, 'ஜஸாக்கல்லாஹ் கைரா' என்று சொல்ல வேண்டும். இதற்கு 'அல்லாஹ் உங்களுக்கு இதை விட சிறந்ததைப் பரிசளிப்பானாக' என்றும், 'அல்லாஹ் உங்களுக்கு நற்கூலி அருள்வானாக' என்றும் அர்த்தம்.

'ஜஸாக்கல்லாஹ் கைரா' என்பது ஆங்கிலத்தில் 'தேங்க்ஸ்' என்று சொல்வது போலவும், தமிழில், 'நன்றி' என்று கூறுவது போலவும் அமையும். இருந்த போதிலும் இந்தச் சொல்லை ஆழ்ந்து நோக்கினால் அதன் உயர்ந்த நோக்கம் புலப்படும்.

உதவி செய்தவருக்கு வெறுமனே 'நன்றி' சொல்வது நன்றன்று என்று கருதி, 'நீங்கள் செய்த இந்த உதவிக்காக, 'இறைவன் உங்களுக்கு நற்கூலி தருவான்' என்ற ஒற்றை வாக்கியத்தில், இறைவனை நினைவு கூர்வதையும், உதவி செய்தவருக்கு இறைவனிடத்தில் உயர்வை வேண்டி பிரார்த்திப்பதிலும் உள்ளடங்கிய மேன்மை தெரிகிறது.

செயற்கரிய சாதனைகளைச் செய்து முடித்தபோதும், உண்டு முடித்தவுடனும் 'அல்ஹம்து லில்லாஹ்' என்று மொழிய வேண்டும். இதற்கு, 'எல்லா புகழும் இறைவனுக்கே' என்று அர்த்தம்.

அதே நேரத்தில் தும்மும்போது தும்பியவர் 'அல்ஹம்து லில்லாஹ்' என்று சொல்ல வேண்டும். அதைக் கேட்டவர், தும்மியவருக்கு, 'யர்கமுகல்லாஹ்' (இறைவன் உங்கள் மீது அருள் பாலிப்பானாக) என்று பதில் கூற வேண்டும். சாதனைகளைப் புரிவதற்கும், உணவைப் பெறுவதற்கும் இறைவனின் அருள் வேண்டும்.

அதனால் 'அல்ஹம்து லில்லாஹ்' என்கிறோம். ஆனால் தும்

மும்போதும் ஏன் ‘அல்ஹம்து லில்லாஹ்’ என்று கூற வேண்டும்? ஆழ்ந்து சிந்தித்தால் அதன் அர்த்தம் புரியும்.

தும்மும்போது இதயம் நின்று விடுவதைப் போல ஒரு வினாடி நின்று மீண்டும் இயங்குவதைப் பார்க்கலாம். அதனால்தான் தும் மும்போது இறைவனைப் புகழும் வகையில் ‘அல்ஹம்து லில்லாஹ்’ என்கிறோம். இதைப் போலவே பிற மதத்தைச் சேர்ந்த சகோத ரர்களும் தும்மும்போது அவரவர் கடவுள்களை நினைவு கூர்வது இங்கே நினைவு கூரத்தக்கது.

முஸ்லிம்கள் அடிக்கடி பயன்படுத்தும் இன்னொரு சொல், ‘தவக்கல்து அலல்லாஹ்.’ இதற்கு ‘இறைவன் மீது நான் பொறுப்பு சாற்றுகிறேன்’, ‘இறைவன் உன்னைப் பாதுகாப்பான்’ என்பதாகும். ‘தவக்குல்’ என்பது ஒருவன் இறைவன் மீது நம்பிக்கை வைத்து தன் செயல்கள் அனைத்தையும் அவனிடமே ஒப்படைப்பதாகும்.

‘எவர்கள் அல்லாஹ்வை முற்றிலும் நம்புகிறார்களோ அவர்களுக்கு அவனே (முற்றிலும்) போதுமானவன்’ (திருக்குர் ஆன்–65:3) என்பது இறைமறை வசனம்.

வெளியிலோ, வெளியூருக்கோ, வெளிநாட்டுக்கோ செல்லும் மகனை ஒரு தாய் வாழ்த்தும்போது, ‘தவக்கல்து அலல்லாஹ்’ என் பார்கள். இறைவனின் பாதுகாப்பே இறை நம்பிக்கையாளர்களுக்கு உயர்ந்த பாதுகாப்பாகும்.

ஒரு இறைநம்பிக்கையாளனுக்கு பெரும் சோதனை ஏற்பட்டா லும் கலங்குவதில்லை. ‘இறை விதிப்படியே இது நடந்திருக்கிறது’ என்ற எண்ணமே அதற்குக் காரணம்.

ஒருவர் மரணம் அடைந்து விட்டால் முஸ்லிம்கள் சொல்லக் கூடிய வார்த்தை ‘இன்னா லில்லாஹி வ இன்னா இலைஹி ராஜிஊன்’ என்ப தாகும். இதற்கு ‘நாம் இறைவனுக்காகவே இருக்கின்றோம்; அவனிடமே செல்லக் கூடியவராக இருக்கின்றோம்’ என்று அர்த்தம். நம்மிடம் உள் ளவை அனைத்தும் இறைவனுடையதே; நாமும் அவனுடையதாகவே இருக்கின்றோம். அவனே அதைத் திரும்பப் பெற்றுக்கொள்கிறான்.

ஆக முஸ்லிம்கள் எந்தக் காரியத்தைச் செய்தாலும் இறைவனை முன்னிறுத்தியே வாழ்க்கையை முன்னெடுத்துச் செல்கிறார்கள்.

14

தூய்மை

தூய்மையை உபதேசித்த மார்க்கம்; தூய்மையை நடைமுறைப் படுத்திய மார்க்கம், இஸ்லாம். முழுக்கவனத்துடன் தூய்மையைப் பேணுபவர்களையே தன் விருப்பத்திற்கு உரியவர்களாக இறைவன் கருதுகின்றான்.

'தூய்மை இறை நம்பிக்கையின் ஒரு பாதி' என்று நபிகள் நாயகம் (ஸல்) அவர்கள் கூறியுள்ளார்கள்.

மனிதன் தன் ஆன்மாவைத் தூய்மையாக வைத்துக் கொள்வது இறை நம்பிக்கையின் ஒரு பாதி, உடலைத் தூய்மையாக வைத்துக் கொள்வது இறை நம்பிக்கையின் மற்றொரு பாதி ஆகும்.

இறை நிராகரிப்பு, இணைவைப்பு, தீங்கிழைத்தல், வழிகேட்டில் மூழ்கி விடுதல் முதலிய அசுத்தங்களை விட்டும் ஆன்மாவைத் தூய்மைப்படுத்தி, தூய்மையான கோட்பாடுகள், நற்செயல்கள், நற் பண்புகளால் அதை அலங்கரிப்பது தான் ஆன்மாவைத் தூய்மைப் படுத்துவது ஆகும்.

வெளிப்படையான அசுத்தங்கள், அழுக்குகளை நீக்கி உடலைத் தூய்மையாக, நேர்த்தியாக வைத்துக் கொள்வதுதான் உடல் தூய்மை என்பது.

நமது அகமும், புறமும் தூய்மையாக இருக்க வேண்டும் என்பதே, இறை நம்பிக்கை நம்மில் ஏற்படுத்த விரும்பும் மாற்றம் ஆகும். நமது புறத்தோற்றமான உடலும், உடைமைகளும், உறைவிடமும், சுற்றுப் புறமும் அழுக்குப் படிந்தவைகளாக இருக்கக் கூடாது. அதேபோல நமது மனமும் மாசடைந்து இருத்தலாகாது.

தொழுகை என்பது ஒரு பரிசுத்தமான வழிபாடு. அதை மேற் கொள்பவரின் உடல், உள்ளம், உடை, அவர் நிற்கும் இடம் போன்றவை தூய்மையாக இருக்க வேண்டும். ஆகவே தான் தொழுவதற்கு முன்பு கை, கால் உள்ளிட்ட உறுப்புகளைக் கழுவித் தூய்மை செய்து கொள்வது இஸ்லாம் மார்க்கத்தில் கடமையாக்கப்பட் டுள்ளது.

தொழுகைக்கு முன்பு செய்து கொள்ளும் அங்கத் தூய்மையைக் குறிக்க மூலத்தில் 'ஒளு' என்ற சொல் ஆளப்பட்டுள்ளது. இது 'வளாத்' என்ற சொல்லில் இருந்து பிறந்ததாகும். இதற்குத் தூய்மை, வெளிச்சம், அழகு ஆகிய பொருள்கள் அகராதியில் உள்ளன. அங்கத்தூய்மை செய்வதால் ஒருவருக்கு இந்த மூன்றும் கிடைக்கின்றன.

"இறை நம்பிக்கையாளர்களே! நீங்கள் தொழுகைக்குச் சென்றால் உங்கள் முகங்களையும், முழங்கைகள் வரை உங்கள் கைகளையும் கழுவிக் கொள்ளுங்கள். உங்கள் தலைகளை ஈரக்கைகளால் தடவிக் கொள்ளுங்கள். கணுக்கால் வரை உங்கள் கால்களையும் (கழுவிக் கொள்ளுங்கள்)" என்று திருமறையில் (5:6) இறைவன் கூறுகின்றான்.

தொழுகை என்ற வழிபாட்டை நிறைவேற்றுவதற்கு முன்னால், கட்டாயம் அங்கத் தூய்மை ('ஒளு') செய்து கொள்ள வேண்டும். தவறினால் தொழுகை செல்லாது.

'தூய்மையின்றி எந்தத் தொழுகையும் (இறைவனிடம்) ஏற்கப் படாது; மோசடிப் பொருள்களால் செய்யப்படும் எந்தத் தர்மமும் ஏற்கப்படாது' என்பது நபி மொழி.

'தொழுகையின் திறவுகோல், தூய்மை ஆகும்' என்று நபிகள் நாயகம் (ஸல்) அவர்கள் கூறினார்கள்.

கதவைத் திறக்க திறவுகோல் அவசியம். அதைப் போன்று தொழுகையை நிறைவேற்ற அங்கத்தூய்மை அவசியமாகும். இது போலவே சொர்க்கவாசலைத் திறக்க வழிபாடுகள் அவசியம். வழிபாடுகளில் முதன்மையானது, தொழுகை. ஆகவேதான் 'தொழுகை சொர்க்கத்தின் திறவுகோல்' என்று நபிகளார் உவமை நயத்தோடு கூறினார்கள்.

'ஒளு' செய்யும்போது முதலில் 'பிஸ்மில்லாஹிர் ரஹ்மானிர் ரஹீம்' (அளவற்ற அருளாளனும், நிகரற்ற அன்புடையோனுமாகிய இறைவன் திருநாமத்தால் தொடங்குகிறேன்) என்று கூறித் தண்ணீரைக் கைகளில் எடுத்து மணிக்கட்டு வரை மூன்று முறைக் கழுவ வேண்டும். இரண்டாவதாக, பற்களைக் கைகளால் தேய்த்து மூன்று முறை வாயைக் கொப்பளிக்க வேண்டும். இதைத் தொடர்ந்து நாசித் துளைகளில் மூன்று முறை தண்ணீரை ஏற்றி அதைத் தூய்மைப்படுத்த வேண்டும். பிறகு முகத்தை மூன்று முறை சுத்தம் செய்ய வேண்டும். இதன் பிறகு இரு கைகளை முழங்கை வரை கழுவ வேண்டும். இதைத் தொடர்ந்து தலையை மூன்று முறை ஈரக்கையால் தடவ வேண்டும். இதன் பிறகு காதுகளின்

உள்பகுதியை ஆள்காட்டி விரல்களாலும், வெளிப்பகுதியைக் கட்டை விரல்களாலும் ஈரக்கையால் தடவ வேண்டும். இறுதியில் இரண்டு கால்களையும் கரண்டைக் கால் வரை கழுவ வேண்டும். இத்துடன் 'ஒளூ' செய்யும் முறை முடிவடைகிறது.

தொழுகைக்குச் செல்லும் முன்பு அங்கத் தூய்மையில் முழுக் கவனம் செலுத்த வேண்டும். 'ஒளூ'வை முறைப்படி செய்து கொள்ள வேண்டும்.

"மறுமை நாளில் எனது சமுதாயத்தினரின் அடையாளம் இதுவே. 'அவர்களது நெற்றியும், 'ஒளூ' செய்யப்பட்ட உடல் உறுப்புகளும் ஒளியால் மிளிரும்' எனவே எவர் தம்முடைய ஒளியை அதிகப்படுத்த நாடுகிறாரோ (அவர் 'ஒளூ'வை நேர்த்தியாகச் செய்து) தம் ஒளியை அதிகப்படுத்திக் கொள்ளட்டும்" என்பது நபிமொழி.

ஒருமுறை நபிகள் நாயகம் (ஸல்) அவர்கள், 'உங்கள் ஒருவ ரின் வீட்டு வாசலில் ஆறு இருந்து அதில் ஒவ்வொரு நாளும் ஐந்து முறை குளித்தால் அவரது உடலில் அழுக்கு சிறிதேனும் இருக்குமா?' என்று கேட்டார்கள். அதற்குத் தோழர்கள், 'அவரிடம் அழுக்கு எதுவும் இருக்காது' என்றனர். 'இதுதான் ஐந்து நேரத் தொழுகைக்கு உதாரணமாகும்' என்று நபிகளார் நவின்றார்கள்.

பல் தூய்மை என்பது எல்லா நேரங்களிலும் விரும்பத்தக்கதும், நபிவழியும் ஆகும். இருந்தபோதிலும், 'ஒளூ' செய்யும்போதும், தொழுகைக்குத் தயாராகும்போதும், குர்ஆன் ஓதும்போதும், தூக்கத் தில் இருந்து எழும்போதும், வாயில் வித்தியாசமான வாடையை உணரும்போதும் பல் தூய்மை என்பது மிகவும் விருப்பத்திற்குரிய நபி வழி (சுன்னத்) ஆகும். காலையிலும் மாலையிலும் பற்களைத் தூய்மை செய்வதில் நோன்பு வைத்தவர், நோன்பு வைக்காதவர் என்ற வேறுபாடு கிடையாது.

'என் சமூகத்திற்கு சிரமம் ஆகி விடும் என்ற பயம் மட்டும் இல் லாமல் இருந்திருந்தால், 'ஒளூ' செய்யும் போதெல்லாம் பற்களைத் தூய்மை செய்ய வேண்டும் என்று நான் அவர்களுக்கு உத்தரவிட் டிருப்பேன்' என்ற நபிகளாரின் மொழி, பற்களை எப்போதும் தூய்மையாக வைத்திருக்க வேண்டும் என்ற அவர்களின் அளப்பரிய ஆர்வத்தையும், விருப்பத்தையும் வெளிப்படுத்துகிறது.

தொழுகைக்கு முன்னர் உள்ளமும், உடலும் தூய்மையாக இருக்க வேண்டும் என்று இஸ்லாம் மார்க்கத்தைப் போல வேறெந்த மத மும் வற்புறுத்திச் சொல்லவில்லை.

நபிகளார் கூறியபடி வாழ்ந்தால் இந்த உலகமே தூய்மையாகி விடும் என்பது மறுக்க முடியாத உண்மை.

கை கழுவுவது குறித்த விழிப்புணர்வை வலியுறுத்தி அக்டோபர் 15-ந் தேதி 'உலக கை கழுவும் தினம்' கடைப்பிடிக்கப்படுகிறது. ஆனால் காலையில் எழுந்ததும், கையைக் கழுவ வேண்டும் என்பதையே ஒவ்வொரு முஸ்லிமும் செய்ய வேண்டிய முதல் செயலாக இஸ்லாம் கற்றுத் தருகிறது.

'உங்களில் ஒருவர் தூக்கத்தில் இருந்து எழுந்திருந்து பாத்திரத் திற்குள் கையை விடுவதற்கு முன்பு தன் இரு கைகளையும் மூன்று முறை நன்றாகக் கழுவிக் கொள்ளட்டும். ஏனெனில் இரவில் அயர்ந்த தூக்கத்தில் நமது கைகள் எந்த நிலையில் இருந்தது என்று நமக்குத் தெரியாது' என்பது நபிகளாரின் கூற்று.

ஒவ்வொரு நாளும் கை கழுவிய பின்னரே அன்றைய வாழ்க்கை நடைமுறைகளை நடைமுறைப்படுத்த வேண்டும் என்பதை 1,400 ஆண்டுகளுக்கு முன்னரே இஸ்லாம் சொல்லித் தந்துள்ளது. இரு கைகளையும் சுத்தமாக வைத்துக் கொள்ள வேண்டும் என்பதை உலக கை கழுவும் தினம் நமக்கு வலியுறுத்துகிறது. முகம், பல், காது, கால்கள், மூக்கின் துவாரம் உள்ளிட்ட உடலின் ஒவ்வொரு உறுப்புகளையும் தூய்மையாக வைத்திருத்தலை 'ஒளு' (அங்கத் தூய்மை) கற்றுத் தருகிறது.

சிறுநீர் கழிப்பதில்கூட சிறந்த முறைகளைச் சொல்லித் தருகி றது, இஸ்லாம்.

சிறுநீர்த் துளிகள் தெறித்து விடாதபடி மிருதுவான தரையில் சிறுநீர் கழிக்க வேண்டும். எப்போதும் அமர்ந்து தான் சிறுநீர் கழிக்க வேண்டும். நின்று கொண்டு சிறுநீர் கழிப்பது மிகவும் மோசமான நடைமுறையாகும். அதைக் கட்டாயம் தவிர்க்க வேண்டும்.

குளியல் அறை மண் தரையாக இருக்கும் பட்சத்தில் அதில் சிறுநீர் கழிப்பதைத் தவிர்த்துக் கொள்வது நல்லது.

மலஜலம் கழிக்கச் செல்லும்போது கண்டிப்பாக காலணிகளை அணிந்து செல்ல வேண்டும். நபிகள் நாயகம் (ஸல்) அவர்கள் கூறினார்கள்: 'சாபத்திற்குரிய மூன்று செயல்களில் இருந்து விலகி இருங்கள். அவையாவன: நதிக்கரைகளிலும், சாலைகளிலும், நிழல் தரும் இடங்களிலும் மலஜலம் கழித்தல்'.

மேலும் தேங்கும் தண்ணீர், ஓடும் தண்ணீர் போன்றவற்றில் சிறுநீர் கழிக்கக்கூடாது.

'உங்களில் ஒருவர் சிறுநீர் கழிக்க நினைத்தால் அதற்குத் தகுந்த

இடத்தைத் தேர்வு செய்து கொள்ளட்டும்' என்பது நபிமொழி யாகும்.

சிறுநீர் கழிக்கும்போது அது தனது உடலிலோ, உடையிலோ விழாதவாறு கழிக்க வேண்டும்.

ஹங்கேரியில் ஒரு யூதக்குடும்பத்தில் பிறந்து 1972-ம் ஆண்டு இஸ்லாத்தை ஏற்றுக் கொண்ட லியோ பால்டு அஸத் என்பவர் தன்னை இஸ்லாம் ஆட்கொண்ட விதத்தைப் பற்றிக் கூறியதா வது:-

'முஸ்லிம்கள் சிறுநீர் கழிக்கும் முறையும், அதன் பிறகு துப்புரவு செய்யும் பாங்குமே என்னை முதலில் கவர்ந்தன. மற்றவர்கள் மிக வும் அலட்சியமாகக் கழித்து விட்டு மிகச்சாதாரணமாக எழுந்து செல்லும் இந்தக் காரியத்தைக்கூட முஸ்லிம்கள் பேணுதலுடனும், ஒரு மரியாதையுடனுமே செய்து முடிக்கிறார்கள். இதன் பிறகு, நான் இஸ்லாத்தைத் தெரிந்து கொள்ள மேலும் மேலும் படித் தேன். படிக்கப் படிக்க அதன் ஒவ்வொரு படியும் என்னை அதை முன்னோக்கி நகர்த்திக் கொண்டு சென்றது. நான் முஸ்லிம் ஆகி விட்டேன்'.

அங்கத் தூய்மையை முறிக்கின்ற தூய்மைக் கேடான சில இயற்கை உபாதைகள் உண்டு. சிறுநீர் கழித்தல், மலம் கழித்தல், நாற்ற வாயு பிரிதல் ஆகியவைதான். இவற்றுக்கு 'சிறு துடக்கு' என்று பெயர். 'சிறு துடக்கு' ஏற்பட்டால் மீண்டும் 'ஒளூ' செய்ய வேண்டும். ஆனால் தாம்பத்திய உறவு மற்றும் விந்து வெளியாதல் போன்றவற்றைப் 'பெருந்துடக்கு' என்பர். இதற்கு குளிப்பு கடமை ஆகிறது. குளிப்பு என்று சொன்னால் உடல் முழுவதும் தண்ணீ ரால் தூய்மை செய்வது என்று அர்த்தம்.

"(நபியே!) மாதவிடாய் பற்றி அவர்கள் உம்மிடம் வினவுகின்ற னர். அது ஓர் இயற்கை உபாதை. எனவே மாதவிடாயின்போது (தாம்பத்திய உறவு கொள்ளாமல்) பெண்களிடம் இருந்து விலகி இருங்கள். அவர்கள் தூய்மையாகும் வரை அவர்களை நெருங்கா தீர்கள். அவர்கள் தூய்மை அடைந்து விட்டால் அல்லாஹ் உங் களுக்குக் கட்டளையிட்டபடி அவர்களிடம் செல்லுங்கள்" என்று திருமறையில் (2:222) இறைவன் கூறுகின்றான்.

'தூய்மையாகும் வரை' என்றால் குளிக்கும் வரை என்று பொருள். "நீங்கள் பெருந்துடக்கு உடையவர்களாய் இருக்கும் நிலையில், குளிக்கின்ற வரை தொழுகையை நெருங்காதீர்கள்" (4:43) என்கிறது, இறை வசனம்.

மாதவிடாய் என்பதைக் குறிக்க மூலத்தில் 'அல்ஹைள்' என்னும்

சொல் ஆளப்பட்டுள்ளது. இஸ்லாமிய வழக்கில் 'ஹைள்' என்பது, பெண் பருவ வயதை அடைந்த பிறகு கருப்பையில் இருந்து மாதந் தோறும் குறித்த நாட்களில் வெளியேறும் குருதியைக் குறிக்கும். சிறுநீரகத்தில் இருந்து சிறுநீரும், குடலில் இருந்து மலமும் வெளியேறுவதைப் போன்று, கருப்பையில் இருந்து வெளியேறும் ஒரு கழிவே மாதவிடாய் குருதி ஆகும். கருப்பையின் ஆரோக்கியத்திற்கு இது மிகவும் அவசியமான ஒன்றாகும்.

மாதவிடாய் மற்றும் பிரசவ ரத்தம் வந்தவர்கள் நோன்பு நோற்கவும், தொழுகையில் ஈடுபடவும் கூடாது. ஆனால் தூய்மையான பிறகு, விட்டுப் போன நோன்புகளை நோற்பது கட்டாய கடமையாகும். அதே நேரத்தில் விட்டுப் போன தொழுகைகளை மீண்டும் தொழுவது கட்டாயமில்லை.

ஒருமுறை நபிகளார் பள்ளிவாசலில் இருந்த தொழுகை விரிப்பை எடுத்துத் தருமாறு ஆயிஷா (ரலி) அவர்களிடம் கூறினார்கள்.

அதற்கு ஆயிஷா, 'எனக்கு மாதவிடாய் ஏற்பட்டுள்ளதே' என்றார்கள். அப்போது நபிகளார், 'மாதவிடாய் உன் கையில் ஒட்டிக் கொண்டிருப்பதில்லை' என்று பதில் அளித்தார்கள்.

மாதவிடாய் உள்ள ஒரு பெண் ஒரு பொருளைத் தொடுவதால் அது அசுத்தமாகி விடும் என்ற மூட நம்பிக்கை இஸ்லாத்தில் இல்லை. தீட்டு, தீண்டாமை ஆகியவை இஸ்லாத்திற்கு எதிரான சிந்தனைகளாகும்.

15

திருமணம்

படைப்புகள் அனைத்தும் இணைகளாக இருத்தல் என்பது இறைவனின் பொது நியதி ஆகும். இதற்கு மனிதன், விலங்குகள் என்று எதுவும் இதற்கு விதிவிலக்கு அல்ல.

"நாம் ஒவ்வொன்றையும் இணைகளாகப் படைத்திருக்கின்றோம். நீங்கள் இதில் இருந்து படிப்பினை பெறக்கூடும்" என்கிறது திருக்குர்ஆன் (51:49).

இவ்வாறு படைக்கப்பட்ட மனிதர்களில் ஆண், பெண் இனங்கள் சார்ந்தே வாழ வேண்டும்; அவர்கள் சேர்ந்தே வாழ வேண்டும்.

திருமணம் என்பதை அரபி மொழியில் 'நிகாஹ்' என்பர். இணைத்தல், சேர்த்தல் என்பது இதன் பொருளாகும். இருமனங்கள் இணைவதே திருமணம். திருமணம் என்பது உலக வாழ்க்கையில் இன்பம் பெறவும், ஒழுக்கக்கேட்டில் இருந்து பாதுகாத்துக் கொள்ளவும், வாரிசுகளை உருவாக்கவும் இறைவன் செய்த ஏற்பாடாகும்.

"அவன் உங்களுக்காக உங்கள் இனத்தில் இருந்தே மனைவியரைப் படைத்தான், நீங்கள் அவர்களிடம் அமைதி பெற வேண்டும் என்பதற்காக. மேலும் உங்களிடையே அன்பையும், கருணையையும் தோற்றுவித்தான். திண்ணமாக சிந்திக்கும் மக்களுக்கு இதில் நிறைய சான்றுகள் உள்ளன" என்று திருமறையில் (30:21) இறைவன் கூறுகின்றான்.

திருமணத்தின் அவசியம் குறித்து இறைமறையும், நபிமொழியும் பெரிதும் வலியுறுத்துவதைக் காணலாம்.

"(ஆணாயினும், பெண்ணாயினும்) உங்களில் எவருக்கும் வாழ்க்கைத்துணை இல்லாவிட்டால் அவர்களுக்கு(ம் விதவைகளுக்கும்) திருமணம் செய்து விடுங்கள்" என்பது திருமறை (24:32) வசனம்.

"இளைஞர்களே! உங்களில் திருமணத்தின் பொறுப்பைச் சுமக்கும் சக்தி பெற்றவர் மணம் புரிந்து கொள்ளட்டும். ஏனெ

னில் திருமணம் பார்வையைத் தாழ்த்துகிறது. வெட்கத்தலத்தைப் பாதுகாக்கின்றது"

"திருமணம் என்பது எனது வழிமுறை; இதைப் புறக்கணிப்போர் என்னைச் சார்ந்தவர் அல்லர்"

மேற்கண்ட இந்த நபிமொழிகள் திருமணத்தின் மேன்மையைப் பறை சாற்றும் வைர வரிகள்.

இஸ்லாமியத் திருமணம் என்பது ஆண்-பெண் ஆகிய இரு வருக்கு இடையே செய்யப்படும் ஒரு வாழ்க்கை ஒப்பந்தமாகும். ஒப்புக்கொள்வதாலேயே அது ஒப்பந்தம். இதை ஆங்கிலத்தில் 'அக்ரிமெண்ட்' என்கிறோம். 'அக்ரி' என்பதற்கு தமிழில் சம்மதம் என்று அர்த்தம்.

இதைத்தான் திருக்குர்ஆனில், "சந்தேகமின்றி நீங்கள் ஒருவரோடு ஒருவர் கலந்து இன்பம் துய்த்திருக்கின்றீர்களே; மேலும் அந்த மனைவியர் உங்களிடம் இருந்து உறுதியான ஒப்பந்தத்தையும் பெற்றிருக்கிறார்களே" (4:21) என்று இறைவன் குறிப்பிடுகின்றான்.

கட்டாயத் திருமணத்தை இஸ்லாம் ஒருபோதும் ஒப்புக்கொள்வதில்லை. முறைப்படி மணமகன், மணமகளின் சம்மதம் பெறுவதே இஸ்லாமிய திருமண முறையாகும்.

'இறை நம்பிக்கையாளர்களே! பெண்களை அவர்கள் விருப்பமின்றி (கட்டாயப்படுத்தி) நீங்கள் உரிமையாக்கிக் கொள்வது உங்களுக்கு ஆகுமானதல்ல' என்று திருமறை (4:9) கூறுகிறது.

இஸ்லாமியத் திருமணங்களில் சடங்குகள் இல்லை. சுருங்கச் சொன்னால் அது ஒரு பதிவுத் திருமணம். திருமணப் பதிவுப் பத்திரத்தில் மணமகனும், மணமகளும் கையெழுத்திட வேண்டும். அதேபோல, மணமகனின் தந்தையும், மணமகளின் தந்தையும் ஒப்புதல் அளித்து ஒப்பமிட வேண்டும். பொதுவான சாட்சிகள் இருவர் முன்னிலையில், இமாம் திருமணத்தை நடத்தி வைப்பார்.

திருமணத்திற்கு முன்பே மணமக்கள் ஒருவரை ஒருவர் பார்த்து திருமணம் செய்து கொள்ள வேண்டும் என்பதை நபிகள் நாயகம் (ஸல்) அவர்கள் வலியுறுத்தியுள்ளார்கள்.

நபித்தோழர் முகீரா (ரலி) அவர்கள் ஒரு பெண்ணை மணக்க விரும்பி பெண் பேசினார். அவரிடம் நபிகளார், "அந்தப் பெண்ணை நீங்கள் பார்த்துக் கொள்ளுங்கள். ஏனெனில் அது உங்களிடையே அன்பு நிலைத்திருக்க உதவும்" என்றார்கள்.

இஸ்லாமியத் திருமணங்களில் இன்னொரு சிறப்பும் உண்டு. 'மஹர்' கொடுத்து செய்யப்படும் திருமணமே உயர்ந்த திருமணம்

என்பது மட்டுமல்ல; முறையான திருமணமும் ஆகும். இதுவே இறைவனால் ஏற்றுக்கொள்ளப்படும் திருமணமாகும். 'மஹர்' என்பது திருமணத்தின்போது மணமகன், மணமகளுக்கு அளிக்க வேண்டிய மணக்கொடையாகும்.

'வசதியுள்ளவன் தனது சக்திக்கு ஏற்பவும், வசதியற்றவன் தனது சக்திக்கு ஏற்பவும் (மஹரை) நல்ல முறையில் கொடுத்திட வேண்டும்' (2:236) என்றும், 'பெண்களுக்கு அவர்களுக்கு உரிய மஹரை (கடமையெனக் கருதி) மனமுவந்து அளித்து விடுங்கள்' (4:4) என்றும் திருமறை தெரிவிக்கிறது.

திருமண ஒப்பந்தத்தை உறுதிப்படுத்துகின்ற வகையிலே அமைந்துள்ள இந்த 'மஹர்', தான் கை பிடித்த பெண்ணுக்கு வேண்டிய வாழ்க்கை வசதிகளைத் தன்னால் இயன்றளவு செய்து தருவேன் என்று மணமகன் அளிக்கும் ஓர் உத்தரவாதமாகும்.

'திருமணத்தில் நீங்கள் நிறைவேற்ற வேண்டிய நிபந்தனைகளில் முதன்மையானது யாதெனில், உங்கள் மனைவியரை உங்களுக்கு அனுமதிக்கப்பட்டவர்களாக ஆக்கிக்கொள்வதற்காக நீங்கள் அவர்களுக்குத் தரும் 'மஹர்' தான்' என்பது நபிகளாரின் கூற்றாகும்.

மஹரைப் பணமாகவோ அல்லது நகையாகவோ, பொருளாகவோ வழங்கலாம். மஹர் எவ்வளவு அதிகமாகவும் செலுத்தலாம். அதற்கு உச்சவரம்பு கிடையாது.

'நீங்கள் அவர்களில் ஒருத்திக்கு செல்வக் குவியலையே (மஹராகக்) கொடுத்திருந்தாலும்கூட அதில் இருந்து எதையும் திரும்ப எடுத்துக் கொள்ளாதீர்கள்' (4:20) என்பது இறைமறை வசனம்.

திருமணத்தின்போது கட்டாயம் 'மஹர்' வழங்க வேண்டும் என்பதால், இஸ்லாமியத் திருமணங்களில் வரதட்சணைக்கு தானாகவே தடை விதிக்கப்படுகிறது.

திருமணத்தை வெளிப்படையாகவும், எளிமையாகவும் நடத்த வேண்டும். திருமணத்தை பகிரங்கப்படுத்தல் என்பது 'ஷரீயத்' ரீதியாக வலியுறுத்தப்பட்ட ஒன்று. தடை செய்யப்பட்ட ரகசிய திருமணங்களில் இருந்து வேறுபடுவதற்காகவும், இறைவன் ஆகுமாக்கி இருக்கும் உத்தம செயல்களில் மகிழ்ச்சியை வெளிப்படுத்துவதற்காகவும் இவ்வாறு செய்யப்படுகிறது.

நிச்சயமாக, சாதாரண பொதுமக்களும் நெருக்கமானவர்களும், நெருங்கிய உறவினர்களும் தூரத்து உறவினர்களும் அறிந்து கொள்வதற்காக, பகிரங்க அறிவிப்பு செய்வதற்கு அதிக தகுதி உடைய ஒன்றுதான் திருமணம்.

அறிவோம் இஸ்லாம்

'திருமணத்தை வெளிப்படையாக (பலர் அறியச்) செய்யுங்கள். மேலும் அதை பள்ளிவாசல்களில் நடத்துங்கள்' என்பது நபிமொழி யாகும்.

'குறைந்த செலவில், குறைந்த சிரமங்களுடன் செய்யப்படும் திரு மணமே சிறந்ததாகும்' என்று நபிகள் நாயகம் (ஸல்) அவர்கள் கூறினார்கள்.

இதன்படி திருமணத்தின்போது பெண் வீட்டாருக்கு எந்த வகை யிலும் சிரமத்தைக் கொடுக்கக்கூடாது. இதற்காக திருமண விருந்தை மணமகனே ஏற்க வேண்டும். இதற்கு 'வலிமா' என்று பெயர்.

'எந்த 'வலிமா'வில் செல்வந்தர்கள் மட்டுமே அழைக்கப்பட்டு, ஏழை எளியவர்கள் புறக்கணிக்கப்படுகிறார்களோ அந்த வலிமா வின் உணவே மிக மோசமான உணவாகும். எவர் 'வலிமா' விருந்திற்கான அழைப்பை ஏற்றுக்கொள்ளவில்லையோ அவர், அல்லாஹ்வுக்கும் அவனுடைய தூதருக்கும் மாறுசெய்தவராவார்' என்று நபிகளார் நவின்றுள்ளார்கள்.

ஒழுக்கமான-தூய்மையான சமூக அமைப்பு உருவாக, குடும்ப அமைப்பு அதிக வலுவுடையதாக இருக்க வேண்டும் என்று இஸ் லாம் விரும்புகிறது. கணவன்-மனைவி இருவரும் திருமண வாழ் வின் ஒழுங்கு முறையையும், கடமைகளையும் நன்கு உணர்ந்திருக்க வேண்டும். மணம் புரிந்து கொண்ட ஆணும் பெண்ணும் ஒருவர் மீது ஒருவர் பரஸ்பரம் அன்பைப் பொழிய வேண்டும். ஒருவருக் கொருவர் விட்டுக்கொடுக்க வேண்டும்.

இல்வாழ்க்கை இருசக்கர வாகனம் போன்றது. அந்த வாகனம் சீராகச் செல்ல அதில் உள்ள இரு சக்கரங்களும் சமமாக இருக்க வேண்டும்.

கணவன்-மனைவி எப்படி இருக்க வேண்டும் என்பதை அழகிய உவமை மூலம் திருக்குர்ஆன் இவ்வாறு எடுத்துக் கூறுகிறது:

'அவர்கள் (பெண்கள்) உங்களுக்கு ஆடையாகவும், நீங்கள் (ஆண்கள்) அவர்களுக்கு ஆடையாகவும் இருக்கின்றீர்கள்.' (2:187)

இந்தத் திருவசனத்தில் பல்வேறு பொருள் நிறைந்த கருத்துகள் பொதிந்து கிடக்கின்றன. ஆடை, மனிதனின் மானத்தைப் பாது காக்கிறது; மனிதனுக்கு அழகைக்கொடுக்கிறது; மனிதனுக்கு மரி யாதையை அளிக்கின்றது. இதனால்தான், 'அவர்கள் உங்களுக்கு ஆடையாகவும், நீங்கள் அவர்களுக்கு ஆடையாகவும் இருக்கி றீர்கள்' என்று திருக்குர்ஆன் கூறுகிறது.

ஆண்-பெண் இருவருக்கிடையே உருவாகும் அன்பையும், பாசத்தையும் அதிகரிக்கவும், வலுப்படுத்தவும் ஏற்ற வழி திரு மணத்தைத் தவிர வேறெதுவும் இல்லை.

யாரையெல்லாம் திருமணம் செய்யக் கூடாது என்பதை திருக்குர்ஆன் கண்டிப்புடன் கூறுகிறது.

"(பின்வரும் பெண்களை மணம் புரிவது) உங்களுக்குத் தடை செய்யப்பட்டுள்ளது. உங்கள் தாய்மார்கள், உங்கள் புதல்விகள், உங்கள் சகோதரிகள், மற்றும் உங்கள் தந்தையின் உடன்பிறந்த சகோதரிகள், உங்கள் அன்னையின் உடன்பிறந்த சகோதரிகள் மேலும் சகோதரனின் புதல்விகள், சகோதரியின் புதல்விகள் மேலும் உங்களுக்குப் பாலூட்டிய செவிலித் தாய்மார்கள், உங்கள் பால்குடி சகோதரிகள், உங்கள் மனைவியரின் தாய்மார்கள், நீங்கள் உடலுறவு கொண்ட மனைவியர் (தம் முன்னாள் கணவர் மூலம்) பெற்றெடுத்து உங்கள் மடிகளில் வளர்ந்துள்ள புதல்விகள், ஆனால் (திருமணம் ஆகி) நீங்கள் அம்மனைவியருடன் உடலுறவு கொள்ளவில்லையாயின் (அவர்களை விடுத்து, அவர்களின் புதல்விகளை மணமுடித்துக் கொள்வதில்) உங்கள் மீது எத்தகைய குற்றமும் இல்லை. மேலும் உங்கள் முதுகுத்தண்டுகளில் இருந்து பிறந்த உங்கள் புதல்வர்களின் மனைவியரை மணம் புரிவதும், இரு சகோதரிகளை நீங்கள் ஒருசேர மனைவியராக்குவதும் (தடை செய்யப்பட்டுள்ளன.)" (3:23)

1. தாய் 2. மகள்கள் 3. சகோதரிகள் 4. தந்தையின் சகோதரிகள் 5. தாயின் சகோதரிகள் 6. சகோதரனின் புதல்விகள் 7. சகோதரியின் புதல்விகள்—இவர்கள் ரத்த பந்த உறவின் மூலம் தடை செய்யப்பட்ட 7 பிரிவினர் ஆவர்.

இதைபோல 1. மனைவியின் தாய் 2. மனைவியின் பிறிதொரு கணவனுக்கு (முன்னாள் கணவனுக்கு) பிறந்த மகள் 3. மகனின் மனைவி (மருமகள்) 4. தந்தையின் மனைவி– இவர்கள் திருமண உறவின் மூலம் தடுக்கப்பட்ட 4 பிரிவினர் ஆவர்.

மேலும் பாலூட்டிய அன்னியப்பெண்ணும், பெற்றெடுத்த தாயும் ஒரே தரத்தைப் பெறுகின்றனர். ரத்தபந்த உறவின் மூலம் தாயின் வழித்தோன்றலில் யாரெல்லாம் திருமணம் செய்ய தடை செய்யப் பட்டவர்களாக ஆவார்களோ அவர்கள் அனைவரும் பால்குடி உறவின் மூலம் தடுக்கப்பட்டவர்களாக மாறுவர்.

எனவே அந்த 7 தரப்பினர் பால்குடி உறவின் மூலமும் திருமணம் புரிய தடை செய்யப்பட்டுள்ளனர்.

மேலும் ஒருவர் ஒரு பெண்ணுடன் அவளுடைய சகோதரியையோ, அவளுடைய தாயின் சகோதரியையோ, அவளுடைய தந்தையின் சகோதரியையோ ஒரு சேர மணமுடிப்பதும் தடை செய்யப்பட்டுள்ளது.

16

இஸ்லாத்தில் துறவறம் இல்லை

தனது பாலுணர்வையும், இச்சைகளையும் தீர்த்துக் கொள்வதற்காக இயற்கையோடு இயைந்த வழி முறையே திருமணம் ஆகும். இது தனிப்பட்ட ஒரு மனிதனைப் பொறுத்தவரை கெட்ட செயலில் ஈடுபடுவதில் இருந்து தடுக்கிறது; பாவமான மனோ பாவங்களில் இருந்து உள்ளங்களைத் திசை திருப்புகிறது.

குழந்தைகளைப் பெறுவதாலும், வம்சாவளி பெருகுவதாலும் குடும்ப பரம்பரை முறை பாதுகாப்புப் பெறுகிறது. இது சமுதாயம் பெறுகின்ற பெறுதற்கரிய பெரும்பேறாகும்.

அன்பு, கருணை, இரக்கம், பாசம், நேசம் ஆகியவை தாய்–தந்தை மூலமே கிடைக்கிறது. சுருக்கமாகச் சொன்னால், இவற்றுக்கான மூலமே தாய்–தந்தையரே. இத்தகைய குணங்களே மானிட வர்க்கத்தைத் தாங்கிப் பிடிக்கும் கேடயங்களாகத் திகழ்கின்றன.

ஒருவர் திருமணம் செய்வதால் அவருக்குத் தனிப்பட்ட முறையிலும், சமுதாயத்தைப் பொறுத்தவரை மொத்தமாகவும், மானிட வர்க்கத்திற்குப் பொதுவாகவும் பலவிதப் பலன்கள் ஏற்படுவதால் தான் திருமணம் செய்யுமாறு இஸ்லாம் வலியுறுத்துகிறது; வற்புறுத்துகிறது.

அதே நேரத்தில் துறவறக் கோட்பாட்டை இஸ்லாம் தடை செய்துள்ளது.

ஒருமுறை நபிகள் நாயகம் (ஸல்) அவர்களின் நல்வணக்கங்களைக் குறித்து கேட்டுத் தெரிந்து கொள்வதற்காக மூன்று தோழர்கள் அவர்களது வீட்டிற்கு வருகை தந்தனர். அவர்களிடம் நபிகளார், தான் மேற்கொண்டு வரும் வணக்க வழிபாடுகள் பற்றி எடுத்துரைத்தார்கள்.

தாங்கள் செய்து வரும் நல்வணக்கங்கள் நபிகளாருடன் ஒப்பிடுகையில் மிகக் குறைவானது என அவர்கள் கருதினர். இதனால் ஒரு தோழர் இரவெல்லாம் கண் விழித்து இறைவனை வணங்கப் போவதாகவும், மற்றொருவர் தாம் பகலெல்லாம் நோன்பு நோற்கப்

போவதாகவும், இன்னொரு தோழர் தாம் இனிமேல் மனைவியை நெருங்குவதில்லை என்ற உறுதிமொழியை மொழிந்தனர்.

அப்போது அவர்களிடம் நபிகளார், "நீங்கள்தானா இவ்வாறு கூறியது? அல்லாஹ்வின் மீது ஆணையாக! நிச்சயமாக நான் உங்களில் அல்லாஹ்வை அஞ்சுபவனாகவும் பயப்படுபவனாகவும் இருக்கின்றேன். ஆயினும் நான் (சில தினங்கள்) நோன்பு நோற்கிறேன். (சில தினங்கள்) நோன்பு நோற்காமல் இருக்கிறேன். (இரவில்) நான் தொழுகிறேன். உறங்கவும் செய்கிறேன். பெண்களை மணமுடித்து இல்லற வாழ்வையும் மேற்கொண்டுள்ளேன். யார் என் வழி முறையை புறக்கணிக்கிறாரோ அவர் என்னைச் சார்ந்தவர் அல்லர்" என்று கூறினார்கள்.

எல்லாச் செயல்களிலும் நடுநிலையைப் பேணுகின்ற மார்க்கம், இஸ்லாம். காட்டாற்று வெள்ளம் போல கட்டுப்பாடில்லாமல் மனம் போன போக்கில் செல்லும் வாழ்க்கை முறையை இஸ்லாம் வெறுக்கிறது.

அதே நேரத்தில் உலக இச்சைகளை முற்றாகத் துறந்து, துறவு மேற்கொள்வதையும் இஸ்லாம் தடுக்கிறது. இரண்டுக்கும் இடையில், முறையான திருமண உறவை ஏற்படுத்திக் கொண்டு நெறி தவறாமல் வாழ்வதையே இஸ்லாம் வரவேற்கிறது.

எந்த வகையில் மற்ற மதங்களில் இருந்து இஸ்லாம் முற்றாக வேறுபடுகிறது என்றால், இவ்வுலக வாழ்க்கையை முற்றும் துறக்காமல், உலக இன்பங்களை முறை தவறாமல் நுகர்ந்தபடி இறைவனை அடையலாம் என்கிறது இஸ்லாம்.

இஸ்லாம், மறுமையைப் பற்றி விரிவாகப் பேசுகிறது; ஆனால் அது இம்மை வாழ்க்கையை இம்மி அளவுகூட நிராகரிக்கவில்லை.

இந்த உலக வாழ்க்கையை உதறி விடுங்கள்; மறு உலக வாழ்க்கையே மகிழ்ச்சிக்குரிய வழி என்று இஸ்லாம் எந்த இடத்திலும் கூறவில்லை.

"எங்கள் இறைவனே! எங்களுக்கு இவ்வுலகிலும் நன்மையை அளிப்பாயாக! மறுமையிலும் நன்மையை அளிப்பாயாக!" (திருக்குர்ஆன்-2:201) என்ற பிரார்த்தனையே முஸ்லிம்களின் வாழ்க்கையில் பிரதானமாக இருக்கிறது.

இஸ்லாம் ஓர் இயற்கையான மார்க்கம். பசி மற்றும் தாகத்தை எப்படி மனிதனால் கட்டுப்படுத்த முடியாதோ அதைப் போலவே உடல் இச்சையும் கட்டுப்படுத்த முடியாத இயற்கையின் தேட்டமாக

இருக்கிறது. இதனால் இயற்கைக்கு எதிரான எந்தச் செயலையும் செய்ய இஸ்லாம் அனுமதிப்பதில்லை. மேலும் தன்னைத் தானே வருத்திக் கொள்வதை இஸ்லாம் வரவேற்பதில்லை.

ரத்த பந்த உறவுகள், குடும்பங்களுக்கிடையே இணக்கங்கள், சமூகத் தொடர்புகள் வலுப்பெறுவதற்கு திருமணம் முக்கியக் காரணமாக மட்டுமல்ல; முழு முதற்காரணமாகவும் இருக்கின்றது. துறவறம் மேற்கொள்வதால் மனித உறவுகளில் பிரிவு ஏற்படுகிறது. சொந்தங்கள் துண்டாடப்படுகின்றன. பந்தங்கள் பந்தாடப்படுகின்றன. இது இறைவனும் இயற்கையும் வகுத்துத் தந்த கட்டமைப்புக்கு எதிரானது.

மேலும் மனிதர்களாய் பிறந்தவர்களை கடவுளுக்கு நிகராகவோ அல்லது கடவுளுக்கு இணையாகவோ போற்றிப்புகழ்வதை இஸ்லாம் வன்மையாக எதிர்க்கிறது. ‘இவர் நடமாடும் தெய்வம்’ ‘வணக்கத்திற்கு மாமனிதர்’ ‘அவருக்கு கோவில் கட்டி கும்பிட வேண்டும்’ என்பன போன்ற வார்த்தைகளுக்கே ‘தடை’ போட்ட மார்க்கம், இஸ்லாம். இப்படிப்பட்ட எண்ண ஓட்டங்களுக்கு தூபம் போடுகிற துறவறத்தை இஸ்லாம் ஏற்றுக் கொள்வதில்லை.

இஸ்லாம் மார்க்கம் உலக வாழ்க்கையை ‘இழிபிறப்பு’ என்று என்றைக்கும் கூறியதில்லை. உலக வாழ்க்கையை ‘நல்வாய்ப்பு’ என்றும், வாழ்வாங்கு வாழ்ந்து விதிக்கப்பட்ட சமூகக் கடமைகளை ஆற்ற வேண்டும் என்றும் இஸ்லாம் வலியுறுத்துகிறது. சமூகக் கடமையில் இருந்து நழுவிச் செல்லும் மார்க்கமல்ல, இஸ்லாம். கடமை உணர்வு மிக்க வாழ்க்கை முறையே இஸ்லாம்.

தன்னலம் இல்லாமல் மக்கள் பணி ஆற்ற வேண்டும்; சமூகம் நம்மைப் போற்ற வேண்டும் என்றால் அதற்குத் துறவறம் மேற்கொள்ள வேண்டும் என்ற அவசியம் இல்லை. முறையான திருமண உறவில் ஈடுபட்டும் மக்களுக்கு நன்மை செய்யலாம்.

இறைத்தூதர்கள் அனைவருமே இல்லற வாழ்வில் ஈடுபட்டவர்கள்தாம்.

17

உணவு உண்ணும் முறை

மனிதனை நெறிப்படுத்த இஸ்லாம் கூறாத நெறிமுறைகளே இல்லை எனலாம். உடலோடும் உயிரோடும் தொடர்புடையது உணவு. இன்று பல்வேறு நோய்களுக்கு காரணமாகவும், தீர்வாகவும் இருப்பது உணவுதான். நாம் உண்ணும் உணவு உடல் இயக்கத்திற்கும், ரத்த ஓட்டத்திற்கும், உயிருக்கான உணர்வையும் மறைமுகமாகத் தருகிறது. ஒவ்வொரு மனிதரும் தனது உடல் நிலையை ஆரோக்கியமாகவும், வலிமையாகவும் வைத்துக்கொள்ள வேண்டும். முறையான உணவுக் கட்டுப்பாட்டைக் கடைப்பிடிப்பது அழகிய உடல் அமைப்பைப் பெற்றுத்தரும்.

எப்படி உணவை உண்ண வேண்டும்? எப்படி நீரைப் பருக வேண்டும் என்பதைப் பற்றி இஸ்லாம் விரிவாக விளக்கியுள்ளது.

முதலில் உண்பதற்கு முன்பாகக் கைகளைக் கழுவிக் கொள்ள வேண்டும். ஏனெனில் கைகளின் மூலம் நோய்க்கிருமிகள் நம் உடலுக்குள் சென்றிட வாய்ப்பு இருக்கின்றது. பார்ப்பதற்கு கைகள் சுத்தமாகத் தென்பட்டாலும் கைகளைக் கழுவுவதே ஆரோக்கியமான வாழ்க்கை வாழ்வதற்கான வழியாகும்.

'உணவு உண்ணும்போது எப்போதும் வலது கையால் மட்டுமே சாப்பிடுங்கள். உங்களில் எவரும் தமது இடது கையால் உண்ணவும், பருகவும் வேண்டாம். ஏனெனில் ஷைத்தான் தான், தனது இடது கையால் உண்ணவும் பருகவும் செய்கிறான்' என்று நபிகள் நாயகம் (ஸல்) அவர்கள் கூறினார்கள். எனவே எப்போதும் வலது கையால் சாப்பிட வேண்டும்.

உணவு உண்ணும்போது இயன்றவரை 3 விரல்களை மட்டுமே பயன்படுத்த வேண்டும். தேவை ஏற்பட்டால் மட்டுமே ஐந்து விரல்களைப் பயன்படுத்த வேண்டும். உண்ணும்போது எந்தக் காரணத்தைக் கொண்டும் விரல்களின் அடிப்பாகத்திற்கு உணவைக் கொண்டு சென்று கைகள் முழுவதும் உணவு ஒட்டிக் கொள்வதைத் தவிர்த்துக் கொள்ள வேண்டும்.

அறிவோம் இஸ்லாம்

உணவுக் கவளம் உங்கள் கைகளில் இருந்து தவறிக் கீழே விழுந்து விட்டால் அதனைச் சுத்தப்படுத்தியோ அல்லது கழுவிய பின்னரோ மட்டும் உண்ண வேண்டும். உணவுத் தட்டில் இருக்கும் உணவைச் சிறிதளவும் விரயம் செய்யக்கூடாது.

"உண்ணுங்கள்; பருகுங்கள். ஆனால் விரயம் செய்யாதீர்கள். திண்ணமாக அல்லாஹ் விரயம் செய்வோரை விரும்புவதில்லை" (7: 31) என்று திருமறையில் இறைவன் கூறுகின்றான்.

உட்கார்ந்தே உணவை உண்ண வேண்டும்; தண்ணீரைப் பருக வேண்டும். நின்று கொண்டோ, நடந்து கொண்டோ சாப்பிடுவதோ அல்லது பருகுவதோ கூடாது. ஒட்டகம் குடிப்பது போல ஒரே மூச்சில் தண்ணீரைக் குடிக்காதீர்கள். தண்ணீர் உள்ள பாத்திரத்தில் மூச்சு விடாதீர்கள். உணவு மற்றும் பருகும் பொருட்களில் ஊதாதீர்கள். உணவு சூடாக இருக்கும்போதோ அல்லது கொதிக்கும் போதோ உண்ணக்கூடாது.

தேவையின்றி உணவுப்பொருட்களை முகர்ந்து பார்க்கக்கூடாது. குடிக்கும்போது 'பிஸ்மில்லாஹ்' கூறுங்கள். முடிக்கும்போது 'அல்ஹம்துலில்லாஹ்' (இறைவனுக்கே புகழனைத்தும்) கூறுங்கள். சாப்பிடுவதற்கு முன்பு கைகளைக் கழுவியதைப் போன்று சாப்பிட்ட பிறகும் கைகளை நன்றாகக் கழுவ வேண்டும்.

உண்ணும்போது அதிகமாகப் பேசுவதையும், வாய் விட்டுச் சிரிப்பதையும் தவிர்க்க வேண்டும். தொண்டையில் உணவுக்குழாயும், மூச்சுக்குழாயும் மிக அருகில் அமைந்திருக்கின்றன. மூச்சுக்குழாயின் மேல் 'எபிகிளாட்டிஸ்' என்கிற 'வால்வ்' உள்ளது. இது மூடித் திறக்கக் கூடியது. வாயில் இருந்து உணவை விழுங்கும்போது 'எபிகிளாட்டிஸ் வால்வ்' மூச்சுக் குழாயை மூடிக்கொள்ளும். உணவு சரியாக உணவுக் குழாய்க்குள் நுழைந்து வயிற்றுக்குச் செல்லும். அதிகமாகப் பேசிக்கொண்டும் சிரித்துக்கொண்டும் சாப்பிட்டால் மூச்சுக் குழாயின் மேல் இருக்கும் 'வால்வ்' திறக்கும்.

இதனால் உணவு துகள் திறந்திருக்கும் மூச்சுக்குழாய்க்குள் சென்று பின் வெளியே தள்ளப்படும். இதையே 'புரை ஏறுதல்' என்கிறோம். சில நேரம் இது மூச்சுக் குழாயை அடைத்து ஆபத்தை வரவழைத்து விடலாம். அதனால்தான் சாப்பிடும்போது அதிகம் பேசவோ, சிரிக்கவோ கூடாது.

நாம் கால்களை குறுக்காக மடக்கி 'சம்மணம்' போட்டு தரையில் உட்கார்ந்து சாப்பிடுவதே சிறந்த முறையாகும். இந்த முறையில் அமைதியாகச் சாப்பிட அமரும்போது ஜீரணத்திற்குத் தயாராகுமாறு மூளைக்கு தகவல் சென்று விடுகிறது. சாப்பிடும்

தட்டு தரையில் இருப்பதால் நாம் இயல்பாகவே குனிந்து நிமிர்ந்து சாப்பிடுகிறோம். இதனால் வயிற்றுத் தசைகள் சுருங்கி விரிந்து அமிலம் சுரந்து நாம் சாப்பிடும் உணவை ஜீரணிக்க வைக்கிறது. நாம் தரையில் நேராக அமர்ந்து சாப்பிடும்போது முதுகெலும்பும், தோள்களும் சீரான நிலையில் இருக்கின்றன.

இதனால் தாறுமாறான நிலையில் உட்காருவதால் ஏற்படும் வலிகளும், அசதியும் நீங்கி விடுகின்றன. தரையில் அமர்வதால் முழங்கால் மூட்டுகளும், இடுப்பு எலும்புகளும் வலுவடைகின்றன. அடிக்கடி உட்கார்ந்து எழுந்திருப்பதால் இவை மிகவும் இலகுத் தன்மை அடைந்து நோய்கள் வராமல் தடுக்கப்படுகிறது. தரையில் அமர்ந்து எழுந்திருப்பதால் நம் உடலின் வலிமை அதிகரித்து ஆயுளும் கூடுவதாகவும் கண்டு பிடிக்கப்பட்டுள்ளது.

'நான் சாய்ந்தபடி சாப்பிடமாட்டேன்' என்பது நபிகளாரின் கூற்று.

உணவு வேளைகளில் குடும்பத்தினர் அனைவரும் ஒன்றாக அமர்ந்து உண்ண வேண்டும். இவ்வாறு பலரும் கூட்டாக அமர்ந்து உண்ணும்போது அன்பும், பாசமும் வளர்கிறது. மேலும் பெரும் பாக்கியமும் உண்டாகிறது. நாம் சாப்பிடும் எந்த உணவையும் எப்போதும் குறை கூறக்கூடாது. இரவில் பசியோடு தூங்குவதை நபிகளார் வெறுத்தார்கள். ஏனெனில் இரவில் உண்பதை மனிதன் கை விட்டால் அவன் இளைத்து விடுவான்' என்பது நபிமொழி.

மேற்கண்டவை உணவு உண்பதில் நபிகளார் வலியுறுத்திய வழிமுறைகளாகும்.

18

ஹலால்-ஹராம்

மன அமைதியைப் பெறவும், உடல் நலத்தைப் பேணவும் மனிதனுக்கு இஸ்லாம் உன்னத நெறிகளை வகுத்துள்ளது. உடலும், உள்ளமும் தூய்மையாக இருக்க வேண்டும் என்று போதித்த இஸ்லாம், உண்பதிலும் தூய்மையானவற்றையே உண்ண வேண்டும் என்று வற்புறுத்துகிறது.

"நம்பிக்கை கொண்டோர்களே! நாம் உங்களுக்கு அளித்தவற்றில் தூய்மையானவற்றையே உண்ணுங்கள்" (திருக்குர்ஆன் 2:172) என்று திருமறையில் இறைவன் கூறுகின்றான்.

மனித வாழ்வுக்கு முக்கிய தேவையானவை உணவு, உடை, உறைவிடம். இவற்றை நிறைவேற்ற வழிவகைகள் இருந்தாலும் அதைப் பெற வரைமுறைகளும் வகுக்கப்பட்டுள்ளன. கண்டவற்றை உண்டு வாழவும், கிடைத்தவற்றை அடைந்து மகிழவும் இஸ்லாம் மார்க்கத்தில் அனுமதி இல்லை. உணவு உண்பதில்கூட இஸ்லாம் சில வரையறைகளை வகுத்துள்ளது. அனுமதிக்கப்பட்டது 'ஹலால்' என்றும், தடை செய்யப்பட்டவை 'ஹராம்' என்றும் இஸ்லாம் கூறுகிறது. இதையே விதிக்கப்பட்டது 'ஹலால்' என்றும், விலக்கப்பட்டது 'ஹராம்' என்றும் சொல்லலாம்.

"செத்த பிராணியும், ரத்தமும், பன்றி இறைச்சியும் அல்லாஹ் வைத் தவிர மற்றவரின் பெயர் கூறி அறுக்கப்பட்டவையுமே உங்களுக்குத் தடுக்கப்பட்டவை ஆகும்" (திருக்குர்ஆன்–2:173) என்று திருமறை கூறுகிறது.

பன்றி இறைச்சியும், பன்றியில் இருந்து பெறப்படும் பொருட்களும் (பன்றியின் கொழுப்பு போன்றவை), இரையைக் கொல்வதற்காக நகம், பல் முதலியவற்றைப் பயன்படுத்துகின்ற விலங்குகள், பிற பிராணிகளைக் கூரிய நகத்தின் மூலம் கொன்று தின்னும் பறவைகள், ஊர்வன, புழு, செத்த பிராணிகள், முறைப்படி அறுக்கப்படாத பிராணிகள் மற்றும் பறவைகள் இன்னும் இவற்றில் இருந்து தயாரிக்கப்படும் பொருட்கள், எல்லாவிதமான ரத்தங்கள் இவை யாவும் மனிதனுக்குத் தடை செய்யப்பட்டுள்ளன.

'விலங்குகளில் கோரைப்பற்கள் உள்ள ஒவ்வொன்றையும், பறவைகளில் கோரை நகங்கள் கொண்ட ஒவ்வொன்றையும் (உண்ணக் கூடாது என்று) நபிகளார் தடை செய்தார்கள்'. (அறிவிப்பாளர்: இப்னு அப்பாஸ் (ரலி).

கோரைப் பற்களால் கீறிக்கிழித்து பிராணிகளைத் தின்று வாழும் சிங்கம், புலி, சிறுத்தை, கரடி, ஓநாய், குள்ள நரி போன்ற விலங்குகளின் மாமிசத்தை உண்பது மனிதர்களுக்குத் தடை செய்யப்பட்டுள்ளது.

அவ்வாறே கோரை நகங்களைப் பயன்படுத்தி, பிற பிராணிகளைக் கொன்று தின்னும் கழுகு, பருந்து, வல்லூறு போன்ற பறவைகளின் மாமிசமும் தடை செய்யப்பட்டுள்ளது.

இந்த விலங்குகளும், பறவைகளும் இயற்கையாகவே மனித இயல்புக்கு ஒவ்வாதவை ஆகும். இவற்றின் மாமிசத்தை உண்பதால், மனிதத்துக்கு எதிரான குணங்கள் மனிதனில் பிறக்க இடமுண்டு. தவிர அறிவியல் ரீதியாக இவற்றின் மாமிசம் நோய்களுக்குக் காரணமாகலாம். எனவே இவற்றை இஸ்லாம் தடை செய்துள்ளது.

மனிதர்கள் இயற்கையாகவே செத்த பிராணியின் உணவை உண்பதை இழிவாகவே கருதுகிறார்கள். மேலும், ஆடு, மாடு போன்றவை உயிரோடு இருக்கும்போது அறுத்தால் மட்டுமே அதில் இருந்து ரத்தம் வெளிப்படும். செத்த பிறகு அறுத்தால் ரத்தம் வெளிப்படாது.

இதனால் அந்த மாமிசத்துடன் உறைந்துபோன ரத்தத்தையும் சாப்பிட வேண்டிய நிலை ஏற்படும். ரத்தத்தில் மனிதன் உட்கொள்ளக் கூடாத கிருமிகள் இருக்கின்றன. அதனால்தான் ரத்தத்தை சாப்பிட இஸ்லாம் தடை விதித்துள்ளது.

இந்த நிலையில் இறந்துபோன பிராணியின் இறைச்சியை உறைந்து போன ரத்தத்துடன் சாப்பிட்டால் உடல் நலம் பாதிக்கப்படும் என்பதில் இருவேறு கருத்துக்கு இடமில்லை.

பன்றியின் மாமிசம் தடை செய்யப்பட்டிருப்பதற்குப் பல காரணங்கள் உள்ளன. எல்லா விலங்குகளுக்கும் வியர்வைச் சுரப்பிகள் உள்ளன. அந்தக் கால்நடைகளின் உடல் அதிகமாகச் சூடாகும் போது வியர்வை சுரந்து, உடல் சூட்டைத் தணிக்கிறது.

மேலும் உடலில் உள்ள கெட்ட நீரும் இதன் மூலம் வெளியேறுகிறது. ஆனால் பன்றிக்கு வியர்வைச் சுரப்பிகள் கிடையாது. மனிதர்கள் சாதாரணமாக 110 டிகிரி வெப்பத்தைத் தாங்கிக்

அறிவோம் இஸ்லாம்

கொள்ள முடியும். ஆனால் 29 டிகிரி வெப்பத்திற்கு மேல் பன்றி களால் தாங்கிக் கொள்ள முடியாது. அதனால்தான் அவை எப்போதும் சாக்கடையில் புரண்டு வெப்பத்தைத் தணித்துக் கொள்கின்றன. எனவே பன்றியின் உடலில் உள்ள நச்சுகள் வெளி யேறுவதில்லை.

பன்றியின் இறைச்சி உண்பதால் மனிதனுக்குப் பலவிதமான நோய்கள் உண்டாகின்றன. அந்த இறைச்சியில் மனிதனுக்குக் கேடு விளைவிக்கின்ற நாடாப்புழுக்கள் என்ற நுண்கிருமிகள் உள்ளன. உச்ச வெப்பத்திலும் இந்த புழுக்கள் சாவதில்லை. பன்றி இறைச் சியை உண்பதால் 60-க்கும் மேற்பட்ட நோய்கள் ஏற்படுவதாக மருத்துவ உலகம் கண்டறிந்துள்ளது.

அதிலும் குறிப்பாக பன்றியின் சுவாசப் பையில் இருக்கும் 'எச் 1 என் 1' என்ற வைரஸ் கிருமிகள் 'ஆர்.என்.ஏ.' மூலக்கூற்றை அடிப்படையாகக் கொண்டு உருமாறி மனிதர்களைத் தொற்றக் கூடியவை.

இதைப் 'பன்றிக்காய்ச்சல்' என்கிறோம். இது தொடுவதால் பரவும். நோய் எதிர்ப்பு சக்தி குறைவாக இருக்கும் குழந்தைகள் முதியோர்களை எளிதில் தாக்கும். பலவித நோய்களின் உறை விடமாகத் திகழ்கின்ற பன்றி இறைச்சியை உண்பதற்கு இஸ்லாம் தடை விதித்துள்ளது.

ஹராம் ஆக்கப்பட்டவைகளில் நான்காவதாக, அல்லாஹ் அல் லாதவைகள் பெயரால் அறுக்கப்பட்ட மற்றும் அல்லாஹ் அல் லாதவருக்காக அறுக்கப்பட்ட மாமிசங்களை உண்பதற்குத் தடை விதிக்கப்பட்டுள்ளது.

மற்ற உயிரினங்களை அறுத்தே உண்ண வேண்டும். ஆனால் மீன்களை அறுக்கத் தேவை இல்லை. செத்த மீன்களையும் உண் ணலாம் என்று நபிகள் நாயகம் (ஸல்) அவர்கள் கூறியுள்ளார்கள். "அது (கடல் நீர்) தூய்மையானது. அதன் இறந்தவை ஆகுமா னவை" என்பது நபிமொழி.

மீன் அல்லாத உயிரினங்களை அவசியம் அறுத்தே உண்ண வேண்டும். ஆனால் மீனை அறுக்காமல் உண்ணலாம். இதற்குக் காரணம் நீர் வாழ் உயிரினங்களுக்கு ஓடுகின்ற ரத்தம் கிடையாது. அதை உயிருடன் பிடித்து அறுத்தாலும் அதில் இருந்து சிறிதளவு ரத்தம் கசியுமே தவிர ரத்தம் வடியாது; ரத்தம் பீரிட்டு ஓடாது. இதனால்தான் மீனை உயிரோடு அறுக்காமலும் உண்ணலாம் என்று இஸ்லாம் அனுமதித்துள்ளது.

இஸ்லாத்தில் தடுக்கப்பட்டவை

மனித சமுதாயம் நேர்வழி பெற்று இவ்வுலக, மறுவுலக வாழ்வில் வெற்றி பெற இஸ்லாம் வழிகாட்டுகிறது. உணவு உண்பதில் கூட இஸ்லாம் சில வரையறைகளை வகுத்துள்ளது என்பதையும், அனுமதிக்கப்பட்டது 'ஹலால்' என்றும், தடை செய்யப்பட்டவை 'ஹராம்' என்றும் இஸ்லாம் கூறுவதை விரிவாகப் படித்தோம்.

இவை தவிர இஸ்லாத்தில் தடை செய்யப்பட்டவை ஏராளம். எல்லாவிதமான போதைப்பொருட்களும், மதுபானங்களும், சூதாட்டமும் மனிதனுக்குத் தடுக்கப்பட்டவை.

"மது மற்றும் சூதாட்டம் (இவற்றுக்குரிய கட்டளைகள்) பற்றி உம்மிடம் கேட்கிறார்கள். நீர் கூறுவீராக: "இவ்விரண்டிலும் பெருங்கேடு இருக்கிறது. அவற்றில் மக்களுக்கு சிறிது பயன் இருப்பினும் அவற்றினால் ஏற்படும் பாவம் அவற்றின் பயனை விட அதிகமாக இருக்கின்றது" என்று திருக்குர்ஆனில் (2:219) இறைவன் கூறுகின்றான்.

மனிதனின் கண்ணியம், மானம், மரியாதையையும் அவனது சந்ததிகளையும் பாதுகாப்பது இஸ்லாத்தின் நோக்கங்களில் ஒன்றாக இருப்பதால் விபசாரத்தை இஸ்லாம் தடை செய்துள்ளது.

"விபசாரத்தின் அருகில்கூட நெருங்காதீர்கள். திண்ணமாக அது மானங்கெட்ட செயலாகவும், மிகத் தீய வழியாகவும் இருக்கிறது" (17:32) என்று இறைவன் திருமறையில் கூறுகின்றான்.

மேலும் வட்டியை இஸ்லாம் தடை செய்துள்ளது. "உண்மையில் அல்லாஹ் வியாபாரத்தை (ஹலால்) அனுமதிக்கப்பட்டதாகவும், வட்டியை (ஹராம்) தடுக்கப்பட்டதாகவும் ஆக்கியுள்ளான்" (2:275) என்றும், "இறைநம்பிக்கை கொண்டவர்களே! பன்மடங்காகப் பெருகி வளரும் வட்டியை உண்ணாதீர்கள்" (3:130) என்றும் திரு மறை கூறுகிறது.

தங்க நகை மற்றும் பட்டாடை அணிவது ஆண்களுக்கு தடை செய்யப்பட்டுள்ளது. "பட்டும் தங்கமும் என் சமுதாயத்தில் பெண்களுக்கு ஆகுமாக்கப்பட்டுள்ளன. அவை ஆண்களுக்குத் தடை செய்யப்பட்டுள்ளன" என்பது நபிகளாரின் கூற்றாகும். ஒரு மனிதரின் கைகளில் தங்க மோதிரத்தைக் கண்ட நபிகளார், அதைக் கழற்றி எறிந்து விட்டு, "உங்களில் யாரேனும் தீக்கங்கை எடுத்து அதைத் தன் கையில் வளையமாக அணிவதை விரும்புவாரா?" என்று கேட்டார்கள்.

நபிகளார் சென்ற பிறகு அந்த மோதிரத்தை எடுத்து வேறு வழியில் பயன்படுத்திக் கொள் என்று அந்த மனிதரிடம் சொல்லப்பட்டது. அதற்கு அவர், "அல்லாஹ்வின் தூதர் தூர எறிந்திருக்க

அறிவோம் இஸ்லாம்

அதை ஒருபோதும் நான் எடுக்க மாட்டேன்" என்று கூறி விட்டார். மேலும் பெண்கள் அணியக்கூடிய நகைகள், வளையங்கள், காலணிகள், காதணிகள், ஆடைகள் போன்றவற்றை ஆண்கள் அணிவது கூடாது. அது போன்றே ஆண்களுக்குரிய ஆடையை பெண்கள் அணிவதும் கூடாது.

"பெண்களுடைய ஆடையை அணிகின்ற ஆணையும், ஆணுடைய ஆடையை அணிகின்ற பெண்ணையும் அல்லாஹ் சபிப்பானாக" என்று நபிகளார் கூறினார்கள்.

தங்கம், வெள்ளி பாத்திரங்களில் உண்பது மற்றும் பானம் அருந்துவது இஸ்லாத்தில் தடை செய்யப்பட்டுள்ளது.

தடை செய்யப்பட்டவைகளில் சூனியம், ஜோதிடம், குறி பார்த்தல் ஆகியவையும் அடங்கும்.

சூனியம் செய்வது நாசத்தைத் தரக்கூடிய ஏழு பாவங்களில் ஒன்றாகும். அதில் தீமை இருக்கிறதே தவிர நன்மை இல்லை.

சூனியத்தைக் கற்றுக்கொள்வதைப் பற்றி, "(உண்மையில்) தங்களுக்குத் தீங்கிழைப்பதையும் எந்தவித நன்மையையும் தராததையுமே கற்றுக் கொண்டார்கள்" (2:102) என்று திருமறையில் இறைவன் கூறுகின்றான்.

இஸ்லாத்தில் விலக்கப்பட்டவைகளில்-தடுக்கப்பட்டவைகளில் பொதுவாக 'இணைவைத்தலே' மிகப்பெரியதாகும். "பெரும் பாவங்களில் மிகப்பெரும்பாவத்தை நான் உங்களுக்கு அறிவிக்கட்டுமா?" என்று நபிகள் நாயகம் (ஸல்) அவர்கள் மூன்று முறை கேட்டார்கள்.

அதற்கு நாங்கள், "இறைத்தூதரே! அறிவியுங்கள்" என்றோம். அதற்கு அவர்கள், "அல்லாஹ்வுக்கு இணை வைப்பது, பெற்றோரை நோவினை செய்வது" என்று கூறினார்கள். (அறிவிப்பவர்: அபூ பக்ரா நுபைஉ பின் ஹாரிஸ் (ரலி) அவர்கள்)

"இறைத்தூதர் எதை உங்களுக்குக் கொடுக்கிறாரோ, அதைப் பெற்றுக்கொள்ளுங்கள். அவர் எதனை விட்டும் உங்களைத் தடுக்கிறாரோ அதனை விட்டு விலகி இருங்கள். மேலும் அல்லாஹ்வுக்கு அஞ்சுங்கள். திண்ணமாக அல்லாஹ் கடும் தண்டனை அளிப்பவனாக இருக்கின்றான்" (59:7) என்பது திருமறை வசனம்.

இறைவன் மனிதன் மீது விதித்துள்ள எல்லாத் தடைகளும் இறைவன் நம் மீது கொண்டுள்ள கருணையின் பிரதிபலிப்பே ஆகும்.

19

இஸ்லாமும் பெண்களும்

'இஸ்லாம் பெண்களை அடிமைப்படுத்துகிறது; அவர்களுக்கு உரிமைகளை வழங்க மறுக்கிறது' என்ற கருத்துகள் பரவலாகப் பலராலும் முன் வைக்கப்படுகின்றன. இஸ்லாமிய சமூகத்தில் பெண்களின் நிலை என்ன என்பதை இந்த அத்தியாயத்தில் விரிவாகக் காண்போம்.

உலகம் தோன்றியது முதல் இன்று வரை பெண்களை அடிமைப்படுத்தும் நிலை தொடர்கதையாய் தொடர்கிறது என்றால் அது மிகையல்ல. பெண்களை இழிவாக, குழந்தைகளைப் பெற்றுத் தரும் இயந்திரமாக, சுமையாக, சுகத்தைத் தரக்கூடிய போகப் பொருளாகப் பார்க்கும் நிலை எல்லாச் சமூகங்களிலும் இன்றும் நிலவுகிறது.

'பெண்களுக்கு ஆன்மா இல்லை' என்ற கருத்து நீண்ட காலமாக சொல்லப்பட்டு வந்தது. ஆனால் ஆண்களுக்கும் பெண்களுக்கும் இடையே இஸ்லாம் எந்தவிதமான பாகுபாட்டையும் ஏற்படுத்தவில்லை.

"மனிதர்களே! உங்களை ஓர் ஆன்மாவில் இருந்து படைத்த அந்த இறைவனுக்கே பயப்படுங்கள். அந்த ஆன்மாவில் இருந்து அவன் அதனுடைய துணையைப் படைத்தான். பிறகு அவர்களில் இருந்து நிறைய ஆண்களையும் பெண்களையும் படைத்தான்". (திருக்குர்ஆன்-4:1)

"அல்லாஹ் உங்களுக்காக உங்களில் இருந்தே மனைவியரை ஏற்படுத்தி இருக்கிறான். உங்களுக்கு உங்கள் மனைவியரில் இருந்து சந்ததிகளையும் பேரன் பேத்திகளையும் ஏற்படுத்தினான். தூய்மையான பொருட்களை உங்களுக்கு உணவாகக் கொடுத்தான்". (திருக்குர்ஆன்-16:72)

ஆண்களுக்கு மட்டுமே ஆன்மா உண்டு; பெண்களுக்கு ஆன்மாவே கிடையாது என்கிற பாகுபாட்டை இஸ்லாம் பகுக்கவில்லை என்பதை மேற்கண்ட வசனங்கள் மூலம் அறிந்து கொள்ளலாம். முதல் மனிதரான ஆதி நபி ஆதம் மற்றும் ஹவ்வா ஆகிய இரு வரையும் சரி சமமாக வைத்தே திருக்குர்ஆன் பேசுகிறது. ஆணும்,

பெண்ணும் ஒரு மரத்தின் இரு கிளைகள். ஒரு தந்தை (ஆதம்), ஒரு தாய் (ஹவ்வா) ஆகியோரின் பிள்ளைகள் எனப் பறைசாற்றியது, இஸ்லாம். இறைவன் முன்பு ஆணும், பெண்ணும் சமம் என்ற பிறப்புரிமையை திருக்குர்ஆன், பல தரப்பட்ட விஷயங்களிலும் உறுதி செய்துள்ளது. அல்லாஹ்வுக்காக நிறைவேற்றப்படும் வணக்க வழிபாடுகளிலும் ஆணும், பெண்ணும் சரி நிகர் சமம் என்பதை திருக்குர்ஆன் இவ்வாறு கூறுகின்றது:

"நிச்சயமாக முஸ்லிம்களான ஆண்களும் பெண்களும், உண்மையைப் பேசும் ஆண்களும் பெண்களும், பொறுமையுள்ள ஆண்களும் பெண்களும், (அல்லாஹ்விடம்) உள்ளச்சத்துடன் இருக்கும் ஆண்களும் பெண்களும், அல்லாஹ்வை அதிகமதிகம் தியானம் செய்யும் ஆண்களும் பெண்களும்–ஆகிய இவர்களுக்கு அல்லாஹ் மன்னிப்பையும் மகத்தான கூலியையும் சித்தப்படுத்தி இருக்கின்றான்". *(33:35)*

சொர்க்கத்தில் இருந்து வெளியேற்றப்பட்டபோது ஆதமுக்கும், அவருடைய மனைவி ஹவ்வாவுக்கும் சமமாகவே இறைவன் கட்டளை பிறப்பித்தான்.

"மேலும் நாம், 'ஆதமே! நீரும் உம் மனைவியும் இந்தச் சுவன பதியில் குடியிருங்கள். நீங்கள் இருவரும் விரும்பியவாறு அதில் இருந்து தாராளமாய்ப் புசியுங்கள். ஆனால் நீங்கள் இருவரும் இந்த மரத்தை மட்டும் நெருங்க வேண்டாம். (அப்படிச் செய்தீர்களானால்) நீங்கள் அக்கிரமக்காரர்களில் ஆகி விடுவீர்கள்' என்றும் சொன்னோம்" *(2:35)* என்று திருமறையில் இறைவன் கூறுகின்றான்.

ஆனால் ஹவ்வாவின் தூண்டுதலால்தான் ஆதம் (அலை) பழத்தைச் சுவைத்தார் என்று கூறப்படுகின்ற கருத்தைக் குர்ஆன் திட்டவட்டமாக மறுக்கிறது. இந்தக் கெட்ட எண்ணத்தைத் தூண்டியவன் ஷைத்தான் என்பதைத் தெள்ளத்தெளிவாக விளக்குகிறது.

"இதன்பிறகு ஷைத்தான் அவர்கள் இருவரையும் அதில் இருந்து வழி தவறச்செய்தான். அவர்கள் இருவரும் இருந்த(சொர்க்கத்)தில் இருந்து வெளியேறுமாறு செய்தான்". *(திருக்குர்ஆன்–2:36)*

இதன் மூலம் ஆதமின் மனைவி தானே, தனியாக அந்தப் பழத்தைச் சுவைக்கவும் இல்லை. சுவைக்க வேண்டும் என்ற எண்ணத்தை ஆதம் மனதில் ஏற்படுத்தவும் இல்லை. தவறு இருவர் மீதும் சமமாகவே இருந்தது என்பதே குர்ஆனின் கூற்றாக உள்ளது. இருவரும் தாங்கள் செய்த காரியத்தை எண்ணி வருந்தி இறைவனிடம் பாவ மன்னிப்பு கோரி மன்றாடினார்கள்.

"எங்கள் இறைவனே! எங்களுக்கு நாங்களே தீங்கிழைத்துக் கொண்டோம். நீ எங்களை மன்னித்து கிருபை செய்யாவிட்டால் நிச்சயமாக நாங்கள் நஷ்டமடைந்தவர்களாக ஆகி விடுவோம்" என்று கூறினார்கள். (திருக்குர்ஆன்–7:23)

இன்னும் சில திருக்குர்ஆன் வசனங்கள் ஹவ்வா (அலை) அவர்களைவிட ஆதம் (அலை) அவர்களே வரம்பு மீறியதாகக் கூறுகின்றது. சொர்க்கத்தில் இருந்து வெளியேற்றப்பட்டதற்கு ஹவ்வாதான் காரணம் என்ற கூற்றை மறுத்து ஆதம்தான் வரம்பு மீறியதாகத் திருமறை திருக்குர்ஆன் இவ்வாறு கூறுகின்றது.

"முன்னர் நாம் ஆதமுக்கு நிச்சயமாகக் கட்டளையிட்டிருந்தோம். ஆனால் (அதனை) அவர் மறந்து விட்டார். (அக்கட்டளைப்படி நடக்கும்) உறுதிப்பாட்டை நாம் அவரிடம் காணவில்லை". (திருக்குர்ஆன்–20:115)

மேற்கண்ட வசனம், முதலில் வரம்பு மீறியது ஆதம்தான் என்பதைத் தெளிவுபடுத்துகின்றது.

இதன் மூலம் சொர்க்கத்தில் இருந்து வெளியேற்றப்பட்டதற்கு ஆதம்–ஹவ்வா இருவருக்கும் சமபங்கு என்று சொல்லி ஆதித்தாய் மீது சுமத்தப்பட்ட களங்கத்தைத் திருக்குர்ஆன் துடைதெறிக்கிறது.

பெண்மையை–தாய்மையைப் போற்றுகின்ற மார்க்கமாக இஸ்லாம் திகழ்கிறது.

"பெற்றோரின் உரிமைகளைப் பேணி நடக்குமாறு நாம் மனிதனுக்கு உபதேசித்துள்ளோம். அவனுடைய தாயோ பலவீனத்தின் மீது பலவீனத்தைச் சுமந்தவளாக அவனை வயிற்றில் சுமந்தாள். பால்குடி மறப்பதற்கோ இரண்டு வருடங்கள் ஆகிப்போனது. (இதன் காரணமாகவே) எனக்கு நன்றி செலுத்துமாறும், பெற்றோர்களுக்கு நன்றி செலுத்துமாறும் (அவனுக்கு உபதேசித்தோம்.) என்னிடமே (ஒருநாள்) நீ மீண்டு வர வேண்டியிருக்கும்". (திருக்குர்ஆன்–31:14)

"பெற்றோரிடம் பெருந்தன்மையோடு நடந்து கொள்ளுமாறு நாம் மனிதனுக்கு உபதேசித்தோம். அவனுடைய தாய் அவனைக் கஷ்டப்பட்டு அவனைக் கருவில் சுமந்திருந்தாள்; கஷ்டப்பட்டு அவனைப் பிரசவித்தாள். கருவில் சுமந்த காலமும் பால்குடி காலமும் முப்பது மாதங்களாகும்". (திருக்குர்ஆன்–46:15)

'பிரசவ வேதனை பெண்களுக்கு கொடுக்கப்பட்ட தண்டனை' என்ற பிரகடனத்தை குர்ஆனின் மேற்கண்ட வசனம் தவறு என்று சுட்டிக்காட்டுகிறது.

அறிவோம் இஸ்லாம்

மகப்பேறு என்பது ஒரு பெண்ணுக்கு கிடைத்த பெரும்பேறு என்பதும், பிரசவ வேதனை பெண்ணுக்கு பெருமிதம் தரும் பெருமை என்பதும், அதனால்தான் பெற்றோருடன் பெருந் தன்மையுடன் நடந்து கொள்ளுமாறும் திருமறையில் இறைவன் கூறுகின்றான்.

கடமைகளிலோ, அவர்கள் மீது சுமத்தப்பட்ட பொறுப்பு களிலோ பெண்களுக்கு இஸ்லாம் எந்தவிதமான பாகுபாட்டையும் வைக்கவில்லை. தொழுவதும், நோன்பு நோற்பதும், ஜகாத் கொடுப் பதும் ஆண்கள் மீது கடமையாக உள்ளதைப்போல பெண்கள் மீதும் கடமையாக உள்ளது.

"உங்களில் ஆணோ, பெண்ணோ எவர் (நற்செயல் செய்தாலும்) அவர் செய்த செயலை நிச்சயமாக வீணாக்க மாட்டேன். (ஏனெ னில் ஆணாகவோ, பெண்ணாகவோ இருப்பினும்) நீங்கள் ஒருவர் மற்றொருவரில் உள்ளவர் தாம்" (திருக்குர்ஆன்-3:195)

ஆண்களுக்கும், பெண்களுக்கும் இடையே எந்தவித வேறு பாட்டையும் இஸ்லாம் விதைக்கவில்லை என்பதை மேற்கண்ட வசனத்தின் மூலம் விளங்கிக் கொள்ளலாம்.

பெண்களுக்கு இஸ்லாம் எந்தெந்த உரிமைகளை வழங்கி இருக்கி றது என்பதை அறிந்து கொள்ள நபிகளார் பிறப்பதற்கு முன்புள்ள அரேபியாவின் அறியாமைக் காலத்தில் நடந்தவைகளை அறிந்து கொள்வது அவசியம்.

இஸ்லாத்திற்கு முந்தைய அரேபியாவின் ஒரு நூற்றாண்டு காலத்தை 'அறியாமைக் காலம்' என்றே சரித்திர ஆசிரியர்கள் குறிப்பிடுகிறார்கள். அப்போது அங்கு பெண்களின் நிலை மிக வும் மோசமாக இருந்தது. பெண்கள் சந்தைகளில் அடிமைகளாக விற்கப்பட்டனர்.

ஆண்கள் எத்தனை பெண்களை வேண்டுமானாலும் மணந்து கொள்ளலாம்; ஒரு பெண்ணைப் பல ஆண்கள் வைத்துக் கொள் ளலாம் என்ற நிலை இருந்தது.

பெண் குழந்தை பிறந்தால் வறுமை வரும்; கவுரவம் குறையும் என்று கருதினார்கள். அதனால் பெண் குழந்தை பிறந்ததும் அதை உயிரோடு குழி தோண்டிப் புதைத்தனர். இத்தகைய பழக்கங்கள், நபிகளாரின் வருகைக்குப் பிறகு குழி தோண்டி புதைக்கப்பட் டன.

அரேபியாவில் மட்டுமல்ல, இந்தியாவிலும் பெண்களுக்கு எதி ரான மூடப்பழக்கங்கள் இருந்தன. கணவன் இறந்தால், அவன் சடலம் எரியும் 'சிதை' யில் அவனுடன் 'உடன்கட்டை' ஏறும் வழக்கம் இருந்தது. இதற்கு 'சதி' என்று பெயர். இது பெண்களுக்கு

எதிரான மிகப் பெரிய சதியாகும். விதவைகள் அபசகுனமாகப் பார்க்கப்பட்டனர். மாதவிலக்கின்போது அவர்களை வீட்டை விட்டே விலக்கி வைத்தனர். தமிழ்நாட்டில் சில இடங்களில் பெண் குழந்தை பிறந்தால் 'கள்ளிப்பால்' கொடுத்து கொல்லும் பழக்கம் இருந்தது. இன்றும் பெண் குழந்தை பிறந்தால் கவலை கொள்ளும் பெற்றோர்களும் இருக்கிறார்கள். பெண் குழந்தைகளைப் பெற்று அவர்கள் மீது அன்பும் பாசமும் காட்டி வளர்த்து ஆளாக்குபவர்களுக்கு இறைவனிடத்தில் பெரும் பரிசு காத்திருக்கிறது.

"எவருக்கு மூன்று பெண் மக்கள் இருந்து அவர்களை அரவணைத்து தேவைகளை நிறைவேற்றி கருணை காட்டி வருவாரோ அவருக்குச் சொர்க்கம் உறுதியாகி விட்டது" என்று நபிகள் நாயகம் (ஸல்) அவர்கள் கூறினார்கள். அப்போது கூட்டத்தில் இருந்த ஒருவர், "இரு பெண் மக்கள் இருந்தாலுமா?" என்று கேட்டார். அதற்கு நபிகளார், "ஆம்! இரு பெண் மக்கள் இருந்தாலும்" என்று பதில் அளித்தார்கள்.

மேலும், 'ஒருவர் வீட்டில் பெண் குழந்தை பிறந்தால் இறைவன் அங்கு வானவர்களை அனுப்பி வைக்கின்றான். அவர்கள் அந்த வீட்டை அடைந்து கூறுகின்றனர்: 'உங்கள் மீது சாந்தி நிலவட்டும்' என்று! பிறகு அந்த பெண் குழந்தையைச் சிறகால் மூடுகிறார்கள். அதன் தலையைத் தம் கைகளால் தடவியவாறு கூறுகிறார்கள்: 'இது பலவீனமான உயிர்; எனவே இந்தப் பெண் குழந்தையை எவர் கண்காணித்து வளர்க்கின்றாரோ, அவருக்கு மறுமை நாளில் இறைவனின் உதவி கிடைக்கும்'.

குழந்தை பிறப்பதற்கு முன்போ அல்லது பிறந்த பிறகோ அதைக் கொலை செய்வது பெரும் பாவமாகும்.

"வறுமைக்கு அஞ்சி உங்கள் குழந்தைகளைக் கொல்லாதீர்கள். அவர்களைக் கொலை செய்வது பெரும் பாவமாகும்" (17:31) என்று திருமறையில் இறைவன் கூறுகின்றான்.

மேற்கண்ட நபிமொழிகளும், இறை மறை வசனமும், பெண் குழந்தை பிறந்தால் அஞ்சத் தேவை இல்லை என்பதைச் சொல்லும் அருஞ்சொற்கள்.

எல்லாவற்றுக்கும் முத்தாய்ப்பாக, "தாயின் காலடியில் சொர்க்கம் இருக்கிறது" என்ற நபிகளாரின் முத்தான சொல், பெண்ணின் பெருமையைப் பறை சாற்றுவதாக உள்ளது.

20

இஸ்லாம் காட்டும் சமத்துவம்

சமுதாயத்தில் காணப்படும் போலியான ஏற்றத் தாழ்வுகளும், மொழியின் பெயராலும், இனத்தின் பெயராலும், சாதியின் பெயராலும் ஒரு மனிதனைத் தீண்டத்தகாதவனாகக் கருதுவதும் இயற்கைக்கும், இறைவன் படைப்புக்கும் முரண்பட்டது; மாறுபட்டது.

மனிதர்கள் அனைவரும் ஒரே தாய் தந்தையரின் குழந்தைகள். இதனால் அவர்கள் ஒருவருக்கொருவர் சகோதரர்கள் ஆவார்கள். இதன் அடிப்படையில் நிறத்தால் மாறுபட்ட மனிதர்களையும், இனத்தால் பிளவுபட்ட சமூகத்தையும், மொழியால் வேறுபட்ட நாட்டவரையும் இணைக்கும் பாலமாகத் திகழ்கிறது, இஸ்லாம்.

இஸ்லாம் கூறும் ஈமான் (இறை நம்பிக்கை), தொழுகை, நோன்பு, ஜகாத், ஹஜ் ஆகிய ஐம்பெரும் கடமைகளும் சமத்துவத்திற்கு அடித்தளம் அமைக்கிறது என்பதை முந்தைய அத்தியாயங்களில் கண்டோம்.

இந்த அத்தியாயத்தில் இஸ்லாம் போதித்த சமத்துவத்தை, நபிகளார் தமது வாழ்நாளில் சொல்லிலும், செயலிலும் சாதித்துக் காட்டிய சமத்துவ சகோதரத்துவ சமுதாயத்தை பற்றி விரிவாகப் பார்க்கலாம்.

இவ்வுலகில் இஸ்லாம் மிக வேகமாகப் பரவுவதற்கு ஏகத்துவமும், சமத்துவமும், சகோதரத்துவமுமே காரணமாகும்.

இறைவன் சன்னிதானத்தில் எல்லா மனிதர்களும் சமமானவர்களே! உலக மக்கள் அனைவரும் ஆதம்-ஹவ்வாவின் மக்களே! எனவே அனைவரும், ஒரே குலத்தை, ஒரே இனத்தைச் சார்ந்தவர்களாக இருக்க முடியுமே தவிர அவர்களுக்குள் பாகுபாடும், வேறுபாடும் தோன்றுவதற்கு வாய்ப்பு இல்லை; இப்படி இருக்க ஒருவர் மற்றவரை விட நான்தான் உயர்ந்தவன்; நான்தான் மேன்மையானவன் என்று எப்படி உரிமை கொண்டாட முடியும்?

காற்றையும், நீரையும், நெருப்பையும், சூரியனையும், சந்திரனையும் இறைவன் எல்லோருக்கும் பொதுவாகவே வழங்கி இருக்கின்

றான். பிறப்பு, உண்ணுதல், உறங்குதல், நடத்தல், தூங்குதல், தும்முதல், இறத்தல் போன்ற ஒரே விதமான செயல்பாடுகளையே அனைத்து மனிதர்களுக்கும் இறைவன் அளித்துள்ளான்.

புத்தர் சொன்னதைப்போல், 'எவர் ரத்தமும் சிவப்புதான்; எவர் கண்ணீரும் உப்புதான்'.

மனிதர்களுக்கிடையே உயர்ந்தோன், தாழ்ந்தோன் என்ற பாகுபாட்டை இஸ்லாம் உடைத்தெறிகிறது. 'இறையச்சம் உள்ள மனிதனே உயர்ந்தவன்' என்று அது உரக்கச் சொல்கிறது.

"மனிதர்களே! நாம் உங்களை ஓர் ஆணில் இருந்தும் பெண்ணில் இருந்தும் படைத்தோம். பிறகு நீங்கள் ஒருவருக்கொருவர் அறிமுகமாகிக் கொள்ளும் பொருட்டு உங்களை சமூகங்களாகவும், கோத்திரங்களாகவும் அமைத்தோம். உண்மையில், உங்கள் இறைவனிடம் அதிகக்கண்ணியம் வாய்ந்தவர் உங்களில் அதிக இறையச்சம் கொண்டவர்கள் தாம். திண்ணமாக அல்லாஹ் அனைத்தையும் அறிந்தவனாகவும், தெரிந்தவனாகவும் இருக்கின்றான்" (திருக்குர்ஆன்–49:13) என்பது இறைமறை வசனம்.

இதற்கு இஸ்லாமிய சிந்தனையாளரும், திருக்குர்ஆன் விரிவுரையாளருமான மவுலானா சையித் அபுல் அஃலா மவுதூதி (ரஹ்) விரிவான விளக்கம் அளிக்கிறார்; வியப்புக்குரிய விளக்கம். அது வருமாறு:–

இனம், மொழி, நாடு, தேசியம் ஆகிய குரோதங்களும், மாச்சரியங்களும் தாம் இந்த உலகத்தில் குழப்பங்கள் தோன்றுவதற்கு என்றென்றும் மூல காரணங்களாக இருந்து வந்திருக்கின்றன. இத்தகையதொரு படுமோசமான வழிகேட்டை இந்தத் திருவசனம் தகர்த்தெறிகிறது.

இந்த வசனத்தில் இறைவன் எல்லா மனிதர்களையும் அறைகூவி அழைத்து மூன்று முக்கிய அடிப்படை உண்மைகளை ரத்தினச் சுருக்கமாக விளக்கியுள்ளான்.

முதலாவதாக உங்கள் அனைவரின் மூலக்கூறும் ஒன்றே; ஒரே ஆண் ஒரே பெண்ணில் இருந்துதான் உங்கள் மனித இனம் முழுவதும் தோன்றியுள்ளது. இன்று உலகில் காணப்படும் உங்கள் இனங்கள் அனைத்தும் உண்மையில் ஒரு பூர்வீக இனத்தின் கிளைகளே ஆகும். அந்தப் பூர்வீக இனம் ஒரு தாய் தந்தையில் இருந்து தொடங்கியதாகும். இந்தப் படைப்புத் தொடரில் எந்த இடத்திலும் நீங்களாகக் கற்பித்துக் கொண்டிருக்கும் இந்த வேற்றுமைகளுக்கும், ஏற்றத்தாழ்வுகளுக்கும் எந்தவித ஆதாரமும் இல்லை.

அறிவோம் இஸ்லாம்

ஒரே இறைவனே உங்களைப் படைத்தான். பலவித மனிதர்களைப் பலவித கடவுள்கள் படைக்கவில்லை. ஒரே மூலப் பொருளால்தான் நீங்கள் உருவாகி இருக்கிறீர்கள். சில மனிதர்கள் மட்டும் ஏதோ ஒரு தூய்மையான உயர்ந்த மூலப்பொருளாலும், வேறு சிலர் ஏதோ சில தூய்மையற்ற – தாழ்ந்த மூலப்பொருளாலும் உருவாக்கப்படவில்லை.

இரண்டாவதாக, பூர்வீகத்தில் ஒரே இனமாக இருந்தபோதிலும், நீங்கள் பல சமுதாயங்களாகவும் கோத்திரங்களாகவும் பிரிந்து விட்டிருப்பது ஓர் இயற்கையான விஷயமாகும். உலகம் முழுவதும் எல்லா மனிதர்களுக்கும் ஒரே குடும்பம் ஒதுக்க முடியாது என்பது வெளிப்படையான ஒன்றாகும்.

மனித இனம் பெருகப்பெருக எண்ணற்ற குடும்பங்கள் தோன்றுவதும், பின் பல கோத்திரங்கள், பல சமுதாயங்கள் உருவாவதும் தவிர்க்க முடியாததாக இருந்தது. இதைப் போன்றே மனிதன் பூமியின் பல பகுதிகளில் வசிக்கத் தொடங்கிய பின்னர் உடல் அமைப்பு, நிறம், மொழி, நடை உடை பாவனைகள், வாழ்க்கை முறைகள் ஒன்றுக்கொன்று மாறுபட்டேயாக வேண்டி இருந்தது.

ஆனால் இந்த இயல்பான வேற்றுமை நம்மிடம் வேண்டுவது, இவ்வேற்றுமையின் அடிப்படையில் உயர்ந்தவன்-தாழ்ந்தவன், ஆண்டான்-அடிமை, மேலோன்-கீழோன் என்னும் பாகுபாடுகள் தோற்றுவிக்கப்பட வேண்டும் என்பதல்ல. இறைவன் மானுட சமூகங்களைப் பல்வேறு சமுதாயங்களாகவும், கோத்திரங்களாகவும் அமைத்தது அவர்களிடையே ஒருவருக்கொருவர் அறிமுகமும் ஒத்துழைப்பும் ஏற்பட வேண்டும் என்பதற்காகத்தான்.

மூன்றாவதாக, ஒரு மனிதனுக்கும், இன்னொரு மனிதனுக்கும் இடையே சிறப்பு அல்லது உயர்வுக்கான அடிப்படை ஏதேனும் இருக்கிறது அல்லது இருக்க முடியும் என்றால் அது ஒழுக்கச் சிறப்பே ஆகும்.

மேற்கூறிய இந்த விளக்கத்தின் மூலம் தீண்டாமையைத் தீண்டாத மார்க்கம் இஸ்லாம் என்பது தெளிவாகிறது.

'மனிதர்களே! உங்களை ஓர் ஆணில் இருந்தும் பெண்ணில் இருந்தும் படைத்தோம்' என்ற திருக்குர்ஆன் முன்மொழிந்த இந்த வசனத்தை நபிகள் நாயகம் (ஸல்) அவர்கள் தனது சொற்பொழிவு களில் அடிக்கடி வழி மொழிந்தார்கள்.

ஆன்மிகத் தந்தையாகவும், போர்ப்படைத் தளபதியாகவும், அரசியல் தலைவராகவும் விளங்கிய நபிகளார், தன்னைப் பின்

பற்றிய அன்பர்களைச் சீடர்கள் என்றோ, மாணவர்கள் என்றோ தொண்டர்கள் என்றோ ஒருபோதும் அழைத்ததில்லை. அவர்கள் அனைவரையும் ஸஹாபிகள் (தோழர்கள்) என்று அழைத்து சமரச நெறிக்கு மெருகூட்டினார்கள். உலக சரித்திரத்தில் நபிகளாருக்கு முன்பு இத்தகைய தோழமை உணர்வை யாரும் தோற்றுவிக்க வில்லை என்பதே வரலாறு கூறும் உண்மையாகும். இன்றைக்கு பொதுவுடமைவாதிகள் தங்களை 'காம்ரேடு' (தோழர்) என்று அழைத்துக் கொள்வதில் பெருமை கொள்கிறார்கள். இந்தப் பெருமைகளுக்கெல்லாம் முன்னோடி நபிகள் நாயகம் (ஸல்) அவர்களே ஆவார்.

சமத்துவ, சகோதரத்துவ சமுதாயத்தை உருவாக்க விரும்பிய நபிகளார், 'மனிதர்கள் அனைவரும் சீப்பின் பற்களைப்போல சமமானவர்கள்' என்று உவமை நயத்தோடு உரைத்தார்கள். சீப் பில் ஒரு பல் உயர்ந்து இன்னொரு பல் தாழ்ந்திருந்தால் அது தலையைக் கிழித்து புண்ணாக்கி விடும். பண்பட்ட சமுதாயம் அமைய வேண்டுமானால் ஏற்றத்தாழ்வு இல்லாத நிலை வேண்டும் என்பதை இந்த உவமை மூலம் விளக்கினார்கள்.

ஒருமுறை நபிகள் நாயகம் (ஸல்) அவர்கள் தம் தோழர்களோடு அமர்ந்திருந்தார்கள். அப்போது ஒரு யூதரின் இறுதி ஊர்வலம் அந்த வழியாகச் சென்றது. இதைக் கண்ட நபிகளார் எழுந்து நின்றார்கள். இதைப் பார்த்த தோழர்கள், "இறைத்தூதரே! நமது கொள்கைகளை எதிர்க்கும் ஒரு யூதரின் உடல் இறுதி ஊர்வலமாக எடுத்துச் செல்லப்படுகிறது. அதற்கு நீங்கள் ஏன் எழுந்து நிற்க வேண்டும்?" என்று வினா எழுப்பினார்கள். அதற்கு நபிகளார், 'அவர் மனிதராயிற்றே' என்று பதில் அளித்தார்கள்.

மதங்களைப் பொறுத்தவரை மாறுபாடுகள் இருந்தாலும் மனி தர்கள் என்ற அளவில் நாம் வேறுபாடுகள் இல்லாதவர்கள் என் பதை இந்தச் சம்பவம் தெளிவுபடுத்துகிறது.

கருப்பர் இனத்தைச் சேர்ந்த பிலால் (ரலி) அவர்கள் இஸ்லாம் தோன்றுவதற்கு முன்பு அடிமையாக இருந்தவர். ஏக இறைக் கொள்கையை நபிகளார் எடுத்துரைத்தபோது பிலால் இஸ்லாத் தில் இணைந்தார்.

இதனால் மதிப்பும் மரியாதையும் கவுரவமும் அவரோடு இணைந்தன. நபிகளாரும் தோழர்களும் சேர்ந்து கட்டிய 'மஸ்ஜி துன் நபவி' பள்ளிவாசலில் முதன் முறையாக தொழுகைக்கான அழைப்பை (பாங்கு) சொல்லும் பணி அவருக்கு வழங்கப்பட்டது. இதற்கு இஸ்லாம் எடுத்துரைத்த சமத்துவமே காரணம்.

மரணத்தின் போதும் இஸ்லாம் ஏற்றத்தாழ்வுகளை ஏற்றுக்

கொள்வதில்லை. பணக்காரராக இருந்தாலும் ஏழையாக இருந்தாலும், ஆணாக இருந்தாலும் பெண்ணாக இருந்தாலும், மரணம் அடைந்து விட்டால் அவர்களுக்கு தைக்கப்படாத வெள்ளை உடையே அணிவிக்கப்படும்.

மரண ஊர்வலத்தில் அலங்கார ஊர்திகளைப் பார்க்க முடியாது; ஆரவாரத்தைக் கேட்க முடியாது. மரணம் அடைந்தவரை அடக்கமான முறையில் ஊர்வலமாக எடுத்துச் சென்று அடக்கம் செய்யும் முறையே உலகெங்கும் உள்ள முஸ்லிம்களிடையே நடைமுறையில் உள்ளது.

அறிவுரைகள் வெறும் பேச்சளவோடு நின்று விடாமல், உலகளாவிய சமத்துவ, சகோதரத்துவ சமுதாயத்தை உருவாக்கிக் காட்டிய உன்னத மார்க்கமாக இஸ்லாம் திகழ்கிறது.

இந்த உலகம் முழுவதும் பரவி இருந்த பல்வேறு இனங்களைச் சேர்ந்தவர்களையும், மொழி பேசுபவர்களையும் கொள்கை அடிப்படையில் இணைத்து ஒரே சமுதாயமாக (உம்மத்) உருவாக்கிய பெருமை நபிகளாருக்கு மட்டுமே உண்டு.

'வணங்கி வாழ்வோம்; பிறரோடு இணங்கி வாழ்வோம்' என்ற லட்சிய முழக்கத்துடன் இஸ்லாம் செயல்படுகிறது என்பதில் சந்தேகம் இல்லை. இருந்தபோதிலும் 'எம்மதமும் சம்மதம்' என்று சம்மதம் சொல்வதில் முஸ்லிம்களுக்கு சம்மதம் இல்லை. இதற்கு இஸ்லாம் கூறும் ஏகத்துவ கொள்கையே காரணம் ஆகும்.

'வணங்குவதற்குரியவன் அல்லாஹ்வைத் தவிர யாருமில்லை.' என்பதே இஸ்லாத்தின் அடிப்படைக் கொள்கை. அதனால் 'எம் மதமும் சம்மதம்' என்பதை ஏற்க முடியாவிட்டாலும், 'எம்மதத்தினரும் சம்மதம்' என்பதற்கு மனப்பூர்வமான சம்மதம்.

"கூறி விடுவீராக! ஓ! நிராகரிப்பாளர்களே! நீங்கள் எவற்றை வணங்குகிறீர்களோ அவற்றை நான் வணங்குவதில்லை. நான் யாரை வணங்குகிறேனோ அவனை நீங்கள் வணங்குபவர்கள் அல்லர். உங்களுக்கு உங்களுடைய மார்க்கம்; எனக்கு என்னுடைய மார்க்கம்" (திருக்குர்ஆன்-109:1) என்று திருமறை கூறுகிறது.

இந்த இறை வசனம், மத நல்லிணக்கத்திற்குச் சான்றாகத் திகழ்கிறது.

21

இஸ்லாம் வழங்கும் பெண்ணுரிமைகள்

பெண்கள் சமுதாயம் இந்த நூற்றாண்டில் போராடிப் பெற்ற நியாயமான பல உரிமைகளை, 1,400 ஆண்டுகளுக்கு முன்பே அவர்கள் எந்தவிதமான போராட்டமும் நடத்தாமலேயே இஸ்லாம் வழங்கி விட்டது.

வழிபாட்டு உரிமையில், சொத்துரிமையில், விவாகரத்து உரிமையில், கல்வி கற்பதில் என அனைத்து உரிமைகளையும் வழங்கி அவர்களைக் கண்ணியப்படுத்திய மார்க்கம் இஸ்லாம்.

இருந்தபோதிலும், 'பெண்கள் ஐவேளை தொழுவதற்காக பள்ளிவாசலுக்குள் அனுமதிக்கப்படுவதில்லையே?' என்ற கேள்வி எழலாம்.

நபிகள் நாயகம் (ஸல்) அவர்கள் காலத்தில் பெண்கள் பள்ளிவாசலுக்குத் தினமும் சென்று தொழுகையில் பங்கேற்றுள்ளனர்.

'உங்கள் துணைவியர் (பள்ளிவாசலுக்கு செல்ல) அனுமதி கேட்டால் அவர்களைத் தடுக்காதீர்கள்' என்று நபிகளார் கூறியுள்ளார்கள்.

பெண்கள் பள்ளிவாசலுக்கு வந்து வழிபடலாம்; கூட்டுத் தொழுகையில் பங்கேற்கலாம் என்பதற்கு நபிகளாரின் வாழ்வில் நடந்த நடைமுறைகளே சான்றாகும்.

"பெண்கள் பள்ளிவாசலுக்குச் செல்லத் தடை இல்லை. ஆனால் அவர்கள் வீட்டில் தொழுவதே சிறந்தது" என்பது நபிகளாரின் கூற்று.

இது பெண்களுக்கு வழங்கப்பட்ட சலுகையே தவிர, உரிமை பறிப்பு அல்ல. ஐவேளை தொழுவதற்கு பெண்கள் பள்ளிவாசலுக்குக் கட்டாயம் வர வேண்டும் என்று விதிக்கப்பட்டிருந்தால் அது அவர்களுக்கு சுமையாக இருந்திருக்கும்.

மேலும் இறை இல்லமான கஅபாவில் ஆண்கள் ஹஜ் கடமையை நிறைவேற்றுவதைப்போல பெண்களும் நிறைவேற்றுகின்

றனர்; தொழுகின்றனர். எனவே பெண்கள் பள்ளிவாசல்களுக்கு வருவதை இஸ்லாம் தடுக்கவில்லை.

ஒரு முஸ்லிம் பெண் பருவம் அடைந்து விட்டால் எல்லா வகையான பொருளாதார உரிமைகளையும் பெறுகிறாள்.

திருமணத்திற்கு முன்பே பணம், சொத்து ஆகியவற்றைச் சொந்தமாக்கி கொள்ள, முதலீடு செய்ய, அதை அபிவிருத்தி செய்ய, செலவழிக்க உரிமை பெற்றவள் ஆகிறாள்.

தனது சொத்தை தான் நினைத்த வழிகளில் பயன்படுத்திக் கொள்ளலாம் என்னும் உரிமையை பெண்களுக்கு இஸ்லாம் முன்பே வழங்கி விட்டது. ஆனால் இந்த உரிமையை பிரிட்டிஷ் அரசு 1870-ம் ஆண்டில் தான் பெண்களுக்கு வழங்கியது.

நபிகளாரின் மனைவி கதீஜா (ரலி) அவர்கள் ஒரு வெற்றிகரமான வணிகர் என்பதை நாம் அறிவோம்.

குடும்பப் பணிகள், குழந்தை வளர்ப்பு போன்றவற்றுக்கு பாதிப்பு ஏற்படாத வகையிலும், அவளது ஒழுக்கம், கற்பு ஆகியவற்றுக்கு பாதகம் ஏற்படாத வகையிலும் பெண்களின் பொருளீட்டும் பணி அமைய வேண்டும்.

பெண்களுக்கு சொத்தில் பங்கு வழங்கிய மார்க்கம் இஸ்லாம் என்பதை எவராலும் மறுக்க முடியாது.

'பெற்றோரோ, நெருங்கிய உறவினர்களோ விட்டுச் சென்ற (சொத்)தில் ஆண்களுக்கும் பாகம் உண்டு. அவ்வாறே பெற்றோரோ, நெருங்கிய உறவினர்களோ விட்டுச் சென்ற (சொத்)தில் பெண்களுக்கும் பாகமுண்டு.' (திருக்குர்ஆன்-4:7) என்ற இறை வசனத்தின் மூலம் பெண்களுக்கான வாரிசுரிமை உறுதி செய்யப்பட்டது.

'உங்கள் மக்களில் ஓர் ஆணுக்கு, இரண்டு பெண்களுக்கு கிடைக்கும் பங்கு போன்று கிடைக்கும் என்று அல்லாஹ் உங்களுக்கு உபதேசிக்கின்றான்' (திருக்குர்ஆன்-4:11).

இதன் மூலம் சொத்தில் ஆணுக்கு இரண்டு பங்கும், பெண்ணுக்கு ஒரு பங்கும் வழங்க வேண்டும் என்பது இறைக் கட்டளை.

ஒரு பெண்ணைத் திருமணம் செய்து கொடுப்பதற்கு பெற்றோரின் விருப்பத்தை விட பெண்ணின் விருப்பமே இன்றியமையாதது என்பதை இஸ்லாம் எடுத்தியம்புகிறது.

திருமணத்திற்கு முன்பு கணவன் மணக்கப்போகும் தன் மனைவிக்கு அவன் சக்திக்கேற்ப மணக்கொடை (மஹர்) கொடுக்க வேண்டும். மஹர் தொகையை நிர்ணயம் செய்யும் உரிமை பெண்

களுக்கே உண்டு. உலகில் உள்ள பல மதங்களும் விவாகரத்து செய்வது பாவம் என்று கருதி வந்த காலத்தில், இல்லற வாழ்வில் இணைந்து வாழ முடியாத நிலை வரும்போது மணவிலக்கு (விவாகரத்து) பெறுகின்ற உரிமையை ஆண், பெண் இருவருக்கும் இஸ்லாம் வழங்கியது.

மண வாழ்க்கையில் இணைந்தவர்கள், ஒருவர் மற்றொருவருக்கு விருப்பம் இல்லாதவர்களாக இருக்கும் நிலையில், அவர்களை வெறும் சட்டங்களைக் கொண்டு மாத்திரம் வாழ நிர்பந்திப்பது இயற்கைக்கு மாறான செயலாகும்.

இது கடுமையான குற்றங்கள் புரிந்தவர்களுக்குக் கொடுக்கப் படும் தண்டனையை விட கொடுமையானதாகும். அந்த வகையில் பெண்களுக்கும் மணவிலக்கு உரிமையை இஸ்லாம் வழங்கியுள்ளது. இதற்கு 'குலா' என்று பெயர்.

மண விலக்கு பெறும் உரிமையை பெண்களுக்கு வழங்கிய இஸ்லாம், அவர்களுக்கு மறுமணம் செய்கின்ற உரிமையையும் அளித்துள்ளது.

'கல்வி கற்பது ஒவ்வொரு முஸ்லிமின் கட்டாயக் கடமை ஆகும்' என்றார்கள். இது ஆண்களுக்கும் பெண்களுக்கும் பொதுவானது. அறிவு பெறுதல், சிந்தித்தல், ஆராய்தல் என்பன குறித்து திருக்குர்ஆனில் 800-க்கும் மேற்பட்ட வசனங்கள் உள்ளன.

இது தொடர்பான நபிமொழிகளும் உள்ளன. இவை ஆணுக்கும், பெண்ணுக்கும் பொதுவானவை. அந்தக் காலத்திலேயே பெண்கள் அறிவாளிகளாகத் திகழ்ந்தார்கள்.

இதற்கு நபிகளாரின் மனைவி அன்னை ஆயிஷா (ரலி) அவர்களே சிறந்த சான்று. மார்க்கத் தீர்ப்புகளை வழங்குவதிலும், திருக்குர்ஆன் மற்றும் நபிமொழிகளுக்கு விளக்கம் சொல்வதிலும் அவர்கள் கலங்கரை விளக்கமாகத் திகழ்ந்தார்கள். பெண்கள் கல்வி கற்க இஸ்லாம் என்றென்றும் தடை விதித்ததில்லை.

படித்து விட்டு பெண்கள் வேலைக்குச் செல்ல போவதில்லை என்ற எண்ணமும், ஏழ்மையுமே முஸ்லிம் பெண்கள், கல்வியில் பின்தங்கியதற்குக் காரணமாகும். ஆனால் இன்று நிலைமை முன்னேற்றமாக மாறி வருகிறது.

22

‘பர்தா’ பெண்களுக்கு சுமையா?

முஸ்லிம் பெண்கள் அணியும் ‘பர்தா’ முறையை அடிமைத் தனத்தின் அடையாளமாகவே முஸ்லிம் அல்லாதோர் பார்க்கிறார்கள். ‘பர்தா’ என்பது, ‘ஹிஜாப்’, ‘புர்கா’, ‘துப்பட்டி’, ‘துப்பட்டா’ என்ற சொற்களாலும் சூட்டப்படுகிறது.

‘ஹிஜாப்’ என்ற சொல்லுக்கு மறைத்தல், திரையிடுதல் என்று அர்த்தம். அதாவது உடலில் கண்டிப்பாக மறைக்க வேண்டிய பகுதிகளை மறைக்கும் ஆடையை ‘ஹிஜாப்’ என்கிறார்கள். விழுப் பம் தரும் ஒழுக்கத்தை ஆணும், பெண்ணும் பேண வேண்டும் என்பதில் இஸ்லாம் உறுதியாக உள்ளது.

திருமணத்திற்கு அப்பாற்பட்ட முறைகேடான உறவுகளை இஸ்லாம் வெறுக்கிறது. ஒழுக்கத்திற்கு இழுக்கை ஏற்படுத்தும் வகையில் தவறான உறவுகளுக்கு இழுத்துச் செல்லும் அனைத்து வாசல்களையும் இஸ்லாம் இழுத்து மூடுகிறது. ரத்த சம்பந்தமான உறவினர் அல்லாத ஆண்களுடன் பெண்கள் தனிமையில் சந்தித் தல், பார்வையைப் பரிமாறிக் கொள்ளுதல், இச்சையைத் தூண்டும் பேச்சுக்களைப் பேசுதல் போன்ற செயல்களுக்கு இஸ்லாம் தடை போடுகிறது.

உடை அலங்காரமும் உள்ளக் கிளர்ச்சியை உண்டாக்குவதால் அதிலும் கட்டுப்பாடுகளை இஸ்லாம் விதித்துள்ளது. பெண்களுக்கு மட்டுமல்ல; ஆண்களுக்கும் கட்டுப்பாடுகள் உள்ளன. ஆண்கள் தொப்புளில் இருந்து முழங்கால் வரையிலும் மறைக்க வேண்டும். பெண்கள் முகத்தையும் மணிக்கட்டுகளையும் தவிர தலை உள்பட எல்லாப் பாகங்களையும் மறைக்க வேண்டும். ஆனால் முகத்தை மறைக்க வேண்டும் என்பது கட்டாயமல்ல.

“நபியே! இறை நம்பிக்கை கொண்ட பெண்களிடம் கூறும்: அவர்கள் தங்கள் பார்வைகளைப் பேணிக் கொள்ளட்டும்; தங் களுடைய வெட்கத்தலங்களைப் பாதுகாக்கட்டும்; தங்களுடைய அழகை வெளியில் காட்டாதிருக்கட்டும்; அதில் இருந்து தாமாக

வெளியே தெரிகின்றவற்றைத் தவிர! மேலும் தங்கள் மார்புகள் மீது முந்தானையைப் போட்டுக் கொள்ளட்டும்" *(திருக்குர்ஆன்–24:31)* என்று திருமறையில் இறைவன் கூறுகின்றான்.

'பர்தா' என்பது பெண்களை அடிமைப்படுத்துகிறது; அவர்களுக்கு கூடுதல் சுமையாக உள்ளது; அவர்களது உரிமைகளைப் பறிக்கிறது; அவர்களது தனிப்பட்ட சுதந்திரத்தில் தலையிடுகிறது என்று சிலர் கூறுகிறார்கள். 'பர்தா' (ஹிஜாப்) போன்று உடலை மறைக்கும் உடைகளையே, உலக நாடுகளில் உள்ள கிறிஸ்தவ கன்னியாஸ்திரிகள் அணிகிறார்கள். அந்த உடை அவர்களின் கல்வி, மருத்துவம், சமூக சேவை போன்ற பணிகளுக்குத் தடையாக இருப்பதில்லை. மேலும் அந்த உடை அவர்களுக்கு கண்ணியத்தையும், கவுரவத்தையும் அளிக்கிறது. மக்களும் அவர்களை கண்ணியத்தோடு காண்கிறார்கள்.

இப்படி அவர்களைக் கண்ணியத்தோடு பார்ப்பதற்கு அந்த உடை உதவும் என்றால், முஸ்லிம் பெண்கள் கண்ணியம் காப்பதற்கும், பாதுகாப்பைப் பேணுவதற்கும் 'பர்தா' அணிவதில் என்ன தவறு இருக்க முடியும்? கோடை வெயில் கொளுத்தும் காலங்களில் இரு சக்கர வாகனங்களில் செல்லும் பெண்கள், வெப்பத்தில் இருந்தும், சரும நோய்களில் இருந்தும் தங்களைப் பாதுகாத்துக் கொள்ள கண்களைத் தவிர உடல் முழுவதையும் துணியால் போர்த்திக் கொள்வதைப் பார்க்க முடிகிறது. இதிலே தவறு காண முடியாத போது முஸ்லிம் பெண்கள் 'பர்தா' அணிவதைக் குறை காண்பது ஏன் என்பது புரியாத புதிராக உள்ளது.

"பெண்களைக் கண்ணியமானவர்கள் என்று அறிந்து கொள்வதற்கும் தொல்லைகளுக்கு ஆளாகாமல் இருப்பதற்கும் இதுவே ஏற்ற முறையாகும்" *(திருக்குர்ஆன்–33: 59)* என்பது இறை வசனம்.

'பர்தா' அணிந்த பெண்களைத் தீய பார்வையுடன் நோக்கும் எண்ணம் எழுவதில்லை. 'பர்தா' அணிந்த பெண்கள் பெரும்பாலும் ஆண்களின் கேலிக்கும், கிண்டலுக்கும் ஆளாவதில்லை. மேலும் இந்த உடை ஆண்களைச் சபல எண்ணங்களில் இருந்து பாதுகாக்கின்றது. மேலும் சங்கிலி பறிப்பு போன்ற செயல்களில் இருந்தும் காக்கிறது.

கண்ணுக்கு இமை காவல்; வயலுக்கு வேலி காவல் என்பதைப் போல, பெண்களுக்கு 'பர்தா' காவலாக இருக்கின்றது. இறைவன் இமைகளைப் படைத்திருப்பது, கண்களைச் சிறைப்படுத்தும் நோக்கத்தில் அல்ல; தூசு முதலான தொல்லைகளில் இருந்து கண்களைப் பாதுகாப்பதற்குத்தான்.

அறிவோம் இஸ்லாம்

வயலுக்கு மனிதன் வேலி அமைத்திருப்பதற்குக் காரணம், பயிர்களைப் பாதுகாப்பதற்கே. அதுபோலவே 'பர்தா' பெண்களுக்குப் பாதுகாப்பு. பெண்கள் 'பர்தா' அணிவது அடிமைத்தனம் அல்ல; அது பெண்களுக்கு அந்தஸ்து. சமூகத்தில் அவர்களுக்கு கவுரவத்தையும், நன்மதிப்பையும் பெற்றுக் கொடுக்கின்றது.

'பர்தா' என்பது பிற்போக்குத்தனம் அல்ல; அது அவர்களுக்கு அளிக்கப்பட்டுள்ள கண்ணியம். 'பர்தா' சுமை அல்ல; அவர்களைப் பாதுகாக்கின்ற சுவர். அது எந்தப் பெண்களின் உரிமையையும் பறிக்கவில்லை. அவர்கள் பள்ளிக்கூடத்திற்கும், பணியிடங்களுக்கும், கடை வீதிகளுக்கும் சென்று வர எந்தத் தடையும் இல்லை. அரசியலில் ஈடுபடவும், அநீதிக்கு எதிரான போராட்டங்களில் பங்கேற்கவும் அவர்களுக்கு உரிமை உண்டு.

பெண்களின் ஆடை (பர்தா) கறுப்பு நிறத்தில்தான் இருக்க வேண்டும் என்பதல்ல. எந்த நிறத்திலும் இருக்கலாம்.

இன்று நம் நாட்டில் மட்டுமல்ல; உலகம் முழுவதும் பெண்கள் மீதான பாலியல் வன்கொடுமைத் தாக்குதல்கள் பெருகி வருகின்றன. இதற்குப் பெண்களின் அரைகுறை ஆடையும் ஒரு காரணம் என்று கூறப்படுகிறது. 'ஆள் பாதி ஆடை பாதி' என்பது பழமொழி.

ஒரு மனிதருக்கு அவரது தோற்றப் பொலிவு; அவர் அணிந்துள்ள ஆடை ஆகியவை சம பங்கில் அமையும்போதுதான் அவரது கண்ணியம் கூடும்; மதிப்பு உயரும் என்ற பொருளில் அந்தப் பழமொழி பிறந்தது.

ஆனால் இப்போது அதன் பொருளைத் தவறாகப் புரிந்து கொண்டு அரைகுறை ஆடைகளை அணிகிறார்களோ என்ற சந்தேகம் எழுந்துள்ளது.

பெண்கள் எந்தத் தொல்லைகளுக்கும், துயரங்களுக்கும் ஆளாகக் கூடாது என்ற உயர்ந்த நோக்கத்துடன் 'பர்தா' முறையை இஸ்லாம் கட்டாயப்படுத்தியுள்ளது.

23

விருந்தோம்பல்

இஸ்லாம் கூறும் விருந்தோம்பல் கருத்துகள், எல்லோராலும் விரும்பக் கூடியவை என்பது மட்டுமல்ல; விழுமிய கருத்துகளாகும்.

'அல்லாஹ் மீதும், மறுமை நாளின் மீதும் நம்பிக்கை கொண்டவர்கள் தம் விருந்தினரை நன்றாக உபசரித்துக் கொள்ளட்டும்' என்பது நபிமொழியாகும்.

விருந்தினரை உபசரித்தல் என்பது பல பரந்த அர்த்தங்களைக் கொண்டது. விருந்தினர்களுக்கு உணவளிப்பது மட்டுமல்ல; அவர்களுக்குத் தேவையான அனைத்து வசதிகளையும் செய்து கொடுப்பதும் உபசரிப்பில் அடங்கும். உங்கள் வீட்டுக்கு விருந்தினர் வந்தால் முதலில் அவருக்கு 'ஸலாம்' கூறி வரவேற்று அவருக்காக இறைவனிடம் பிரார்த்தித்து, நலம் விசாரித்துக் கொள்ளுங்கள்.

இதை திருக்குர்ஆனும் இவ்வாறுதான் அறிவுறுத்துகிறது:

"(நபியே!) இப்ராகீமிடம் வந்த கண்ணியத்திற்குரிய விருந்தாளிகளின் செய்தி உமக்குக் கிடைத்ததா? அவர்கள் அவரிடம் வந்தபோது, 'உம்மீது சாந்தி நிலவட்டும்' என்று அவர்கள் கூறினார்கள். அவர் கூறினார்: 'உங்கள் மீதும் சாந்தி நிலவுக" (51:24).

விருந்தினர்கள் நம் வீட்டுக்கு வரும்போது, மகிழ்ச்சியுடனும், முகமலர்ச்சியுடனும் வரவேற்க வேண்டும். விருந்தினர்கள் வீட்டுக்கு வந்தவுடன் நபி இப்ராகீம், அவர்களுக்குத் தேவையான உணவுக்கு ஏற்பாடு செய்தார்கள். ஒரு காளைக் கன்றைப் பொரித்து விருந்தினர்களுக்கு வைத்தார்கள்.

இது குறித்து திருமறை கூறுகிறது: *"... அறிமுகம் இல்லாத ஆட்களாக இருக்கிறார்களே (என்று எண்ணினார்) பின்னர், அவர் சந்தடியில்லாமல் தம் வீட்டாரிடம் சென்றார்; (பொரிக்கப்பட்ட) கொழுத்த காளைக்கன்றைக் கொண்டு வந்து அதை விருந்தினர் முன் வைத்தார்". (51:25)*

விருந்தினர்களுக்குத் தெரியாமல் தன் இல்லத்தாரிடம் விருந்து உபசரிப்பை மறைமுகமாக இப்ராகீம் நபி மேற்கொள்ளச் சொன்

னார் என்பது இந்த வசனத்தின் வரிகள் மூலம் விளங்குகிறது. நாம் என்ன செய்யப்போகிறோம் என்பதை அறிந்தால், விருந்தினர்கள் மறுத்து விடக்கூடும் என்பதால் இந்த ரகசிய ஏற்பாடு.

விருந்தினர்களுக்குப் பிடித்தமான உணவு வகைகளை தயாரித்துக் கொடுப்பதில் இருந்து, தங்குவதற்கு ஏற்பாடு செய்வது வரை தனிக் கவனம் செலுத்த வேண்டும். விருந்தினர்களின் வருகையை அறிந்து அவர்களுக்குத் தேவையான உணவு வகைகளை முன்கூட்டியே தயார் செய்து விட வேண்டும். சமையல் வேலைகள் அனைத்தும் முடிந்தால்தான் விருந்தினர்களுடன் அதிக நேரம் உரையாடி மகிழ முடியும்.

விருந்தினர்களுக்கு உணவை நாமே எடுத்து வைக்க வேண்டும்; வேலையாட்களைக் கொண்டு பரிமாறக் கூடாது.

யாராவது விருந்தினர்கள் வீட்டுக்கு வந்தால், அவர்களை நபிகள் நாயகம் (ஸல்) அவர்களே நேரில் உபசரிப்பது வழக்கமாகும். விருந்தினர்கள் உணவருந்தும்போது தாமும் அவர்களோடு அமர்ந்து கொண்டு, "இன்னும் கொஞ்சம் உண்ணுங்கள்; இன்னும் கொஞ்சம் உண்ணுங்கள்" என்று நபிகளார் கூறிக்கொண்டே இருப்பார்கள்.

விருந்தினர்கள் திருப்தியாக சாப்பிட்டு முடித்து விட்டு எப்போது 'போதும்' என்று மறுக்கிறார்களோ அப்போது நபிகளாரும் வற்புறுத்துவதை விட்டு விடுவார்கள்.

விருந்தினர்களுக்கு குறிப்பிட்ட நேரத்தில் உணவைப் பரிமாற வேண்டும். அவர்கள் அருகே இருந்து உணவருந்தும் நாம் அவசர அவசரமாக சாப்பிட்டு முடித்து விடக் கூடாது. அப்படி நாம் விரைவாகச் சாப்பிட்டு முடித்தால் விருந்தினர்கள் அரைகுறையாக சாப்பிட்டு எழும் நிலை ஏற்படும். இதனால் நாம் மெதுவாகச் சாப்பிட வேண்டும். அல்லது அவர்கள் சாப்பிட்டு முடிக்கும் வரை காத்திருக்க வேண்டும். அவர்கள் கை அலம்பிய பிறகே நாம் கை அலம்ப வேண்டும்.

வீட்டுக்கு வரும் விருந்தினர்களை நாம் கண்ணியப்படுத்த வேண்டும். நீங்கள் அவர்களைக் கண்ணியப்படுத்துவது உண்மையில் நீங்கள் உங்களைக் கண்ணியப்படுத்திக் கொள்வதாகும். அவர்களுக்கு ஏதாவது கண்ணியக் குறைவு ஏற்பட்டால் அதைக் களைய துணிவுடன் களம் இறங்க வேண்டும்.

இறைத்தூதர் லூத் (அலை) அவர்களிடம் விருந்தினர்கள் வந்த போது அவர்களுடைய சமூகத்தார் அவர்களை இழிவுபடுத்த முயன்றனர். அப்போது லூத் சிறிதளவும் விட்டுக் கொடுக்கவில்லை. விருந்தினர்களை இழிவு படுத்துவது தன்னை இழிவு படுத்துவதாகும் என்று கருதினார்கள்.

லூத் கூறினார்: "(சகோதரர்களே!) இவர்கள் என்னுடைய விருந்தாளிகள். என்னை அவமானப்படுத்தி விடாதீர்கள். அல் லாஹ்வுக்கு அஞ்சுங்கள். என்னை இழிவுபடுத்தி விடாதீர்கள்". (திருக்குர்ஆன்–15:68)

விருந்தினர்களை வீட்டிற்கு வெளியே வந்து வரவேற்று அழைத் துச் செல்வதும், அவர்கள் திரும்பிச் செல்லும்போது வாசல் வரை சென்று வழியனுப்பி வைப்பதும் சிறந்தது.

உங்கள் வீட்டிற்கு விருந்தினர்கள் வருகிறார்கள் என்றால், அவர்கள் இறைவன் விதித்த விதிப்படி உங்கள் வீட்டுப்படியை மிதிக்கிறார்கள் என்று பொருள். ஒவ்வொரு மனிதருக்கும் அவரது உணவு அன்றைய தினம் எங்கே இருக்கிறது என்பதை இறைவன் ஏற்கனவே முடிவு செய்து வைத்திருக்கின்றான்.

'ஒவ்வொரு அரிசியிலும் உனது பெயர் எழுதப்பட்டிருக்கும்' என்பது அழகிய பழமொழி. இதில் அறிவார்ந்த கருத்துகள் அடங்கியுள்ளன. இன்று நாம் சென்னையில் இருக்கலாம்; நாளை சொந்தங்களைப் பார்ப்பதற்காகச் சொந்த ஊருக்குச் செல்லலாம். அதற்கு அடுத்த நாள் வெளிநாட்டுக்குப் போகலாம்.

நாம் எங்கு செல்கிறோமோ அங்கே நமது பெயர் எழுதப்பட்ட அரிசியோ அல்லது உணவு தானியமோ நமக்காகக் காத்திருக்கும். அந்தத் தானியங்களில் பெயர் எழுதப்படவில்லை என்றால், அந்த மனிதரின் இந்த உலக வாழ்வு நிறைவு பெற்றதாக அர்த்தம். இத்த கைய அர்த்தங்களை உள்ளடக்கிய பொன்மொழி அது.

உலகில் பிறந்த அனைத்து ஜீவராசிகளுக்கும் இறைவனே உணவ ளிக்கின்றான். "எந்த உயிரினமும் அதற்கான உணவு அல்லாஹ்வின் மீது (பொறுப்பாக) இருந்ததே தவிர பூமியில் (வாழ்வது) இல்லை. இன்னும் அவை தங்கும் இடத்தையும், அவை அடங்கும் இடத் தையும் அவன் அறிவான்" (11:6).

"வறுமைக்கு அஞ்சி உங்கள் குழந்தைகளைக் கொல்லாதீர்கள்; நாமே உங்களுக்கும் உணவு அளிக்கிறோம். அவர்களுக்கும் அளிப் போம்" (6:151).

மேற்கண்டவை திருமறையின் இறை வசனங்கள்.

இறை நம்பிக்கையாளராக இருந்தாலும் சரி, இறை மறுப்பாள ராக இருந்தாலும் சரி அவர்களுக்கு இறைவன் பாகுபாடு பார்க்கா மல் உணவளிக்கிறான் என்பதற்கு இறைத்தூதர் இப்ராகீம் (அலை) அவர்கள் வாழ்வில் நடந்த ஒரு நிகழ்ச்சி.

நபி இப்ராகீம் அவர்கள் 'விருந்தினர்களின் தந்தை' என்று அறியப்படுபவர். எப்போதும் விருந்தோடு மட்டுமே உண்ணக்

அறிவோம் இஸ்லாம் 115

கூடியவர். ஒருநாள் முன்னறிமுகம் இல்லாத முதியவர் ஒருவர் அவரைத் தேடி வந்தார்.

அவரை நபி இப்ராகீம் நட்புடன் வரவேற்று தன்னுடன் உண வருந்துமாறு வருந்தி அழைத்தார். இதை ஏற்றுக் கொண்ட அந்த முதியவர் இப்ராகீம் நபியுடன் உணவருந்த அமர்ந்தார். பல வகை உணவுகள் இருவரின் முன்பு படைக்கப்பட்டன. இப்ராகீம் நபி, 'பிஸ்மில்லா ஹிர்ரஹ்மா னிர்ரஹீம்' என்று சொல்லி உணவை உண்ண ஆயத்தமானார்.

இதற்கு 'அளவற்ற அருளாளனும் நிகரற்ற அன்புடையோனு மாகிய அல்லாஹ்வின் திருநாமத்தால் தொடங்குகிறேன்' என்று அர்த்தம். முஸ்லிம்கள் எந்தக் காரியத்தைத் தொடங்கினாலும் 'பிஸ் மில்லாஹ்' சொல்லி தொடங்குவதே வழக்கம். இது 'அவனின்றி அணுவும் அசையாது' என்ற அடிப்படையில் இறைவனுக்கு வழங் கும் பணிவான அர்ப்பணிப்பு. மனிதனாக நம்மைப் படைத்துப் பேருதவிகளைச் செய்யும் இறைவனுக்கு நன்றி செலுத்த வேண்டும் என்ற நோக்கில் செய்யப்படும் சமர்ப்பணம்.

அந்த முதியவரிடம் நபி இப்ராகீம், 'நீங்களும் இறைவன் நாமம் சொல்லி உணவருந்துங்கள்' என்று கேட்டுக் கொண்டார். 'என் எழுபது வயது காலத்தில் எவர் பெயரையும் சொல்லி நான் உணவு உண்டதில்லை' என்று இறைவன் திருப்பெயரைக் கூற அந்தப் பெரியவர் மறுத்து விட்டார்.

அப்போதுதான் இப்ராகீம் நபிக்கு, அந்தப் பெரியவர் இறை மறுப்பாளர் என்ற செய்தி தெரிய வந்தது. இதனால் இப்ராகீம் நபி முகத்தில் கடுமை காட்டியதால் முதியவர் சாப்பிடாமலேயே அங்கிருந்து வெளியேறினார்.

உடனே இறைவன் தன் 'உற்ற நண்பரான' இப்ராகீமிடம் கேட் டான்: "இப்ராகீமே! எழுபது ஆண்டுகளாக என் பெயரைக் கூறா மல் என் அடியானாகிய அவன் என்னை நிராகரித்து வருகிறான். இருந்தபோதிலும் நான் அவனை ஒருநாள்கூட – ஒரு வேளைகூட பட்டினி போட்டதில்லை. ஆனால் நீரோ என் பெயரை ஒருமுறை உச்சரிக்க மறுத்தவனை பட்டினியோடு அனுப்பி விட்டீர்களே!"

அதிர்ச்சியில் உறைந்து போனார், இப்ராகீம் நபி. வெளியேறிக் கொண்டிருந்த முதியவரிடம் விரைந்து சென்று மன்னிப்புக் கோரி அவரை அழைத்து வந்து உணவைப் பரிமாறினார். 'என்ன நடந் தது? ஏன் இந்த மாற்றம்?' என்று முதியவர் வினா எழுப்பினார். அதற்கு நபி இப்ராகீம், இறைவன் தன்னைக் கண்டித்ததை எடுத் துச் சொன்னார்.

இப்போது அதிர்ந்து போனார், அந்த முதியவர்.

இது, மனிதர்களுக்கு மட்டுமல்லாமல், கல்லுக்குள் இருக்கும் தேரைக்கும், காட்டில் வாழும் மிருகங்களுக்கும், கடலில் தவழும் மீன்களுக்கும், பூமிக்கு அடியில் வாழும் புழுக்களுக்கும் உணவளிப்பவன் இறைவன் என்பதை எடுத்துக் காட்டுகிற வரலாற்றுச் சம்பவம்.

விருந்தினர்களை எவ்வாறு உபசரிக்க வேண்டும் என்பதை கண்டோம். வீட்டுக்கு வரும் விருந்தினர்கள் எவ்வாறு நடந்து கொள்ள வேண்டும் என்பதை பார்ப்போம்.

'விருந்தும், மருந்தும் மூன்று நாட்கள்' என்பது பழமொழி. இதையே நபிகள் நாயகம் (ஸல்) அவர்களும் வலியுறுத்தி உள்ளார்கள். 'முதல் நாள் அன்பளிப்பு தினமாகும்'. அதில் மிக உயர்ந்த உணவை (விருந்தாளிக்கு) ஊட்டி விட வேண்டும். பொதுவாக விருந்து உபசரிப்பின் காலம் மூன்று நாட்களாகும். (அதாவது இரண்டாவது, மூன்றாவது நாட்களில் உபசரிப்பதற்கு அதிக சிரமம் எடுத்துக் கொள்ள வேண்டியதில்லை.) "விருந்தளிப்பவரின் இல்லத்தில் அவரை நிர்ப்பந்தத்திற்கு உள்ளாக்கும் வகையில் விருந்தினர் அங்கு தங்கிக் கொள்வது ஆகுமானதல்ல" என்பது நபிகளாரின் கூற்று.

விருந்தினர்கள், விருந்து கொடுப்பவரின் வேலைகளையும் கவனத்தில் கொள்ள வேண்டும். விருந்துக்குச் சென்றிருக்கும் நேரத்தில் அவரது பணிகள் பாதிக்காதவாறு நடந்து கொள்ள வேண்டும்.

கிடைக்காத பொருட்களைக் கேட்டு விருந்தளிப்போரைச் சிரமத்திற்கு ஆளாக்கக் கூடாது.

விருந்தினர்கள், தொடர்ந்து விருந்தினர்களாக மட்டும் அல்லாது பிறரை விருந்துக்கு அழைப்பவராகவும் இருக்க வேண்டும்.

விருந்தளிப்பவர்களுக்கு குறிப்பாக அவர்களின் குழந்தைகளுக்கு விருந்தினர்கள் தங்கள் வசதிக்கேற்ப ஏதாவது அன்பளிப்புகளை வாங்கிச் செல்ல வேண்டும். அன்பளிப்பு வழங்குவதால் அன்பும் நெருக்கமும் அதிகரிக்கிறது. அன்பளிப்பு செய்வோரின் உள்ளம் விசாலமடைகிறது.

விருந்துண்ட பிறகு, விருந்தளித்தவரது வாழ்க்கையில் பாக்கியத்தையும் அருளையும் பொழியுமாறு இறைவனிடம் பிரார்த்தனை (துஆ) செய்ய வேண்டும்.

24

ஹுதைபிய்யா உடன்படிக்கை

இஸ்லாமிய வரலாற்றில் ஹுதைபிய்யா உடன்படிக்கை மிகவும் முக்கியத்துவம் வாய்ந்தது. இதை அனைவரும் அறிந்து கொள்வது அவசியம். மக்காவில் உள்ள இறை இல்லமான கஅபாவுக்குச் சென்று இறை வணக்கத்தை நிறைவேற்ற முடியாமல் முஸ்லிம்கள் சுமார் 6 ஆண்டு காலமாக இணை வைப்பவர்களால் தடுக்கப்பட்டு வந்த காலகட்டம் அது.

ஹிஜ்ரி 6-ம் ஆண்டு துல்கஅதா மாதத்தின் தொடக்கத்தில் தோழர்களுடன் மதீனாவில் இருந்து மக்கா சென்று 'உம்ரா' செய்ய நபிகள் நாயகம் (ஸல்) அவர்கள் முடிவு செய்தார்கள். 'உம்ரா' என்பது ஹஜ் அல்லாத காலங்களில் 'கஅபா' சென்று இறைவனை வழிபடுவதாகும். சிலை வணக்கத்தில் ஈடுபடும் குரைஷிகள், இறை இல்லத்துக்குச் சொந்தம் கொண்டாட முடியாது என்பதையும், புனித யாத்திரை செல்லும் உரிமை முஸ்லிம்களுக்கும் உள்ளது என்பதையும் தெளிவுபடுத்த வேண்டும் என்பதே நபிகளாரின் நோக்கம். 1,400 முஸ்லிம்களுடன் நபிகளார் புறப்பட்டார்கள்.

'இறை இல்லமான கஅபாவை தரிசிப்பதற்காகவே செல்கிறோம்; போர் புரிவதோ தாக்குதல் நடத்துவதோ எங்கள் எண்ணம் அல்ல' என்பதைப் பிரதான அம்சமாகப் பிரகடனப்படுத்தினார்கள்.

இருப்பினும் குரைஷிகளின் நிலையை அறிந்து கொள்ள ஒற்றன் ஒருவரை அனுப்பி வைத்தார்கள்.

'எல்லாக் குலத்தவரையும் குரைஷிகள் ஒன்று திரட்டி இருக்கிறார்கள். உங்களை மக்கா நகருக்குள் நுழைய விடக்கூடாது என்பதுதான் அவர்கள் கூட்டத்தில் எடுக்கப்பட்ட முடிவான முடிவு' என்று அந்த ஒற்றன் தெரிவித்தார்.

இருந்தபோதிலும் நபிகளார் எதைப் பற்றியும் கவலைப்படாமல் முன்னேறிச் சென்றார்கள். அவர்கள் ஹுதைபிய்யா என்ற இடத்தில் முகாமிட்டார்கள். இது மக்காவில் இருந்து ஜித்தாவுக்குச் செல்லும் வழியில் ஐந்து கல் தொலைவில் இருக்கிறது. இங்கு 'ஹுதைபிய்யா' என்ற பெயரில் கிணறு ஒன்று இருந்தது. அந்தக்

கிணற்றின் அருகே இருந்த ஊருக்கும் இந்தப் பெயரே வழங்கப்படலாயிற்று.

அங்கு நபிகளார் ஓய்வு எடுத்துக் கொண்டிருந்தபோது குஜாஆ கிளையைச் சேர்ந்த புதைல் இப்னு வர்கா என்பவரை சந்தித்துப் பேசினார்.

அவரிடம் நபிகளார், குரைஷிகளுடன் போர்நிறுத்த உடன்படிக்கை செய்து கொள்ள தயாராக இருப்பதாகத் தெரிவித்தார்கள்.

இந்தக் கருத்தைக் குரைஷிகளிடம் புதைல் தெரிவித்தார். இதைத் தொடர்ந்து குரைஷிகள் சார்பில் நபிகளாரிடம் பேச்சுவார்த்தைகள் நடைபெற்றன. இதில் எந்த முடிவும் எடுக்கப்படவில்லை.

இந்த நிலையில், குரைஷிகளுடன் சமாதானப் பேச்சுவார்த்தை நடத்த உஸ்மான் (ரலி) அவர்களை மக்கா மாநகருக்கு அனுப்ப நபிகளார் முடிவு செய்தார்கள். அங்கு சென்ற உஸ்மான், குரைஷிகளின் தலைவர்களிடம் பேச்சுவார்த்தை நடத்தினார். கஅபாவை முஸ்லிம்கள் தரிசிக்க அவர்கள் எந்தவிதத்திலும் இசைவைத் தெரிவிக்கவில்லை. மேலும் உஸ்மான் (ரலி) அவர்களைத் திரும்பிச் செல்ல விடாமல் தடுத்து நிறுத்திக் கொண்டனர்.

இந்த நேரத்தில் 'உஸ்மான் கொல்லப்பட்டு விட்டார்' என்ற வதந்தி பரவி பெரும் பரபரப்பை ஏற்படுத்தியது. இது முஸ்லிம்களை தவிப்புக்குள்ளாக்கியது. முஸ்லிம்கள் அனைவரையும் ஒரு கருவேல மரத்தின் கீழ் நபிகளார் ஒன்று திரட்டி, உஸ்மான் (ரலி) அவர்களது கொலைக்கு பழி வாங்கும் வகையில் இறுதி வரை போராடுவது என்று கையோடு கை இணைத்து உறுதிமொழி வாங்கினார்கள். இந்த உறுதிமொழி முஸ்லிம்களிடையே வியக்கத்தக்க ஓர் உத்வேகத்தைக் கொடுத்தது. இந்த உடன்படிக்கையே 'பைஅத்துர் ரிள்வான்' (அங்கீகரிக்கப்பட்ட இறைப் பொருத்தத்திற்குரிய உடன்படிக்கை) என்று இஸ்லாமிய வரலாற்றில் பெருமையாகப் பேசப்படுகிறது.

இதற்கிடையே முஸ்லிம்கள் தங்கள் மீது பயங்கரமான முறையில் போர் தொடுக்க ஆயத்தமாகி விட்டனர் என்ற தகவல் குரைஷிகளுக்குக் கிடைத்தது. இனியும் உஸ்மானை தடுத்து வைத்திருப்பது தவறு; அவரைத் தாமதிக்காமல் அனுப்பிட வேண்டும் என்று தீர்மானித்தனர். இதன்படி உஸ்மான் பத்திரமாக முஸ்லிம்களிடம் வந்து சேர்ந்தார்.

சந்தர்ப்ப சூழ்நிலை தங்களுக்கு எதிராக இருப்பதை அறிந்த குரைஷிகள் சமாதான ஒப்பந்தத்தை ஏற்படுத்திக் கொள்ள சுஹைல் இப்னு அம்ர் என்பவரை நபிகளாரிடம் அனுப்பி வைத்தனர்.

சுஹைல் என்பதற்கு 'இலகுவானது' என்பது பொருள். சுஹை

லைப் பார்த்ததும் நபிகளார், "உங்களது காரியம் உங்களுக்கு இலகுவாகி விட்டது. குரைஷிகள் இவரை அனுப்பியதில் இருந்து அவர்கள் சமாதானத்தை நாடி விட்டனர் என்பதைத் தெரிந்து கொள்ளலாம்" என்று தெரிவித்தார்கள்.

நபிகளாரிடம் சுஹைல் நீண்ட நேரம் பேசினார். அதற்குப் பிறகு சமாதானத்திற்கான அம்சங்களை இருவரும் முடிவு செய்தனர்.

சமாதான உடன்படிக்கையின் ஷரத்துகள் வருமாறு:-

1. இந்த ஆண்டு நபிகள் நாயகம் (ஸல்) அவர்கள் முஸ்லிம் களுடன் திரும்பிச் செல்ல வேண்டும். மக்கா நகருக்குள் நுழையக் கூடாது.

2. அடுத்த ஆண்டு முஸ்லிம்கள் மக்கா வந்து 'உம்ரா' செய் யலாம். அவர்கள் மக்காவில் மூன்று நாட்கள் தங்கிக் கொள் ளலாம். சாதாரணமாக ஒரு பயணி தன்னுடன் வைத்திருக்கும் ஆயுதங்களை எடுத்து வரலாம். ஆனால் அவற்றை உறைக்குள் வைத்துக் கொள்ள வேண்டும். முஸ்லிம்களுக்கு எவ்வகையிலும் எந்தவித தொந்தரவும் கொடுக்கப்பட மாட்டாது.

3. இந்த ஒப்பந்தம் *10* ஆண்டுகள் வரை நீடித்திருக்கும். (*10* ஆண்டுகளுக்கு இரு தரப்பிலும் போர் நடவடிக்கைகள் எதையும் எடுக்கக் கூடாது)

4. குரைஷிகளில் யாராவது மதீனா நகருக்கு வந்து விட்டால் அவரை மக்கா நகருக்கு திருப்பி அனுப்பி விட வேண்டும். ஆனால் முஸ்லிம்களில் எவராவது மக்கா நகருக்குச் சென்றால் அவரைத் திருப்பி அனுப்ப மாட்டோம்.

இவற்றை எழுதுவதற்காக நபிகளார் அலி (ரலி) அவர்களை அழைத்து வாசகங்களைக் கூறினார்கள். அலி (ரலி) அவர்கள், 'பிஸ்மில்லா ஹிர்ரஹ்மா னிர்ரஹீம்' (அளவற்ற அருளாளனும் நிக ரற்ற அன்புடையோனுமாகிய இறைவன் திருப்பெயரால் தொடங் குகிறேன்) என்ற வாசகத்தை எழுதினார்.

அப்போது சுஹைல் குறுக்கிட்டு, "எங்களுக்கு ரஹ்மானையும் தெரியாது; ரஹீமையும் தெரியாது. எங்களுக்கு தெரிந்த முறையில் எழுதுங்கள்" என்றார். அருகில் இருந்த நபிகளார், "அப்படியா னால் எப்படி எழுத வேண்டும்?" என்று கேட்டார்கள். அதற்கு சுஹைல், "இறைவன் பெயரால் எழுதுங்கள்" என்றார். அவ்வாறு அந்த வாசகம் திருத்தி எழுதப்பட்டது.

பின்பு, "இது அல்லாஹ்வின் தூதர் முகம்மது குரைஷிகளு டன் செய்து கொண்ட சமாதான உடன்படிக்கையாகும்" என்று எழுதும்படி அலியிடம் கூற அவர்களும் அவ்வாறே எழுதினார்கள்.

ஆனால் சுஹைல் அந்த வாசகத்தை ஏற்றுக் கொள்ளவில்லை. "நீங்கள் அல்லாஹ்வின் தூதர் என்பதை நாங்கள் ஒப்புக் கொண் டால் இந்த ஒப்பந்தமே தேவையில்லையே. அதனால் அதற்குப் பதிலாக அப்துல்லாஹ்வின் மகன் முகம்மது என்று எழுதுங்கள்" என்றார்.

அதற்கு நபிகளார், "நீங்கள் என்னைப் பொய்யன் என்று கூறி னாலும் சரியே! நான் உண்மையில் அல்லாஹ்வின் தூதர்தான்" என்று கூறி விட்டு, 'ரசூலுல்லாஹ்' (அல்லாஹ்வின் தூதர்) என்ற சொல்லை அழித்து விட்டு 'முகம்மது இப்னு அப்துல்லாஹ்' (அப் துல்லாவின் மகன் முகம்மது) என்று எழுதுங்கள்' என்று அலியிடம் கூறினார்கள். ஆனால் அலி (ரலி) அவர்கள் இந்தச் சொல்லை அழிப்பதற்கு மறுத்து விட்டார்கள். எழுதப் படிக்கத் தெரியாத காரணத்தால் அந்த வரி எங்கிருக்கிறது என்று கேட்டு நபிகளாரே தம் கையால் அழித்தார்கள்.

உடன்படிக்கை பத்திரம் எழுதி முடித்ததும், தம்முடன் வந்தி ருப்பவர்கள் 'இங்கேயே 'குர்பானி' கொடுத்திட வேண்டும்' என்று நபிகளார் உத்தரவிட்டார்கள். முதலில் அவர்களே 'குர்பானி' கொடுத்து முடியைக் களைந்தார்கள். பின்னர் நபித்தோழர்கள் அந்தக் கட்டளையை நிறைவேற்றினார்கள்.

சமாதான ஒப்பந்தத்திற்குப் பிறகு நபிகளார் மூன்று நாட்கள் வரை ஹுதைபிய்யாவிலேயே தங்கி இருந்தார்கள். அவர்கள் திரும்பிச் செல்லும்போது, திருக்குர்ஆனின் 48-வது அத்தியாய மான 'அல் பத்ஹ்-வெற்றி' என்ற அத்தியாயம் இறங்கியது.

அதில் இந்த உடன்படிக்கை நிகழ்ச்சியை சுட்டிக் காட்டி, 'இது மிகப்பெரிய, தெளிவானதொரு வெற்றி' என்று இறைவன் கூறு கின்றான்.

மேலோட்டமாகப் பார்க்கும்போது எந்த ஒப்பந்தத்தை முஸ் லிம்கள் பணிந்து போய் செய்து கொண்டார்கள் என்று விமர் சிக்கப்பட்டதோ, அந்த ஒப்பந்தத்தை 'தெளிவானதொரு வெற்றி' என்று வர்ணிப்பது, வியப்பாகத் தோன்றலாம். ஆனால் அதன் பின்னால் நடந்த நிகழ்ச்சிகளும், உருவான சூழ்நிலைகளும் உண்மை யிலேயே ஹுதைபிய்யா உடன்படிக்கை இஸ்லாமிய வரலாற்றில் பெரியதொரு வெற்றிக்கான முன்னோடியாகத் திகழ்ந்தது என்பதில் எள்ளளவும் சந்தேகம் இல்லை.

இந்த ஒப்பந்தம் ஏற்படுவதற்கு முன்பு முஸ்லிம்களுக்கும், குரைஷி களுக்கும் இடையே போர்மயமான சூழலே நிலவி வந்தது. இரு பிரிவினரும் ஒருவரை ஒருவர் சந்தித்துக் கொள்ளும் சந்தர்ப்பமோ, வாய்ப்போ அறவே இல்லாத நிலை இருந்தது. இந்தச் சமாதான உடன்படிக்கை இத்தகைய சூழ்நிலைக்கு முடிவு கட்டி விட்டது.

இப்போது முஸ்லிம்களும், முஸ்லிம் அல்லாதவர்களும் ஒருவரை யொருவர் சந்திக்கத் தொடங்கினார்கள். அவர்களுக்கு இடையே குடும்ப மற்றும் வர்த்தகத் தொடர்புகள் ஏற்படலாயின. முஸ்லிம் அல்லாதவர்கள் எந்தவித தயக்கமோ பயமோ இல்லாமல் மக்கா வில் இருந்து மதீனாவுக்கு வந்தனர். பல நாட்கள்-பல மாதங்கள் அங்கு தங்கி முஸ்லிம்களுடன் பழகினார்கள்.

எந்த நல்லடியார்களுடன் நாம் போரை விலைக்கு வாங்கிக் கொண்டிருந்தோமோ, அவர்களின் உள்ளங்களில் பகை உணர்வோ, வெறுப்போ இல்லை என்பதை உணர்ந்து கொண்டனர். இதனால் முஸ்லிம் அல்லாதவர்கள் தாமாகவே இஸ்லாத்தின் பக்கம் ஈர்க்கப் பட்டனர். குரைஷித் தலைவர்கள் அவர்களின் உள்ளங்களில் விதைத்திருந்த தவறான எண்ணங்கள் தாமாகவே மறையத் தொடங்கின.

இந்த ஒப்பந்தத்திற்கு முன்பு முஸ்லிம்களின் எண்ணிக்கை மூவா யிரமாக இருந்தது. இந்த ஒப்பந்தத்திற்குப் பிறகு இரண்டு ஆண்டு கள் கழித்து மக்கா வெற்றி கொள்ளப்பட்டபோது முஸ்லிம்களின் எண்ணிக்கை பத்தாயிரமாக உயர்ந்தது. இதே காலகட்டத்தில்தான் குரைஷிகளின் புகழ் பெற்ற தலைவர்கள் சிலர் இஸ்லாத்தினால் கவரப்பட்டு, முஸ்லிம் அல்லாதவர்களிடம் இருந்து ஒதுங்கி, முஸ் லிம்களின் நண்பர்களாய், உற்ற துணைவர்களாய் மாறினார்கள். காலித் பின் வலித், அம்ரு பின் ஆஸ், உஸ்மான் இப்னு தல்ஹா ஆகியோர் இஸ்லாத்தில் இணைந்தனர்.

இந்த ஒப்பந்தத்தின்படி, பத்தாண்டுகளுக்குப் போரை நிறுத்திக் கொள்வது முஸ்லிம்களுக்கு கிடைத்த மாபெரும் வெற்றியாகும். குரைஷிகளுடன் முஸ்லிம்கள் ஒருபோதும் முதலில் போரைத் தொடங்கியதில்லை. மாறாக எப்போதும் குரைஷிகள்தான் முதலில் போரைத் தொடங்கினார்கள். இந்த பத்தாண்டு போர் நிறுத்தம் என்பது அல்லாஹ்வின் பாதையில் இருந்து மக்களைத் தடுக்கும் குரைஷிகளின் கொடுமைக்கு ஒரு முடிவு கட்டப்பட்டது.

இந்த ஒப்பந்தத்தின் இன்னொரு அம்சம், முஸ்லிம்கள் இந்த ஆண்டு திரும்பிச் செல்ல வேண்டும்; வரும் ஆண்டு மக்காவுக்கு வந்து மூன்று நாட்கள் தங்கிக் கொள்ளலாம் என்பதாகும். இதன் மூலம் இறை இல்லமான கஅபாவுக்கு முஸ்லிம்களை குரைஷிகள் வரவிடாமல் இதுவரை தடுத்து வந்ததற்கு ஒரு முற்றுப்புள்ளி வைக்கப்பட்டு விட்டது. அந்த ஆண்டு மட்டும் முஸ்லிம்களை மக்காவுக்கு வரவிடாமல் தடுக்க முடிந்ததைத் தவிர வேறெந்த சாதகமும் குரைஷிகளுக்கு இல்லை.

இறுதி அம்சத்தில் இடம் பெற்ற, அதாவது 'மக்காவில் இருந்து யாராவது தப்பித்து மதீனா வந்தால் அவர்களைத் திரும்ப மக்கா

வுக்கு அனுப்பி விட வேண்டும்; ஆனால் மதீனாவில் இருந்து தப்பித்து யாராவது மக்கா வந்தால் அவர்களைத் திருப்பி அனுப்ப மாட்டோம்' என்பதையே குரைஷிகள் தங்களுக்குச் சாதகமாக நினைத்தனர்.

ஆனால் அதுவும் உண்மையில் அவர்களுக்குப் பாதகமானதே. ஏனெனில் எந்த ஓர் உண்மை முஸ்லிமும் அல்லாஹ்வை விட்டோ, அவனது தூதரை விட்டோ, மதீனாவை விட்டோ விலகிச் செல்ல மாட்டார். அப்படிச் சென்றாலும் அதில் முஸ்லிம்களுக்கு எந்த ஒரு நஷ்டமும் இல்லை.

மேற்கூறப்பட்ட சமாதான ஒப்பந்தத்தின் அம்சங்கள் முஸ்லிம்களுக்குச் சாதகமாக அமைந்து விட்டன.

இருந்தபோதிலும் இந்த ஒப்பந்தம் செய்தபோது வெளிப்படையான இரு காரணங்களால் அனைத்து முஸ்லிம்களின் உள்ளத்திலும் கவலை குடிகொண்டது. "இறை இல்லத்திற்குச் செல்வோம்; உம்ரா செய்வோம்" என்று கூறிய நபிகளார், மக்காவுக்குச் செல்லாமலேயே எப்படி நம்மைத் திருப்பி அழைத்துச் செல்லலாம் என்பது முதல் காரணம்.

முகம்மது நபி அல்லாஹ்வின் தூதர்; அப்படியிருக்க அவர்கள் ஏன் குரைஷிகளின் நிர்ப்பந்தத்திற்குப் பணிய வேண்டும்? சமாதான ஒப்பந்தத்தில் ஏன் தாழ்மையான நிபந்தனைகளை ஏற்றுக் கொள்ள வேண்டும்? என்பது இரண்டாவது காரணம். இதன் காரணமாக முஸ்லிம்களின் உணர்வுகள் காயமடைந்தன. ஏனைய மக்களைக் காட்டிலும் உமர் (ரலி) அவர்கள் மிகுந்த கவலை கொண்டார். ஒப்பந்தம் முடிந்ததும் நபிகளாரை சந்தித்து தனது மனக்குறையைத் தெரிவித்தார்.

இந்த நிகழ்ச்சிக்குப் பிறகு, "(நபியே! ஹுதைபிய்யாவின் சமாதான உடன்படிக்கையின் மூலம்) நிச்சயமாக நாம் உங்களுக்கு (மிகப் பெரிய) தெளிவானதொரு வெற்றியைத் தந்தோம். (அதற்காக நீங்கள் உங்களது இறைவனுக்கு நன்றி செலுத்துவீராக!)" (திருக்குர்ஆன்–48:1) என்ற வசனம் அருளப்பட்டது.

உடனே நபிகளார் ஒருவரை அனுப்பி அந்த வசனத்தை உமர் (ரலி) அவர்களிடம் ஓதிக் காட்டும்படி கூறினார்கள். அதைக் கேட்டு நபிகள் நாயகம் (ஸல்) அவர்களிடம் வந்த உமர், "அல்லாஹ்வின் தூதரே! இது வெற்றியான விஷயமா?" என்று கேட்டார்கள். அதற்கு நபிகளார், 'ஆம்' என்றவுடன் உமர் மனமகிழ்ச்சியுடன் திரும்பிச் சென்றார்.

25

இஸ்லாமிய புத்தாண்டு

நபிகள் நாயகம் (ஸல்) அவர்கள் நபித்துவம் பெற்று ஏறத்தாழ 5 ஆண்டுகள் ஆகி இருந்தன. முஸ்லிம்களுக்குக் குரைஷிகள் அளித்த தொல்லைகள் எல்லை மீறி போவதை நபிகளார் உணர்ந் தார்கள்.

எந்த நிலையிலும் அவர்கள் இஸ்லாத்தைக் கைவிட மாட் டார்கள் என்றபோதிலும், அவர்கள் படும் இன்னல்கள் குறித்து நபிகளார் பெரிதும் கவலை கொண்டார்கள்.

இதனால் இன்னல்களுக்கு ஆளான முஸ்லிம்கள் மக்காவைத் துறந்து அபிசீனியாவுக்குச் செல்லட்டும் என்று நபிகளார் முடிவு செய்தார்கள். இதன்படி பன்னிரண்டு ஆண்களும், நான்கு பெண் களும் அபிசீனியா சென்றனர். இதுவே இஸ்லாத்தின் முதல் 'ஹிஜ் ரத்' ஆகும்.

'ஹிஜ்ரத்' என்ற அரபுச் சொல்லுக்கு இடம் மாறுதல், புலம் பெயர்தல், விட்டு விடுதல், வெறுத்து விடுதல் என்று அர்த்தம். 'ஹிஜ்ரா' அல்லது 'ஹிஜ்ரத்' என்பது இறைவனின் மார்க்கத்தைப் பூரணமாகப் பின்பற்ற நெருக்கடி தரும் ஓர் இடத்தை விட்டு, வேறு இடத்திற்குச் செல்வதாகும்.

நபிகள் நாயகம் (ஸல்) அவர்கள், பதிமூன்று ஆண்டு காலம் பல இன்னல்களுக்கு இடையே மக்காவில் ஓரிறைக் கொள்கையைப் பிரசாரம் செய்து வந்தார்கள். அவர்களைக் கொல்ல குரைஷிகள் திட்டம் தீட்டினார்கள்.

இதனால் இறைவன் கட்டளையை ஏற்று நபிகளார் யாருக்கும் தெரியாமல் இரவோடு இரவாக தோழர் அபூபக்கர் (ரலி) அவர்களுடன் மக்காவை விட்டு மதீனா நோக்கி புறப்பட்டார்கள். இதுவே இஸ்லாத்தின் இரண்டாவது 'புலம் பெயர்வு' ஆகும்.

கரிய இருள். பயணம் செல்லும் பாதையெங்கும் கரடு முரடான கற்கள். வழியில் மக்கா மாநகரில் இருந்து மூன்று மைல் தொலை வில் இருந்த 'தவ்ர்' மலையில் இருவரும் தங்கினார்கள்.

இதற்கிடையே தோழரோடு முகம்மது நபி தப்பி விட்டார் என்பதை அறிந்ததும், குரைஷிகள் அவரைத்தேடி அந்தக் குகை வாசல் அருகே வந்து விட்டனர்.

"இருவரும் இதை விட்டு ஓரடியும் தாண்டவில்லை; குகைக்குள்ளே தான் அவர்கள் பதுங்கி இருக்க வேண்டும்" என்று மக்காவின் மந்திரக்காரன் அபூகர்ஸ் உரத்தக் குரலில் உரைத்தான்.

இதைக் கேட்டதும், அபூபக்கர் அவர்களின் உடல் தளர்ந்தது; உள்ளம் சோர்ந்தது. "இப்போது நபிகளார் எதிரிகள் கையில் சிக்கினால்..." அவரால் நினைத்துப் பார்க்க முடியவில்லை. கண்களில் நீர் சுரந்தது. கண்களில் பெருக்கெடுத்த கண்ணீர் கரைபுரண்டு வழிந்தது.

இதைக் கண்ணுற்ற நபிகளார், "ஏன் கலங்குகிறீர்கள், அபூபக்கரே!" என்று கேட்டார்கள்.

"இறைத் தூதரே! அங்கே பாருங்கள். அவர்கள் பலர் இருக்கிறார்கள். இங்கே நாம் இருவர் மட்டுமே" என்றார், அபூபக்கர்.

"அஞ்சாதீர். நாம் இருவர் அல்லர், மூவர். நிச்சயமாக அல்லாஹ்வும் நம்மோடு இருக்கின்றான்" என்றார்கள்.

மீண்டும் குரைஷிகளின் உரையாடல் தொடங்கியது, "வாருங்கள், நாம் குகையின் உள்ளே சென்று பார்ப்போம்" என்றான் அவர்களில் ஒருவன்.

"குகை வாசலில் பின்னப்பட்டிருக்கும் சிலந்தி வலையைப் பார். இது முகம்மது பிறப்பதற்கு முன்பே பின்னப்பட்டது போலத் தெரியவில்லையா? நாம் ஏன் உள்ளே சென்று நம்மை நாமே முட்டாளாக்கிக் கொள்ள வேண்டும்" என்று இன்னொருவன் கூற அவர்கள் அந்த இடத்தை விட்டு அகன்றார்கள்.

அவர்கள் மூன்று இரவுகள் அங்கே தங்கி இருந்தார்கள். அபூபக்கர் (ரலி) அவர்களுடைய மகன் அப்துல்லாஹ்வும் அங்கு சென்று இரவு தங்குவார். அவர் இரவின் இறுதிப் பகுதியில் வெளியேறி விடிவதற்குள் மக்கா வந்து விடுவார். அவர்கள் இருவரைப் பற்றி ஏதேனும் செய்திகளை மக்காவில் கேட்டால், அதை நினைவில் வைத்துக் கொண்டு இருள் சூழ்ந்தவுடன் இருவரிடமும் சென்று அந்தச் செய்தியை எடுத்துரைப்பார்.

அபூபக்கரின் பணியாளர் ஆமிர் இப்னு புகைரா அங்கு ஆடுகளை மேய்த்து விட்டு பொழுது சாய்ந்தவுடன் இருவருக்கும் ஆட்டுப் பாலை கறந்து கொடுப்பார். இவ்வாறு மூன்று இரவுகள் அவர் இப்படிச் செய்து கொண்டிருந்தார்.

நான்காம் நாள் நபிகளார் 'தவ்ர்' குகையில் இருந்து அபூபக்க ரோடு வெளியேறினார்கள். பயணத்திற்காக இரண்டு ஒட்ட கங்களை அபூபக்கர் ஏற்பாடு செய்திருந்தார். தடை பல கடந்து 8–வது நாள் அவர்கள் 'குபா' என்ற இடத்தை அடைந்தார்கள்.

இந்த ஊர் மதீனாவில் இருந்து மூன்று மைல் தொலைவில் உள்ளது. இங்கு அன்சாரிகளான மதீனாவாசிகள் பலரின் குடும் பங்கள் வசித்து வந்தன.

அவர்களிடையே அம்ர் பின் அவ்ப் (ரலி) அவர்களின் குடும் பம் மிகவும் சிறப்புற்றதாக விளங்கியது. குல்தும் பின் ஹதம் என் பவர் அதன் தலைவராக விளங்கினார். அவர்கள் வீட்டில் நான்கு நாட்கள் தங்கி இருந்தார்கள். இதற்கிடையே அலி (ரலி) அவர் களும் மக்காவைத் துறந்து குபா வந்து நபிகளாருடன் இணைந்து கொண்டார்கள்.

குபாவில் தங்கி இருந்தபோது நபிகளார் செய்த முதல் பணி அங்கு ஓர் இறை இல்லத்தை நிர்மாணித்து அதில் தொழ வைத் தார்கள். குபாவில் கட்டப்பட்ட அந்த இறை இல்லமே, நபித்து வத்திற்குப் பிறகு இறையச்சத்தோடு கட்டப்பட்ட முதல் பள்ளி யாகும்.

மறுநாள் வெள்ளிக்கிழமை அன்று அங்கிருந்து புறப்பட்டார்கள். வழியில் 'லுஹர்' (பகல் நேரத் தொழுகை) தொழுகைக்கான நேரம் வந்து விட்டது.

'பத்னுல் வாதி' என்ற இடத்தில் அனைவரையும் ஒன்று சேர்த்து 'ஜும்மா' தொழுகையை நிறைவேற்றி மக்களிடையே நபிகளார் பேருரை நிகழ்த்தினார்கள். இதுவே முஸ்லிம்களின் முதல் ஜும்மா தொழுகை (வெள்ளிக்கிழமை சிறப்புத் தொழுகை) ஆகும். இந்தத் தொழுகையில் 100 பேர் பங்கேற்றனர்.

நபிகளார் மதீனா வரும் செய்தியை அறிந்து மகிழ்ந்த மக்கள் வீதிகளையும், தங்கள் வீடுகளையும் அலங்கரித்தனர். நபிகளாரை வரவேற்க மதீனாவில் எங்கு பார்த்தாலும் மக்கள் கூட்டம் நிரம்பி வழிந்தது.

அதுபோன்ற ஒரு நாளை வரலாற்றில் மதீனா கண்டதில்லை. நபிகளார் வந்ததும், தங்கள் இல்லத்திலேயே தங்க வேண்டும் என்று கேட்டுக் கொண்டனர்.

நபிகளார் சிந்தித்து ஒரு முடிவு எடுத்தார்கள்.

அங்கு திரளாக திரண்டிருந்தவர்களை நோக்கி, "யாருடைய

வீட்டில் வசிக்க வேண்டும் என்பதை முடிவு செய்யும் முடிவு என் வசத்தில் இல்லை. அது இறைவனின் விருப்பத்தைச் சார்ந்தது. நான் அமர்ந்திருக்கும் ஒட்டகத்தை அதன் போக்கில் விடுகிறேன். அது எங்கு போய் நிற்குமோ, அதையே நான் தங்குவதற்கு இறைவன் நிர்ணயித்துள்ள இடமாகக் கருதி அங்கே தங்குவேன்" என்றார்கள்.

இதன் பின்னர் ஒட்டகத்தின் மூக்கணாங்கயிற்றைக் கையில் இருந்து லேசாக நழுவ விட்டு அதன் போக்கில் செல்ல விட்டார்கள்.

ஒட்டகம் நகர்ந்தது; 'ஒட்டகம் நம் வீட்டின் முன்னே நிற்காதா?' என்று ஒவ்வொரு வீட்டின் சொந்தக்காரர்களும் ஏங்கினார்கள். அது தங்கள் வீட்டைக் கடந்து செல்வதைக் கண்டதும் ஏமாற்றம் அடைந்தனர். அது யார் வீட்டின் முன்பு நிற்கப் போகிறதோ, அத்தகைய பேறு பெற்றவர் யார் என்பதை அறியும் ஆவலில் ஒட்டகத்தின் பின்னே ஓடினார்கள்.

இறுதியில் அபூ அய்யூப் (ரலி) அவர்கள் வீட்டு முன்பு ஒட்டகம் நின்றது. நபிகளார் ஒட்டகத்தில் இருந்து இறங்கவில்லை. தான் பற்றி இருந்த கயிற்றை சற்று தரையில் விட்டார்கள். சிறிது தூரம் சென்ற ஒட்டகம் மீண்டும் அதே இடத்திற்கு வந்து படுத்துக் கொண்டது. இதைக் கண்டதும் அபூ அய்யூப் அளப்பரிய ஆனந்தம் அடைந்தார். அவர் நபிகளாரின் தாய் வழிப்பாட்டனார் வழியில் உறவினர் ஆவார். இங்கு ஏழு மாதங்கள் வரை நபிகளார் தங்கி இருந்தார்கள்.

மதீனா நகரில் 'மஸ்ஜிதுந் நபவி' என்ற புனிதப் பள்ளி எழுப்பப் பட்டு, நபிகளாரின் குடும்பம் தங்குவதற்கு அதையொட்டி வீடுகள் அமைக்கும் வரை அபூ அய்யூப் இல்லமே நபிகளாரின் தங்கும் இடமாகத் திகழ்ந்தது.

மதீனா நகரத்தின் முந்தைய பெயர் 'யத்ரிப்' என்பதாகும். நபிகள் நாயகம் (ஸல்) அவர்கள் அங்கு சென்று குடியேறியதன் நினைவாக மக்கள் தங்கள் ஊரின் பெயரை 'மதீனத்துந் நபி' (நபிகளாரின் பட்டணம்) என்று அழைக்கலானார்கள். அதுவே சுருங்கி 'மதீனா' ஆனது.

நபிகளாரின் காலத்தில் ஹிஜ்ரி போன்ற எந்தவிதமான வருடக்கணக்கும் வழக்கத்தில் இல்லை. முஹரம் தொடங்கி துல் ஹஜ் வரையிலான 12 அரபு மாதப் பெயர்கள் மட்டுமே புழக்கத்தில் இருந்தன.

"(போர் செய்வது விலக்கப்பட்டுள்ள ரஜப், துல்கஅதா, துல்ஹஜ், முஹரம் ஆகிய) புனித மாதத்திற்குப் புனித மாதமே ஈடாகும்" (திருக்குர்ஆன்–2:194) என்றும்,

"நிச்சயமாக அல்லாஹ்விடத்தில் –அல்லாஹ்வுடைய (பதிவுப்) புத்தகத்தில் வானங்களையும் பூமியையும் படைத்த நாளில் இருந்தே, மாதங்களின் எண்ணிக்கை பன்னிரண்டு மாதங்கள் ஆகும். அவற்றில் நான்கு (மாதங்கள்) புனிதமானவை. இதுதான் நேரான மார்க்கமாகும். ஆகவே அம்மாதங்களில் (போர் செய்து) உங்களுக்கு நீங்களே அநியாயம் செய்து கொள்ளாதீர்கள்" (திருக்குர்ஆன்–9:36) என்றும் மாதங்கள் பற்றிய குறிப்பு குர்ஆனில் காணப்படுகிறது.

நபிகளார் மறைந்து ஆறு ஆண்டுகள் கழிந்த நிலையில் உமர் (ரலி) அவர்கள் கலீபாவாக (ஜனாதிபதி) இருந்த நேரம். ஒருநாள் கூபா நகரின் கவர்னர் அபூ மூசா அஷ்ஹரி (ரலி) அவர்களிடம் இருந்து கலீபாவுக்கு ஒரு கடிதம் வந்தது.

அதில், "ஆண்டுக் கணக்கு என்று எதுவும் நம்மிடம் இல்லை. இதனால் அவ்வப்போது நடைபெறும் நிகழ்ச்சிகள் எந்த ஆண்டு நிகழ்ந்தது என்பதை அறிய முடியவில்லை. எனவே இதற்கு தாங்கள் விரைந்து நல்ல முடிவு எடுக்க வேண்டும்" என்று கூறப்பட்டிருந்தது.

இதன் அடிப்படையில் இஸ்லாமியர்களுக்கான ஆண்டை முடிவு செய்ய கலீபா தலைமையில் ஆலோசனைக் கூட்டம் நடந்தது.

நபிகளாரின் பிறந்த தினம், நபித்துவம் பெற்ற தினம், 'ஹிஜ்ரத்' தினம், அவர்கள் மரணித்த தினம் ஆகியவைகளில் ஏதேனும் ஒன்றை ஆண்டுக் கணக்காகக் கொள்ளலாம் என்று கருத்துகள் மொழியப்பட்டன.

இறுதியில் அலி (ரலி) அவர்களின் யோசனை வழி மொழியப்பட்டு 'ஹிஜ்ரத்' தினத்தை ஆண்டுக் கணக்காகக் கொள்ளலாம் என்று முடிவு செய்யப்பட்டது.

நபிகளாரும், தோழர்களும் தங்களைக் தற்காத்துக் கொள்வதற்காக கி.பி. 622–ம் ஆண்டு ஜூலை 16–ந் தேதி மக்காவில் இருந்து மதீனா நோக்கி பயணம் செய்தார்கள். இதுவே இஸ்லாமிய ஆண்டின் (ஹிஜ்ரி ஆண்டு) தொடக்கமாக முடிவானது. முஹரம் மாதத்தின் முதல் நாளே இஸ்லாமியர்களின் புத்தாண்டானது.

உலகம் முழுவதும் கிரிகோரியன் காலண்டர் முறை பின்பற்றப்படுகிறது. இது சூரியன் சுழற்சியை மையமாக வைத்து ஆண்டுக்கு

365 நாட்கள் என்று கணக்கிடப்படுகிறது. இதன்படி ஜனவரி முதல் டிசம்பர் வரை 12 மாதங்கள் ஆகும்.

சந்திரனின் சுழற்சியைக் கொண்டு இஸ்லாமியர்களின் ஆண்டுக் கணக்கு கணக்கிடப்படுகிறது. ஒவ்வொரு ஆண்டுக்கும் முஹரம், ஸபர், ரபியுல் அவ்வல், ரபியுல் ஆகிர், ஜமாத்துல் அவ்வல், ஜமாத் துல் ஆகிர், ரஜப், ஷஅபான், ரமலான், ஷவ்வால், துல்கஅதா, துல்ஹஜ் என்று 12 மாதங்கள் உண்டு.

ஒவ்வொரு மாதத்திற்கும் முப்பது நாட்கள் அல்லது இருபத் தொன்பது நாட்கள் இருக்கும். இது சந்திரனின் நிலையைப் பொறுத்து அமையும்.

முஹரம் 10-ம் நாள் 'ஆஷூரா தினமாக' கடைப்பிடிக்கப்படு கிறது. முஹரம் 9, 10 நாட்களிலோ அல்லது 10, 11 நாட்களிலோ நோன்பு நோற்பது விரும்பத்தக்கது ('முஸ்தஹப்) ஆகும்.

முஹரம் மாதத்தில்தான் உலகம் படைக்கப்பட்டது; ஆதி நபி ஆதம் அவருடைய மனைவி ஹவ்வா படைக்கப்பட்டதும் முஹ ரம் பத்தாம் நாளில்தான்.

முஹரம் மாதத்தில் பல்வேறு வரலாற்று நிகழ்வுகள் நிகழ்ந்துள் ளன. கர்பலா களத்தில் நபிகளார் பேரர் ஹுசைன் (ரலி) உயிரை அர்ப்பணம் செய்ததும் இதே நாளில்தான்.

26

விவாகரத்து (தலாக்)

மணவிலக்கு என்பதைக் குறிக்க 'தலாக்' என்னும் அரபுச்சொல் பயன்படுத்தப்படுகிறது. 'தலாக்' எனும் சொல்லுக்கு, விடு வித்தல், அவிழ்த்தல், கைவிடுதல் என்பது பொருளாகும். இதை 'விவாகரத்து' என்ற வடமொழி சொல்லாலும் சுட்டுகிறோம்.

இச்சொல், திருமண ஒப்பந்தத்தை முறித்தல், இல்லற வாழ்வை முடிவுக்குக் கொண்டு வருதல் ஆகியவற்றைக் குறிக்கும்.

இஸ்லாத்தின் பார்வையில் இல்லறம் ஒரு நல்லறமாகவும், ஓர் ஒப்பந்தமாகவும் உள்ளது. இல்லற வாழ்வு நீடித்து நிலை பெற வேண்டும் என்பதால்தான் திருமணம் செய்வதை இஸ்லாம் ஊக்கு விக்கிறது. ஆயுள் காலம் வரை நீடித்து நிற்பதற்காகவே திருமண ஒப்பந்தம் பலர் முன்னிலையில் நிறைவேற்றப்படுகிறது. எனவே தான் தம்பதியினருக்கு இடையே இருக்கும் உறவு, புனிதமாகப் போற்றப்படுகிறது.

இப்படிப்பட்ட நிலையில் கணவன்-மனைவி இடையே கசப்பு ஏற்பட்டு உறவில் விரிசல் உண்டாகி, இருவரும் இனிமேல் இணைந்து வாழவே முடியாது என்ற நெருக்கடி தோன்றுகிற நெருப்பு வேளைகளில் பிரிவதைத் தவிர வேறு வழி இல்லை. அவர்கள் இருவரும் பெயரளவில் கணவன்-மனைவியாக வாழ் வதை விட பிரிந்து தமக்கு ஏற்ற துணையைத் தேடிக்கொள்வதே இருவருக்கும் நல்லது. இதன் அடிப்படையிலேயே 'தலாக்' என்னும் மணவிலக்கிற்கு இஸ்லாம் அனுமதி அளித்துள்ளது.

மணமுறிவைத் தடுக்க இஸ்லாம் பல வழிமுறைகளைக் கையா ளுகிறது. இன்னும் சொல்லப்போனால், மணமுறிவை இஸ்லாம் கடுமையாக வெறுக்கிறது.

"அனுமதிக்கப்பட்ட விவகாரங்களில் அல்லாஹ் அதிகம் வெறுக்கும் செயல் மணவிலக்கு (தலாக்) ஆகும்". "இறை வன் மிகவும் விரும்புவது ஓர் அடிமையை விடுதலை செய் வது; மிகவும் வெறுப்பது விவாகரத்து". "ஒரு பெண்ணுக்கும்

அவள் கணவனுக்கும் இடையே உறவை நாசம் செய்பவர் நம்மைச் சார்ந்தவர் அல்லர்". "சுகம் அனுபவிப்பதை மட்டுமே நோக்கமாகக் கொண்டு திருமணம் செய்பவர்களையும், மண விலக்குக் கோருபவர்களையும் அல்லாஹ் சபிக்கிறான்" என்பன போன்ற நபிமொழிகள் இதை உறுதிப்படுத்துகின்றன.

பிற மதங்களில் இருப்பதைப்போல, மணமுறிவுச் சட்டங்களைக் கடுமையாக ஆக்கினால் இனிதான இல்லறமும் இல்லாமல், பிரியவும் முடியாமல் மன உளைச்சலுக்கும், வேதனைக்கும் இருவரும் ஆளாக நேரிடும். அதே வேளையில் மண முறிவுச் சட்டங்களை எளிதாக ஆக்கினால் இல்லற வாழ்வு, விளையாட்டுக் களமாகி விடும். எனவே இஸ்லாம் இதில் ஒரு நடுநிலையான போக்கைப் பின்பற்றுகிறது.

மேலும் மணமுறிவைத் தடுக்க இஸ்லாம் பல வழிமுறைகளைக் கையாளுகிறது. கணவன்-மனைவிக்கு இடையே பிணக்குகள், சண்டை சச்சரவுகள் உருவாகும்போது தமது உரிமைகள் சிலவற்றை விட்டுக் கொடுத்து திருமண உறவை உறுதிபடுத்திக் கொள்ள வேண்டும் என்று இஸ்லாம் வேண்டுகிறது.

"ஒரு பெண் தன் கணவனிடம் இருந்து வெறுப்பையோ அல்லது புறக்கணிப்பையோ பயந்தால் அவர்கள் இருவரும் தங்களுக்குள் ஏதேனும் ஒரு சமாதானத்தை ஏற்படுத்திக் கொள்வது அவ்விருவர் மீதும் குற்றமில்லை. (அத்தகைய) சமாதானமே மேலானது" (திருக்குர்ஆன் 4:128) என்று இறைவன் கட்டளையிடுகிறான்.

சமாதானம் ஏற்படாதபோது ஒரு சமரசக் குழுவை நியமித்து அவர்கள் மூலம் இணக்கத்தை ஏற்படுத்துமாறு இறைக் கட்டளை வருகிறது.

"(கணவன்-மனைவி ஆகிய) அவ்விருவர் இடையே (பிணக்குண்டாகி) பிரிவினை ஏற்பட்டு விடும் என்று அஞ்சினால், அவனது குடும்பத்தாரில் இருந்து ஒரு நடுவரையும், அவளது குடும்பத்தாரில் இருந்து ஒரு நடுவரையும் நீங்கள் அனுப்புங்கள். அவ்விருவரும் சமாதானத்தை விரும்பினால் அல்லாஹ் அவ்விருவரிடையே ஒற்றுமையை ஏற்படுத்தி விடுவான்" (திருக்குர்ஆன் 4:35).

சமரச முயற்சி தோல்வி அடைந்து விட்டால், மணவிலக்கு செய்ய விரும்பும் ஆண், மனைவி மாதவிலக்கில் இருந்து தூய்மை அடைந்த பிறகு, 'உன்னை நான் விவாகரத்து செய்கிறேன்' என்று ஒருமுறை கூற வேண்டும்.

இது முதலாவது 'தலாக்' ஆகும். இவ்வாறு கூறிய பிறகு குறைந்

அறிவோம் இஸ்லாம்

தது மூன்று மாதம் இடைவெளி விட வேண்டும். இந்த இடைப்பட்ட காலத்தில் அவர்கள் ஒரே வீட்டில் இருக்க வேண்டும். இந்த இடைவெளியில் இருவரும் சமாதானமாகி சேர்ந்து வாழ விரும்பினால் திருமண வாழ்க்கைக்குத் திரும்பலாம். அல்லது இருவரும் பிரிந்து வாழலாம்.

இவ்வாறு இரண்டு முறை செய்து கொள்ளலாம்.

மூன்றாவது முறையாக விவாகரத்து செய்வதாக அறிவித்து விட்டால் மணமுறிவு நிரந்தரமாகி விடும்.

விவாகரத்து என்பது இத்தனைக் கட்டங்களையும் கடந்து வர வேண்டும். முதலில் சமரச முயற்சி மேற்கொள்ள வேண்டும். அதைத் தொடர்ந்து இடைவெளி விட்டு விவாகரத்து செய்ய வேண்டும். இதன் மூலம் அவசரப்பட்டு விவாகரத்து செய்வது தடை செய்யப்பட்டுள்ளது.

"இஸ்லாத்தில் விவாகரத்து செய்வது மிகவும் எளிது. 'தலாக் தலாக் தலாக்' என்று மூன்று முறை சொன்னால் மண முறிவு ஏற்பட்டு விடும்; முஸ்லிம்கள் மத்தியில் விவாகரத்து செய்வது அதிக அளவில் உள்ளது" என்பன போன்ற கருத்துகள் மக்கள் மத்தியில் நிலவுகின்றன.

இது மிகவும் தவறான கருத்து. முஸ்லிம்களிடையே அதிக அளவில் விவாகரத்து நடைபெறுகிறது என்பதை உறுதிப்படுத்தும் எந்த உறுதியான தகவலும் இதுவரை வெளியாகவில்லை என்பது உண்மை நிலவரமாகும்.

நபிகள் நாயகம் (ஸல்) அவர்கள் காலத்தில், ஒரு நபித்தோழர் ஒரே மூச்சில் மூன்று முறை 'தலாக்' கூறி விட்டார். இதைக் கேள்விப்பட்ட நபிகளார், "நான் உங்களுக்கு மத்தியில் உயிரோடு இருக்கும்போதே இறை வசனங்களோடு விளையாடுகிறீர்களா?" என்று மிகுந்த கோபத்தோடு கேட்டார்கள்.

ஒரே தடவையில் மூன்று முறை 'தலாக்' கூறினாலும் அது ஒரு முறை சொல்லப்பட்டதாகவே கருதப்படும். ருக்கானா (ரலி) தனது மனைவியை ஒரே இடத்தில் வைத்து மூன்று முறை 'தலாக்' கூறி விட்டார். பின்னர் அதற்காகக் கடுமையாகக் கவலைப்பட்டார். "நீங்கள் எவ்வாறு தலாக் சொன்னீர்கள்?" என்று நபிகளார் அவரிடம் வினவினார்கள்.

அதற்கு அவர் 'மூன்று தலாக்' என்று பதில் அளித்தார். நபிகளார் கேட்டார்கள், 'ஒரே சமயத்திலா?'. அதற்கு 'ஆம்' என்று

அவர் கூறினார். அதற்கு நபிகள் நாயகம் (ஸல்) அவர்கள், "அதெல்லாம் ஒரு தலாக் தான். நீங்கள் விரும்பினால் உங்கள் மனைவியைத் திரும்ப அழைத்துக் கொள்ளலாம்" என்றார்கள். அவரும் தனது மனைவியைத் திரும்ப அழைத்துக்கொண்டார். (ஆதாரம்: அஹ்மத், அபூதாவூத்)

நபிகள் நாயகம் (ஸல்) அவர்கள் காலத்திலும், அவர்களுக்குப் பிறகு ஆட்சிப் பொறுப்பை ஏற்ற முதல் கலீபா (ஜனாதிபதி) அபூ பக்கர் சித்தீக் (ரலி) அவர்கள் காலத்திலும் மூன்று தலாக்குகள் ஒரே தலாக்காகவே கருதப்பட்டது. 'முத்தலாக்' என்பது பிற்காலத்தில் வந்த விவாகரத்து முறை. இதனால் இது நூதன தலாக் (தலாக்குள் பித்அத்) என்று கூறப்படுகிறது.

"எல்லா நூதனங்களும் (பித்அத்) வழிகேடு ஆகும்" என்று நபிகள் நாயகம் (ஸல்) அவர்கள் கூறியதாக உறுதி செய்யப்பட்டுள்ளது. இதுபோன்ற தலாக்குகள் அல்லாஹ் ஏற்படுத்திய சட்டத்திற்கும், நபிகளாரின் நடைமுறைக்கும் எதிரானது ஆகும் என்பதில் எவருக்கும் கருத்து வேறுபாடு கிடையாது.

ஒரே மூச்சில் முத்தலாக் சொல்வது மார்க்க ரீதியாகத் தடுக்கப்பட்டிருக்கிறது என்பது உண்மைதான். ஆயினும் சில மார்க்க அறிஞர்கள் ஒரே மூச்சில் முத்தலாக் கூடும் என்று கூறுகிறார்கள்.

ஆண்களுக்கு இருப்பது போலவே, பெண்களுக்கும் விவாகரத்து கோரும் உரிமையை இஸ்லாம் வழங்கியுள்ளது. இதற்கு, 'குலா' என்று பெயர்.

"அவள் (கணவனுக்கு) ஏதேனும் ஈடாகக் கொடுத்து(பிரிந்து) விடுவதில் இவ்விருவர் மீதும் குற்றமில்லை" (திருக்குர்ஆன் 2:229) என்று திருமறை கூறுகிறது. பெண் தரப்பில் விவாகரத்து கோரிக்கை வரும்போது கொடுத்த 'மஹரை' ஆண்கள் திரும்பக் கேட்கலாம் என்பதே இதன் கருத்தாகும்.

ஆனால் ஒரு ஆண் விவாகரத்து கோரிக்கையை முன் வைக்கும் போது அவன் கொடுத்த மஹரைத் திரும்பக் கேட்கக் கூடாது என்ற அடிப்படையிலேயே, இந்த வசனத்திற்கு முந்தைய பகுதியில், "நீங்கள் (மனைவியரான) அவர்களுக்குக் கொடுத்தவற்றில் இருந்து யாதொன்றையும் திருப்பி எடுத்துக் கொள்வது உங்களுக்கு அனுமதிக்கப்பட்டதல்ல" என்று கூறப்பட்டுள்ளது.

இதன் அடிப்படையிலேயே நபிகளாரும் ஒருமுறை தீர்ப்பு அளித்துள்ளார்கள். ஒருமுறை ஸாபித் பின் கைஸ் (ரலி) அவர்களின் மனைவி நபிகள் நாயகம் (ஸல்) அவர்களிடம் சென்று, "என் கண

வர் நல்லவர்தான்; ஆனால் அவருடன் வாழ தனக்கு விருப்பம் இல்லை" என்று கூறி விவாகரத்து கோரியபோது, நபிகளார் அந்தப் பெண்ணின் விவாகரத்து கோரிக்கையை ஏற்றார்கள்.

அந்தப் பெண்ணை நோக்கி, "கணவர் உனக்குக் கொடுத்த தோட்டத்தைத் திருப்பிக் கொடுக்கத் தயாரா?" என்று கேட்டார்கள். "ஆம், தந்து விடுகிறேன்" என்று அந்தப் பெண் பதில் அளித்தார். "தோட்டத்தை ஏற்றுக் கொண்டு அவளை ஒருமுறை தலாக் சொல்லி விடுங்கள்" என்று ஸாபித்திடம் கூறினார்கள்.

இஸ்லாத்தைப் பொறுத்தவரை விவாகரத்து என்பது ஓர் அறுவை சிகிச்சைக்கு ஒப்பானது என்று ஒப்பீடு செய்வது பொருத்தமாக இருக்கும்.

கணவன்–மனைவி இடையே ஒற்றுமையை ஏற்படுத்தும் முயற்சிகள் அனைத்தும் பயனற்றுப் போன நிலையில் அறுவை சிகிச்சைக்கு உடன்படுவதைத் தவிர வேறு சிறந்த மார்க்கம் (வழி) இல்லை என்பதால்தான் இஸ்லாம் மார்க்கம், மணவிலக்குக்கு அனுமதி வழங்கியுள்ளது என்பது மறுக்க முடியாத உண்மையாகும்.

இத்தா

'இத்தா' என்பது காத்திருப்புக் காலம். 'இத்தா' என்ற சொல்லுக்கு அகராதியில் கணக்கிடுதல், எண்ணுதல் என்பது பொருள். இஸ்லாமிய வழக்கில் திருமண உறவு நீங்கும்போது ஒரு குறிப்பிட்ட காலம் வரை மனைவி, மறுமணம் செய்து கொள்ளாமல் எதிர்பார்த்துக் காத்திருப்பதற்கு 'இத்தா' என்பர்.

விவாகரத்து காரணமாக திருமண உறவு முறிந்தாலும், கணவன் இறந்து போன காரணத்தால் திருமண உறவு நீங்கினாலும் மனைவி இவ்வாறு (இத்தா) காத்திருக்க வேண்டும்.

கணவனால் மணவிலக்கு அளிக்கப்பட்ட பெண், மூன்று மாதவிடாய் காலமும், கணவனை இழந்த கைம்பெண், நான்கு மாதம் பத்து நாட்களும் 'இத்தா' இருக்க வேண்டும்.

"தலாக் சொல்லப்பட்ட பெண்கள் மூன்று மாதவிடாய்கள் ஆகும் வரை தாமாகவே பொறுத்திருக்க வேண்டும்" *(2:228)* என்றும், "உங்களில் எவரேனும் மனைவியரை விட்டு மரணம் அடைந்து விட்டால், அவருடைய அந்த மனைவியர் நான்கு மாதம் பத்து நாட்கள் தாமாகக் காத்திருக்க வேண்டும்" *(2:234)* என்றும் திருமறையில் இறைவன் கூறுகின்றான்.

மணவிலக்குச் செய்யப்பட்ட பெண், இத்தா காலம் முடியும் வரை கணவனுடைய வீட்டிலேயே வசிப்பது கட்டாயம் ஆகும்.

அந்த இடத்தை விட்டு வெளியேறுவதற்கோ, அங்கிருந்து கணவன் அவளை வெளியேற்றுவதற்கோ அனுமதி கிடையாது.

மாதவிடாய் அற்றுப் போன பெண், மணவிலக்குச் செய்யப் பட்டால் மூன்று மாதங்கள் 'இத்தா' இருக்க வேண்டும். கருவுற் றிருக்கும் பெண்ணின் 'இத்தா' காலம், குழந்தை பெற்றெடுக்கும் வரை ஆகும். கணவனை இழந்த கர்ப்பிணிப் பெண்ணின் இத்தா காலமும் குழந்தை பெற்றெடுக்கும் வரையே ஆகும்.

"உங்கள் பெண்களில் எவர்கள் 'இனி மாதவிலக்கு வராது' என்று நம்பிக்கை இழந்து விட்டிருக்கின்றார்களோ அவர்களுடைய விஷயத்தில் உங்களுக்கு ஏதேனும் சந்தேகம் வந்தால் (நீங்கள் தெரிந்து கொள்ளுங்கள்) அவர்களுடைய இத்தா காலம் மூன்று மாதங்களாகும். மேலும் எந்தப் பெண்களுக்கு இதுவரை மாத விலக்கு வரவில்லையோ அவர்களுக்கான வழிமுறையும் இதுவே! மேலும் கர்ப்பிணிகளுக்கான இத்தா வரம்பு அவர்கள் குழந்தை பெற்றெடுப்பதுடன் முடிகின்றது" (65:4) என்று திருமறை கூறுகி றது.

கணவனை இழந்த பெண்களை உடனே மறுமணம் செய்ய அனுமதிக்காமல் இவ்வளவு காலம் காத்திருக்கக் கூறுவது, பெண் களைக் கொடுமைப்படுத்துவதற்கு அல்ல. மாறாக அவர்களுக்கு நன்மை செய்வதற்கே.

கணவனுடன் வாழ்ந்தவள் அவனது கருவைச் சுமந்திருக்கலாம்; அந்த நிலையில் அவள் இன்னொருவரை மணந்து கொண்டால் அந்தக் குழந்தையின் எதிர்காலம் பாதிப்புக்குள்ளாகும்; இரண் டாம் கணவன் அந்தக் குழந்தை என்னுடைய குழந்தை இல்லை என்று கூறக்கூடும்.

முதல் கணவனின் குடும்பத்தாரும் அது தம்முடைய குடும் பத்துக் குழந்தை இல்லை என்று சொல்லி விடலாம். தந்தை, யார் என்று தெரியாததால் அந்தக் குழந்தை மனரீதியாகப் பாதிக்கப்படும். தந்தையிடம் இருந்து கிடைக்க வேண்டிய சொத்து கிடைக்காமல் போய் விடும். இன்னொருவரின் குழந்தையைச் சுமந்து கொண்டு என்னை ஏமாற்றி விட்டாள் என்று இரண் டாவது கணவன் நினைத்தால் அந்தப் பெண்ணின் எதிர்காலம் பாதிக்கப்படக்கூடும்.

இத்தகைய காரணங்களால் பெண்களுக்கு நன்மை செய்யும் வகையில் அவர்களின் எதிர்காலம் மகிழ்ச்சியாக அமைவதற்காக, அவர்களது குழந்தையின் வருங்காலப் பாதுகாப்புக்காக இறைவன் இந்த ஏற்பாட்டைச் செய்துள்ளான்.

"தங்களது கருவறைகளில் அல்லாஹ் எதையேனும் படைத்திருப்பானேயானால் அதை மறைப்பது அவர்களுக்கு அனுமதிக்கப்பட்டதல்ல" (திருக்குர்ஆன்-2:227) என்பது இறைவன் வாக்கு.

மணவிலக்கு அளித்த அல்லது இறந்துபோன கணவனின் கரு, மனைவியின் வயிற்றில் வளர்கிறதா என்பதை உறுதிப்படுத்திக் கொள்வதற்காகவும், மண உறவு அகன்று தான் பிரிந்து வாழ்வதை உறவினர்களுக்கும் அண்டை அயலாருக்கும் மனைவி குறிப்பால் உணர்த்துவதற்காகவும் இவ்வாறு 'இத்தா' இருப்பது மனைவியின் கடமையாகும்.

கணவனை இழந்த பெண் துக்கத்தை வெளிப்படுத்துவதற்கு 'அல் இஹ்தாத்' என்பர். இந்தச் சொல்லுக்கு 'தடுத்தல்' என்று அர்த்தம். இறந்தவருக்காகத் துக்கம் கடைப்பிடிப்பதையே மக்கள் வழக்கில் 'அல் இஹ்தாத்' என்கிறார்கள்.

அலங்காரம் செய்து கொள்வது, நறுமணம் பூசிக் கொள்வது, அஞ்சனம் (சுர்மா) இட்டுக் கொள்வது போன்ற மகிழ்ச்சியை வெளிப்படுத்தும் செயல்களைக் கைவிடுவதே இஸ்லாமிய வழக்கில் 'அல் இஹ்தாத்' எனப்படுகிறது.

தாய், தந்தை, சகோதரன், சகோதரி போன்ற நெருங்கிய உறவினர்களின் இறப்புக்காக ஒரு பெண் மூன்று நாட்கள் வரை இவ்வாறு துக்கம் கடைப்பிடிக்கலாம். அதற்கு மேல் கூடாது.

ஆனால் கணவனை இழந்த கைம்பெண், கணவன் இறந்தது முதல் அவளது இத்தா காலமான நான்கு மாதம் பத்து நாட்கள் வரை துக்கம் கடைப்பிடிப்பாள். இந்த நாட்களில் அவள் சாதாரண ஆடை அணியலாம். சாதாரண எண்ணெய் தேய்த்து தலை வாரிக் கொள்ளலாம். நறுமணம் இல்லாத பொருட்களை உடலில் தேய்த்துக் குளிக்கலாம்.

ஆனால் ஆடையில் கூடுதல் அலங்காரம் செய்தல், வாசனை எண்ணெய் தேய்த்தல், உடையிலோ உடலிலோ நறுமணம் பூசிக் கொள்ளுதல், கண்ணுக்கு அஞ்சனம் தீட்டுதல், மறுமணம் நடத்துவதற்கான பேச்சுவார்த்தை நடத்துதல் ஆகியவற்றைத் தவிர்த்திட வேண்டும்.

27
திருக்குர்ஆனின் சிறப்பு

'**தி**ருக்குர்ஆன்' இறைவனின் அருள் வாக்காகும். அது இறைவனின் இறுதித் தூதர் நபிகள் நாயகம் (ஸல்) அவர்களுக்கு வானவர் ஜிப்ரீல் (அலை) அவர்களின் மூலம் வெளிப்படுத்தப்பட்டதாகும்.

"இது அல்லாஹ்வின் வேதமாகும். இதில் யாதொரு சந்தேகமும் தேவை இல்லை" (2:2) என்றும்,

"(முகம்மதே!) இது ஒரு வேதமாகும். இதனை நாம் உம் மீது இறக்கியுள்ளோம். மக்களை அவர்களுடைய இறைவனின் உதவி கொண்டு இருளில் இருந்து வெளியேற்றி ஒளியின் பக்கம் நீர் கொண்டு வரவேண்டும் என்பதற்காக" (14:1) என்றும் இறைவன் திருக்குர்ஆனில் கூறுகின்றான்.

திருக்குர்ஆனை இறைவன்தான் இறக்கி அருளினான் என்று குர்ஆனே திட்டவட்டமாகக் கூறுகிறது.

நபிகள் நாயகம் (ஸல்) அவர்கள் தொடக்கக் கல்வியைக்கூட கற்றதில்லை. அதனால்தான் அவர்களை 'உம்மீ நபி' என்கிறார்கள். 'உம்மீ நபி' என்றால் 'எழுதப் படிக்கத் தெரியாத நபி' என்று பொருள்.

திருக்குர்ஆன் அரபி மொழியின் மிகச்சிறந்த இலக்கியமாகக் கருதப்படுகிறது. அரபி மொழிக்கு இலக்கணம், சொல் வளம், சொற்றொடரியல் ஆகியவற்றுக்கான அடித்தளமாக அமைந்தது, குர்ஆனே. அப்படிப்பட்ட குர்ஆனை எழுதப்படிக்கத் தெரியாத ஒருவர் இயற்றினார் என்பதை யாரும் நம்ப மாட்டார்கள். இதுவே திருக்குர்ஆன் இறைவனின் வார்த்தைகளே என்பதற்கு முதல் அத்தாட்சியாகும்.

திருக்குர்ஆன் 23 ஆண்டு கால இடைவெளியில் சிறிது சிறிதாகப் பல்வேறு சூழ்நிலைகளில் அருளப்பட்டது. ஆனாலும் தொடக்கத்தில் இருந்து இறுதிவரை குர்ஆனின் உரை அனைத்தும்

ஒழுங்காகவும், சீராகவும் அமைந்துள்ளதைக் காணலாம். அதில் முரண்பாடுகள் எதையும் காண முடியாது. ஏக இறைவனின் வார்த்தையாக இருந்தால் மட்டுமே முரண்பாடுகள் இல்லாமல் இருக்கும்.

இதுகுறித்து திருமறையில், "இந்தக் குர்ஆனை அவர்கள் ஆழ்ந்து கவனிக்க வேண்டாமா? இது அல்லாஹ் அல்லாதவரிடம் இருந்து வந்திருந்தால் இதில் பல (தவறுகளையும்) முரண்பாடுகளை(யும்) அவர்கள் காண்பார்கள்" (திருக்குர்ஆன்–*4:82*) என்று இறைவன் கூறுகின்றான்.

திருக்குர்ஆனில் முரண்பாடுகள் இல்லை என்பது அது இறை வேதம் என்பதற்கு போதுமான சான்றாகும்.

இறைமொழி என்றால் அது தரமாக இருக்க வேண்டும்; உயர் தரமாக இருக்க வேண்டும்; நிரந்தரமாக இருக்க வேண்டும். திருக்குர்ஆன் இப்படி அமைந்துள்ளதா என்றால், அரபி மொழி அறிந்த முஸ்லிம் அல்லாதார் திருக்குர்ஆனை ஆய்வு செய்தால் நிச்சயமாக அது இறைவேதம் என்பதை அறிந்து கொள்ளவும், அறிவிக்கவும் முடியும்.

குர்ஆனின் நடை உரைநடையும் அல்ல; கவிதையும் அல்ல. இவைகளில் இருந்து முற்றிலும் மாறுபட்ட ஈர்க்கும் இசைநயம் கொண்ட ஓசையுடன் புதிய பாணியில் அமைந்துள்ளது. பாமர மக்களும் எளிதில் புரிந்து கொள்ளும் வகையிலும், அதே நேரத்தில் அறிஞர்களும் ஆச்சரியப்படத்தக்க வகையிலும் அதன் வசனங்கள் அமைந்துள்ளன. இவ்வளவு உயர்ந்த இலக்கிய தரத்தில் ஒரு நூலை இயற்ற வேண்டும் என்றால் நபிகளார், அறிஞராகவோ, அரபி மொழியில் கரை கண்டவராகவோ இருக்க வேண்டும். ஆனால் அவர்களோ படிப்பறிவு இல்லாதவர்.

இதையே, "(நபியே!) நீங்கள் இதற்கு முன்னர் யாதொரு வேதத்தை ஓதி அறிந்தவருமல்ல; உங்களுடைய கையால் அதை எழுதி(ப் பழகி)யவருமல்ல. அவ்வாறு இருந்திருக்குமாயின், நிரா கரிப்பவர்கள் (இதனை நீங்கள் தாமாகவே கற்பனை செய்து கொண்டீரே தவிர இறைவனால் அருளப்பட்டதல்ல என்று) சந் தேகம் கொள்ளலாம்" *(29:48)* என்று இறைவன் திருமறையில் கூறுகின்றான்.

திருக்குர்ஆனின் நடையும் நயமும், நபிகளாரின் மொழி நடை யில் இருந்து முற்றிலும் மாறுபட்டது.

திருக்குர்ஆனில் உள்ள கம்பீரம், தொனி, உவமை, சொல்லாட்சி,

இலக்கிய நயம் ஆகிய அனைத்தும் மனித ஆற்றல்களுக்கு அப் பாற்பட்டவையாக இருக்கின்றன.

குர்ஆன் இறைவனால் அருளப்பட்டதுதானா என்று சந்தேகம் கொள்வோரைச் சந்திக்க இறைவன் தயாராக இருக்கின்றான் என் பதற்கு கீழ்க்கண்ட வசனங்கள் சான்றாகத் திகழ்கின்றன.

“இவர்தான் இவ்வேதத்தை புனைந்து கூறுகிறார்” என்று இவர்கள் வாதிடுகிறார்களா? நீர் கூறும்: அவ்வாறாயின் இது போன்ற பத்து அத்தியாயங்களை நீங்கள் இயற்றிக் கொண்டு வாருங்கள்” (11:13)

“என்ன, இவர்கள் இறைத்தூதர் இதனைச் சுயமாக இயற்றியுள் ளார் என்று கூறுகின்றார்களா? நீர் கூறும்: “(இக்குற்றச்சாட்டில்) நீங்கள் உண்மையானவர்களாயின், இதுபோன்ற ஓர் அத்தியா யத்தை இயற்றிக் கொண்டு வாருங்கள்!” (10:38)

இறைவன் விடுத்த இந்தச் சவால் திருக்குர்ஆன் அருளப்பட்ட காலத்தில் வாழ்ந்த மக்களுக்கு மட்டுமல்ல; உலக முடிவு நாள் வரை யுள்ள அனைத்து மக்களுக்கும் விடப்பட்ட சவால் ஆகும். குர்ஆன் அருளப்பட்டு 1,400 ஆண்டுகள் ஆகி விட்டன. இந்தச் சவாலுக்கு இன்று வரை எவராலும் பதில் அளிக்க முடியவில்லை.

திருக்குர்ஆன் இறைவனால் இறக்கி அருளப்பட்ட வேதமாகவும், மனித குலத்திற்கு ஒரு வழிகாட்டியாகவும் விளங்குகிறது.

“இது பெரும் பாக்கியங்கள் நிறைந்த ஒரு வேதமாகும். (நபியே!) இதனை நாம் உம் மீது இறக்கி அருளியுள்ளோம். இந்த மக்கள் இதனுடைய வசனங்களைச் சிந்திக்க வேண்டும்; அறிவுடையோர் இதில் இருந்து படிப்பினை பெற வேண்டும் என்பதற்காக'' (திருக்குர்ஆன்–38:29) என்றும்,

“இது உலக மக்கள் அனைவருக்கும் ஒரு நல்லுரையே அன்றி வேறில்லை'' (திருக்குர்ஆன்–68:52) என்றும் இறைவன் திருமறை யில் கூறுகின்றான்.

குர்ஆன் எல்லாச் செய்திகளையும் எளிமையாக எடுத்துச் சொல் கிறது. பல்வேறு காலங்களில் இந்த உலகில் அவதரித்த இறைத் தூதர்கள் பற்றிப் பேசுகிறது. மனிதன் படைக்கப்பட்ட விதத்தை அது பறைசாற்றுகிறது. இயற்கையின் ஆற்றல்களை அது எடுத் துரைக்கிறது. கடந்த கால சமுதாயங்களின் வரலாறுகளை அது விவரிக்கிறது. அழிந்துபோன சமுதாயங்களின் நிலைமைகளைப் பார்க்கும்படி கூறி அச்சமூட்டி எச்சரிக்கிறது.

அன்றைய அரேபியாவில் மட்டுமல்ல, உலகம் முழுவதும் உள்ள மக்கள் அறிந்திராத பல அறிவியல் உண்மைகளைக் குர்ஆன் துல்லியமாகக் கூறுகிறது. இன்றைய விஞ்ஞான உலகம் குர்ஆனின் குரல் உண்மை என்பதை உரக்க உரைக்கிறது.

உலகத்தில் உள்ள எல்லா மதங்களில் உள்ள வேத நூல்களும் அந்தந்த மதத்தைச் சேர்ந்தவர்களால் ஓதப்படுகின்றன. சில சிறப்பான வேளை மற்றும் பண்டிகையின்போது ஓதுகின்ற வேதங்களாக அவை உள்ளன. ஆனால் நாள்தோறும் கோடிக்கணக்கான மக்கள் ஓதக்கூடிய ஒரே திருமறை, திருக்குர்ஆன்தான். ஒவ்வொரு நாளும் ஐந்து வேளை தொழுகை நடைபெறும்போது பள்ளிவாசல்களில் திருக்குர்ஆனின் வசனங்கள் ஓதப்படுகின்றன. நாட்டுக்கு நாடு நேரம் வேறுபடுவதைக் கணக்கிட்டுப் பார்த்தால் 24 மணி நேரமும் ஓதப்படுகிற திருமறையாகத் திருக்குர்ஆன் திகழ்வதைக் காணலாம்.

பிற மதங்களுக்குரிய வேதங்கள் பல நாட்டு மொழிகளில் மொழி பெயர்க்கப்பட்டு, அந்தந்த நாடுகளில் அந்தந்த மொழிகளிலேயே ஓதப்படுகிறது. ஆனால் மூல மொழியான அரபி மொழியிலேயே ஓதப்படுகிற ஒரே மறை, திருக்குர்ஆன்தான். திருக்குர்ஆன் எந்த மொழியில் மொழிபெயர்க்கப்பட்டாலும் அது ஆங்கிலமாக இருந்தாலும், தமிழாக இருந்தாலும் அரபி மொழியும் இடம் பெற்றிருக்கும். அரபி மொழி இல்லாத தொகுப்புகளைப் பார்ப்பது அரிது.

இந்த உலகத்தில் அருளப்பட்ட எந்த வேத நூலுக்கும் இல்லாத சிறப்பு திருக்குர்ஆனுக்கு உண்டு. 1,400 ஆண்டுகளுக்கு முன்பு திருக்குர்ஆன் அருளப்பட்டு, அது எந்த வரிசைப்படி தொகுக்கப் பட்டதோ, அதே வரிசைப்படி ஒரு புள்ளிகூட மாறாமல்- மாற்றப்படாமல் இன்று வரை இருக்கிறது.

இதற்குக் காரணம், அதைப் பாதுகாத்துக் கொள்கிற பொறுப்பையும் இறைவனே ஏற்றுக் கொண்டு விட்டான். "நிச்சயமாக நாம்தான் (உம்மீது) இவ்வேதத்தை இறக்கி வைத்தோம். ஆகவே (அதில் எத்தகைய மாறுதலும் அழிவும் ஏற்படாதவாறு) நிச்சயமாக நாமே அதனைப் பாதுகாத்துக் கொள்வோம்.'' (திருக்குர்ஆன்–15:9) என்று இறைவன் கூறுகின்றான்.

நடையழகு கொண்டு இறைவனால் மொழியப்பட்ட நூல், திருக்குர்ஆன். திருமறை வசனங்கள், ஓதுகிறவர்களை மட்டுமல்ல; அதைக் கேட்பவர்களையும் கட்டிப் போடும் சக்தி கொண்டது.

"குர்ஆனின் மாபெரும் வலிமை அதன் கொள்கைகளில் மட்டு

மல்ல; அதன் விந்தை மிகு ஓசை நயத்திலும் உள்ளது.'' என்றார், ஒரு மேலை நாட்டு அறிஞர்.

நபிகள் நாயகம் (ஸல்) அவர்களைக் கொல்வேன் என்று சூளுரைத்து, உருவிய வாளுடன் உமர் (ரலி) சென்றார். வழியில் அவருடைய தங்கை பாத்திமாவும், அவருடைய கணவரும் இஸ்லாத்தைத் தழுவிய செய்தி கிடைத்ததும் கோபத்துடன் தங்கையின் வீட்டுக்குப் போனார். அப்போது தங்கை ஓதிய குர்ஆன் வசனத்தைக் கேட்டு மனம் மாறி உமர் இஸ்லாத்தைத் தழுவினார்.

"இது (இறைவனால்தான் அருளப்பட்ட) தெளிவான வசனங்களாக இருக்கின்றன. ஆகவே மெய்யான ஞானம் கொடுக்கப்பட்டவர்களின் உள்ளங்களில் இது பதிந்து விடும்.'' (திருக்குர்ஆன்-29:49) என்ற இறைமொழிக்கு ஏற்ப ஆயிரக்கணக்கான ஆண்டுகளாக மனிதர்களின் இதயங்களில் வைத்துப் பாதுகாக்கப்படுகிற ஒரு வேதமாக திருக்குர்ஆன் திகழ்கிறது. நபிகளார் காலத்திலேயே அதைப் பலரும் மனப்பாடம் செய்தனர்.

அப்போது திருக்குர்ஆன் முழுவதையும் மனனம் செய்த நூற்றுக்கணக்கான நபித்தோழர்கள் இருந்தனர். அதன் பின்னரும் இந்த நிலை தொடர்ந்தது.

திருக்குர்ஆன் முழுவதையும் மனனம் செய்பவர்களுக்கு 'ஹாபிழ்' என்ற பட்டம் வழங்கப்படுகிறது. இப்போது உலகம் முழுக்க குர்ஆனை மனனம் செய்தவர்களின் எண்ணிக்கை பல லட்சங்களைத் தாண்டும்.

இன்றைய தினம் உலகில் ஒரு திருக்குர்ஆன் பிரதிகள்கூட இல்லை என்று ஒரு வாதத்திற்காக வைத்துக் கொள்வோம். மறு கணமே சில மணி நேரத்தில் ஓர் எழுத்துக்கூட மாறாமல் திருக்குர்ஆன் உருவாகி விடும்.

அழிக்க முடியாத ஒரு வேதமாக- லட்சக்கணக்கான மக்கள் உள்ளத்தில் உள்ள ஒரு வேதமாக இருக்கும் பெருமை இவ்வுலகில் திருக்குர்ஆனுக்கு மட்டுமே உண்டு.

28

நபிகளாரின் இறுதிப் பேருரை

ஹிஜ்ரி 10-ம் ஆண்டில் நபிகள் நாயகம் (ஸல்) அவர்கள் ஹஜ் செய்ய முடிவு செய்தார்கள். 'கண்ணியமிக்க ஹஜ்ஜை நிறைவேற்ற மக்கா செல்ல இருக்கிறேன்' என்ற நபிகளாரின் அறிவிப்பு அரபுலகம் முழுவதும் பரவி மக்கள் மனதில் பரவசத்தை ஏற்படுத்தியது.

பல திசைகளில் இருந்தும் மக்கள் மதீனாவை நோக்கி திரண்டனர். துல்கஅதா மாதத்தின் இறுதியில் நபிகளார், அங்கிருந்து மக்கா புறப்பட்டார்கள். துல்ஹஜ் மாதம் 4-ந் தேதி வைகறை வேளையில் மக்காவை அடைந்தார்கள்.

மக்கா நகருக்கு வந்தவுடன் முதலாவதாக இறை இல்லம் கஅபாவை 'தவாப்' செய்தார்கள். ('தவாப்' என்பதற்குச் சுற்றி வருதல் என்று அர்த்தம்). இப்போதும் ஹஜ் செல்லும் புனித பயணிகள் நபி வழிப்படி 'தவாப்' செய்கிறார்கள்.

பின்னர் 'மகாமே இப்ராகீம்' (நபி இப்ராகீம் நின்ற இடம்) என்னும் இடத்தில் இரண்டு ரக்அத்துகள் தொழுகையை நிறைவேற்றினார்கள். பிறகு 'ஸபா' மலைக்குன்றின் மீது ஏறினார்கள். அப்போது இறைவனைப் புகழ்ந்து துதித்துக் கொண்டே இருந்தார்கள்.

ஸபா, மர்வா குன்றுகளுக்கிடையே தொங்கோட்டத்தை முடித்துக் கொண்டு நபிகளார் துல்ஹஜ் பிறை 8–ம் நாளன்று 'மினா'வில் தங்கினார்கள்.

மறுநாள் அதிகாலைத் தொழுகையைத் தொழுது முடித்த பிறகு 'மினா'வில் இருந்து புறப்பட்டு அரபா வந்து சேர்ந்தார்கள். அங்கு ஒரு லட்சத்து இருபத்து நான்காயிரம் முஸ்லிம்கள் கூடியிருந்தனர். அவர்கள் மத்தியில் நின்று கொண்டு நபிகளார் வரலாற்றுச் சிறப்புமிக்க பேருரையை நிகழ்த்தினார்கள். அதில் இஸ்லாத்தின் அறிவுரைகள் முழுமையாகவும் கம்பீரத்துடனும் எடுத்துரைக்கப்பட்டன.

அதன் விவரம் வருமாறு:–

“மக்களே! மிகக் கவனமாகக் கேளுங்கள். ஏனெனில் இந்த ஆண்டுக்குப் பிறகு இந்த இடத்தில் நான் உங்களைச் சந்திப்பேனா என்று எனக்குத் தெரியாது.

ஏக இறைவனைத் தவிர வேறு இறைவன் இல்லை. அவனுக்கு இணையாக எவருமில்லை. நான் அவனது தூதர் என்றும், அடிமை என்றும் சான்று பகர்கிறேன்.

மக்களே! இந்த (துல்ஹஜ்) மாதத்தையும், இந்த (பிறை 9–ம்) நாளையும், இந்த (மக்கா) நகரையும் புனிதமாகக் கருதுவதுபோல் உங்களில் ஒருவர் மற்றவரின் உயிரையும், பொருளையும், மானத்தை யும் புனிதமாகக் கருதுங்கள்.

மக்களே! அறிந்து கொள்ளுங்கள். அக்கிரமம் செய்யாதீர்கள். எவருடைய செல்வமும் உங்களுக்கு ஆகுமானதன்று. செல்வத்தின் உரிமையாளர் அதனைத் தன் விருப்பத்துடன் உங்களுக்கு கொடுத் தாலே தவிர! உங்களில் எவராவது மற்றவர்களுடைய பொருளின் மீது பொறுப்பேற்று இருந்தால், அதை அவர் உரிய முறையில் உரிமையாளர்களிடம் ஒப்படைத்து விட வேண்டும்.

எச்சரிக்கையாக இருங்கள். ஒருவர் குற்றம் செய்தால் அந்தக் குற்றத்தின் தண்டனை அவருக்கே வழங்கப்படும். தந்தை செய்த குற்றத்திற்கு (பாவத்திற்கு) மகனோ, மகன் செய்த குற்றத்திற்கு தந்தையோ பொறுப்பாக மாட்டார். எந்தப் பிள்ளையும் தன் தந்தைக்கு அநியாயம் செய்ய வேண்டாம். எந்தத் தந்தையும் தன் பிள்ளைக்கு அநியாயம் செய்ய வேண்டாம்.

அறிந்து கொள்ளுங்கள்! (இஸ்லாத்துக்கு முந்தைய) அறியாமைக் காலத்தின் அனைத்து செயல்களையும் நான் எனது கால்களுக்குக் கீழ் புதைத்து அழித்து விட்டேன். அறியாமைக் கால கொலை களுக்குப் பழி வாங்குவதை விட்டு விட வேண்டும். முதலாவதாக, எங்கள் குடும்பத்தில் கொலை செய்யப்பட்ட ரபீஆ இப்னு ஹாரி ஸின் மகனுக்காகப் பழி வாங்குவதை நான் விட்டு விடுகிறேன்.

வட்டி இன்றோடு முழுமையாகத் தடை செய்யப்படுகிறது. கடனாக கொடுத்த பணத்தை மட்டும் நீங்கள் வசூலித்துக் கொள் ளலாம். முதலில் என் குடும்பத்தைச் சேர்ந்த அப்பாஸ் இப்னு முத்தலிபுக்கு வர வேண்டிய வட்டி பாக்கியைத் தள்ளுபடி செய் கிறேன்.

மக்களே! உங்கள் இறைவன் ஒருவனே. உங்கள் ஆதிப்பெற் றோரும் ஒருவரே! அறிந்து கொள்ளுங்கள். எந்த ஓர் அரபிக்கும்,

ஓர் அரபி அல்லாதவரை விடவோ, எந்த ஓர் அரபி அல்லாத வருக்கும் ஓர் அரபியை விடவோ எந்த மேன்மையும் சிறப்பும் இல்லை. எந்த ஒரு வெள்ளையருக்கும் கருப்பரை விடவோ, எந்த ஒரு கருப்பருக்கும் ஒரு வெள்ளையரை விடவோ எந்த உயர்வும், சிறப்பும் இல்லை.

இறையச்சம் மட்டுமே உங்கள் மேன்மையை- சிறப்பை நிர்ணயிக்கும். நிச்சயமாக இறைவனிடத்தில் உங்களில் மிகச் சிறந்தவர், உங்களில் அதிக இறையச்சம் உள்ளவர்தான்.

மக்களே! இறைவனை அஞ்சிக் கொள்ளுங்கள். தலைமைக்குக் கீழ்ப்படியுங்கள். கருப்பு நிற அடிமை ஒருவர் உங்களுக்குத் தலைவராக ஆக்கப்பட்டாலும், அவர் இறைவனின் வேதத்தைக் கொண்டு உங்களை வழி நடத்தி அதை உங்களுக்கு இடையில் நிலை நிறுத்தும் காலமெல்லாம் (அவரது சொல்லைக்) கேட்டு நடங்கள்.

மக்களே! பணியாளர்கள் விஷயத்தில் பொறுப்போடு நடந்து கொள்ளுங்கள். அவர்களை நன்றாகப் பராமரியுங்கள். நீங்கள் உண்பதையே அவர்களுக்கும் உண்ணக் கொடுங்கள்.

நீங்கள் உடுத்துவது போன்ற உடைகளையே அவர்களுக்கும் உடுத்தக் கொடுங்கள். உங்களால் மன்னிக்க முடியாத குற்றத்தை அவர்கள் செய்திருந்தால், அவர்களைப் பணியில் இருந்து நீக்கி விடுங்கள். அவர்களுக்குத் தண்டனை அளிக்காதீர்கள். அவர்கள் இறைவனின் அடியார்களாக இருக்கிறார்கள்.

மக்களே! பெண்கள் விஷயத்தில் இறைவனை அஞ்சிக் கொள்ளுங்கள். அவர்களுக்கு நன்மையே நாடுங்கள். அவர்கள் உங்களுக்குக் கட்டுப்பட்டவர்கள். இறைவன் அவர்களைப் பாது காக்கும் பொறுப்பை உங்களிடத்தில் ஒப்படைத்துள்ளான். அவனது நாட்டப்படி அவர்களை நீங்கள் மனைவியராக ஏற்று இருக்கிறீர்கள். நீங்கள் அவர்களுக்குச் செய்ய வேண்டிய கடமை யாதெனில் நல்ல முறையில் அவர்களுக்கு உணவும், ஆடையும் அளிக்க வேண்டும். எப்படி உங்கள் மனைவியர் மீது உங்களுக்கு உரிமைகள் இருக்கின்றனவோ, அதேபோல உங்கள் மனைவி யருக்கும் உங்கள் மீது உரிமைகள் இருக்கின்றன.

மக்களே! எனக்குப் பிறகு எந்த இறைத்தூதரும் இல்லை. உங்களுக்குப் பின் எந்தவொரு சமுதாயமும் இல்லை. உங்களைப் படைத்துக் காப்பவனான அல்லாஹ்வையே வணங்குங்கள். உங்களுக்கு விதிக்கப்பட்ட ஐவேளை தொழுகையை நிறைவேற்றுங்கள்.

ரமலான் மாதத்தில் நோன்பு வையுங்கள். மனமுவந்து உங்கள்

செல்வத்துக்கான 'ஜகாத்'தை (கட்டாய தர்மம்) நிறைவேற்றுங்கள். உங்கள் இறைவனின் இல்லத்தை (கஅபா) 'ஹஜ்' செய்யுங்கள். உங்கள் தலைவர்களுக்குக் கட்டுப்படுங்கள். (மேற்கூறிய நற் செயல்களால்) இறைவன் உங்களுக்காகப் படைத்துள்ள சொர்க்கத்தில் நுழைவீர்கள்.

நான் உங்களிடம் விட்டுச் செல்வதை நீங்கள் உறுதியாகப் பின்பற்றினால் ஒருபோதும் வழி தவற மாட்டீர்கள். அதுதான் அல்லாஹ்வின் வேதமாகும்.

உங்கள் இறைவனை அதி விரைவில் நீங்கள் சந்திப்பீர்கள். அவன் உங்கள் செயல்களைப் பற்றி உங்களிடம் விசாரணை செய்வான். நான் உங்களுக்கு மார்க்கத்தை எடுத்துரைத்து விட்டேன்.

கவனமாகக் கேளுங்கள்! எனக்குப் பிறகு ஒருவர் மற்றவரின் கழுத்தை வெட்டி மாய்த்துக் கொள்வதன் மூலம் இறை மறுப்பாளர்க(ளைப் போன்றவர்க)ளாய் நீங்கள் ஆகி விடாதீர்கள்.

மக்களே! ஒவ்வொரு மனிதனுக்கும் வாரிசுரிமை சட்டத்தின் படி சொத்தில் அவர்களுக்குரிய பங்கை இறைவன் நிர்ணயித்து விட்டான். எனவே வாரிசுதாரர்களுக்கு மரண சாசனம் என்பது கிடையாது."

இவ்வாறு நபிகள் நாயகம் (ஸல்) அவர்கள் கூறினார்கள்.

"மறுமையில் என்னைப் பற்றி உங்களிடம் விசாரிக்கும்போது நீங்கள் என்ன பதில் கூறுவீர்கள்?" என்று கூடி இருந்த மக்களை நோக்கிக் கேட்டார்கள். அவர்கள், "நிச்சயமாக நீங்கள் எடுத்துரைத்தீர்கள், நிறைவேற்றினீர்கள், நன்மையையே நாடினீர்கள் என நாங்கள் சாட்சி கூறுவோம்" என்றனர்.

நபிகளார் தங்களது ஆட்காட்டி விரலை வானை நோக்கி உயர்த்தி, பின்னர் மக்களை நோக்கித் திரும்பி, "அல்லாஹ்! இதற்கு நீயே சாட்சி" என்று மூன்று முறை கூறினார்கள்.

மேலும் "இங்கு வந்திருப்பவர்கள், இங்கு வராத மற்றவர்களுக்கும் எடுத்துக் கூறுங்கள். ஏனெனில் செய்தியைக் கேள்விப்படுபவர்களில் சிலர் நேரடியாகக் கேட்பவர்களை விட விளக்கமுடையவர்களாக இருப்பார்கள்" என்றுரைத்தார்கள்.

நபிகளார் தங்களது உரையை முழுமையாக முடித்தபோது, "இன்றைய தினம் நாம் உங்களுக்கு உங்களுடைய மார்க்கத்தை முழுமையாக்கி வைத்து என்னுடைய அருளையும் உங்கள் மீது முழுமையாக்கி வைத்து விட்டோம்" என்ற இறைமறை வசனம் (திருக்குர்ஆன்-5:3) இறங்கியது.

இந்த வசனத்தைக் கேட்ட உமர் (ரலி) அவர்கள் கண் கலங்கி

னார்கள். இதைப் பார்த்ததும் நபிகளார், "உமரே! நீங்கள் அழுவ தற்குக் காரணம் என்ன?" என்று கேட்டார்கள்.

அதற்கு உமர் அவர்கள், "அல்லாஹ்வின் தூதரே! நாங்கள் ஒவ்வொரு நாளும் மார்க்கத்தை அதிகமதிகம் தெரிந்து கொண்டே வந்தோம். இப்போது மார்க்கம் முழுமையாக்கப்பட்டு விட்டது. முழுமையான ஒன்று மீண்டும் குறைய ஆரம்பித்து விடுமே என எண்ணி நான் அழுகிறேன்" என்று கூறினார்கள்.

அதற்கு நபிகளார், "நீங்கள் உண்மைதான் கூறினீர்கள்" என்றார்கள்.

நபிகள் நாயகம் (ஸல்) அவர்கள் பிறை 11, 12, 13 ஆகிய நாட்கள் மினாவில் தங்கி ஹஜ் கடமைகளை நிறைவேற்றினார்கள். மக்களுக்கு மார்க்கச் சட்ட திட்டங்களைக் கற்றுக் கொடுத்தார்கள். புனித 'ஹஜ்' கடமையை எப்படி நிறைவேற்ற வேண்டும் என்பதையும் சொல்லிக் கொடுத்தார்கள்.

அப்போது அவர்கள், "என்னிடம் இருந்து ஹஜ்ஜின் சட்டங்களைக் கற்றுக் கொள்ளுங்கள். இதற்குப் பிறகு இன்னொரு ஹஜ் செய்ய எனக்கு வாய்ப்பு கிடைக்குமா? கிடைக்காதா? என்பதை நான் அறிய மாட்டேன்" என்றார்கள்.

நபிகள் நாயகம் (ஸல்) அவர்கள் ஒரே ஒரு முறைதான் ஹஜ் என்னும் புனிதக் கடமையை நிறைவேற்றினார்கள்.

தன்னுடைய நபித்துவ வாழ்க்கையில் முதலும், கடைசியுமாக நபிகளார் நிறைவேற்றிய இந்த 'ஹஜ்', விடைபெறும் ஹஜ் (ஹஜ் ஜத்துல் விதா) என்று அழைக்கப்படுகிறது.

இந்த ஹஜ்ஜின்போது, நபிகள் நாயகம் (ஸல்) அவர்கள் அரபா, முஸ்தலிபா, மினா ஆகிய இடங்களில் மிகப்பெரிய பேருரையை நிகழ்த்தினார்கள்.

இதற்கு இறுதிப் பேருரை என்று பெயர். 23 வருட காலமாக தனக்கு அருளப்பட்ட இறைவழி காட்டுதலை ரத்தினச் சுருக்கமாக நபிகளார் இந்த இறுதிப் பேருரையில் எடுத்துரைத்தார்கள்.

29

நபிகளாரின் சாதனை

மனிதர்களில் இருந்தே ஒரு சிலரைத் தன் தூதர்களாகத் தேர்ந்தெடுத்து அவர்களுக்குத் தன் வேதத்தை இறைவன் வழங்கினான். மனிதன் எப்படி வாழ வேண்டும் என்பதை அந்த இறைத் தூதர்கள் அனைவரும் தாமே நடைமுறையில் வாழ்ந்து காட்டி நமக்குக் கற்றுத் தந்தார்கள்.

அதில் இறுதித் தூதராக அனுப்பப்பட்டவர்களே, நபிகள் நாயகம் (ஸல்) அவர்கள். இன்றைய சவுதி அரேபியாவில், மக்கா மாநகரில் கி.பி.571-ம் ஆண்டு, ரபியுல் அவ்வல் பிறை 12 அன்று அப்துல்லாஹ்-ஆமினா தம்பதியரின் மகனாகப் பிறந்தார்கள், நபிகளார்.

பிறக்கும் முன்பே தந்தையையும், பிறந்த ஆறு ஆண்டுகளில் தாயையும் இழந்தார்கள். பின்னர் பாட்டனார் அப்துல் முத்தலிப் அரவணைப்பிலும், அவர் மரணித்த பிறகு பெரிய தந்தை அபூதாலிப் பராமரிப்பிலும் வளர்ந்தார்கள்.

சிறு வயதில் யாருக்கும் பாரமாக இருக்கக்கூடாது என்பதற்காக கால்நடைகளை மேய்க்கும் தொழிலைச் செய்தார்கள். இளம் வயதில் தன்னுடைய பெரிய தந்தையின் வணிகக்குழுவில் சேர்ந்து சிரியா நாட்டுக்குச் சென்று வியாபாரத்தில் ஈடுபட்டார்கள்.

இதனால் இளமையில் கல்வி கற்பதற்கான வாய்ப்பு அவர்களுக்குக் கிடைக்கவில்லை. அவர்கள் பிறந்த பிரதேசத்தில் இளைஞர்களின் வாழ்க்கை முறை ஒழுக்கக்கேடுகளின் உறைவிடமாக இருந்தது.

அந்த இளமைப்பருவத்தில் நபிகளார் நேர்மையுடன் நடந்து வந்ததால் 'நம்பிக்கைக்குரியவர்' (அல் அமீன்), 'வாய்மையாளர்' (அஸ்ஸாதிக்) என்ற அடைமொழிகளால் அழைக்கப்பட்டார்கள்.

இதைக் கேள்விப்பட்டு அரேபியாவின் மிகப்பெரிய வணிகச் சீமாட்டி கதீஜா தனது வர்த்தகத்தைக் கவனித்துக் கொள்ளும் பொறுப்பை நபிகளாரிடம் ஒப்படைத்தார். பின்னர் நபிகளார், கதீஜா (ரலி) அவர்களை மணந்து கொண்டார்கள். அப்போது

அறிவோம் இஸ்லாம் 147

நபிகளாரின் வயது 25, கதீஜாவின் வயது 40. கதீஜா, திருமணமாகி இருமுறை விதவையானவர்.

நபிகளார் தனது 40 வயதில், மக்கா நகருக்கு அருகே உள்ள 'ஹிரா' குகைக்கு அடிக்கடி சென்று தனித்திருந்து தியானத்திலும், இறைச் சிந்தனையிலும் ஈடுபட்டு வந்தார்கள்.

ஒருநாள் வானவர் ஜிப்ரீல் (ரலி) அவர்கள் மூலமாக "ஓதுவீராக! (நபியே!) படைத்த உமது இறைவன் திருப்பெயர் கொண்டு" என்று தொடங்கும் இறைச் செய்திகள் ('வஹீ') இறக்கி அருளப் பட்டன.

இதனால் அச்சம் மேலிட நடுங்கியவாறு வீட்டுக்கு வந்து மனைவி கதீஜாவிடம் நடந்ததைக் கூறினார்கள். அவர் நபிகளாரை நோக்கி, "கலங்காதீர்கள். உங்களுக்கு எந்தத் தீங்கும் நேராது. நீங்கள் ஏழைகளுக்கு தாராளமாக வழங்குகிறீர்கள். அநாதைகளையும், விதவைகளையும், ஆதரவற்றவர்களையும் ஆதரிக்கிறீர்கள். உங்களுக்கு நான் பக்கபலமாக இருப்பேன். இறைவன் உங்களை ஒருபோதும் கைவிட மாட்டான்" என்று ஆறுதல் கூறினார்கள்.

இதன்பின்னர் கதீஜா தமது உறவினர் வரக்கா பின் நவ்பல் என்ற அறிஞரிடம் நபிகளாரை அழைத்துச் சென்றார். நடந்த நிகழ்வுகளைக் கேட்ட வரக்கா, "முகம்மதே! உமக்கு இறைச்செய்தியை கொண்டு வந்தது வானவர் ஜிப்ரீலே. இறை அழைப்புப் பணியை நீங்கள் மேற்கொள்ளும்போது மக்கள் உங்களைத் தூற்றுவார்கள்; துன்புறுத்துவார்கள். ஊரை விட்டே நீங்கள் வெளியேறும் நிலை வரும்" என்றார்.

இந்த நிகழ்வுக்குப் பிறகு நபிகளார் இறைத்தூதர் என்னும் அந்தஸ்தைப் பெற்றார். இதற்கு முன்பு வந்த இறைத்தூதர்களைப் போலவே நபிகள் நாயகம் (ஸல்) அவர்களுக்கு தொடர்ந்தும், விட்டு விட்டும் இறைச்செய்திகள் வரத்தொடங்கின.

தொடக்கத்தில் ரகசியமாகவும், பின்னர் வெளிப்படையாகவும் நபிகளார் இறை அழைப்புப் பணியை மேற்கொண்டார்கள். இதைக் குரைஷிகள் ஏற்க மறுத்து, அவர்களைக் கல்லாலும் கடும் சொல்லாலும் தாக்கினார்கள். பொறுமையுடன் இறைப்பணியை மேற்கொண்டபோதிலும் குரைஷிகளின் தொல்லை எல்லை மீறிப் போனது.

இதனால் தோழர் அபூபக்கர் சித்தீக் (ரலி) அவர்களுடன் மதீனா சென்றார்கள். அந்த நகர மக்கள் நபிகளாரை வரவேற்று இஸ்லாத்தைத் தழுவினார்கள். அவர்களைத் தங்களது ஆன்மிக, அரசியல் தலைவராக ஏற்றுக் கொண்டார்கள். அவர்களைப்

போற்றிக் கொண்டாடினார்கள். மதீனா நகர மக்கள் மட்டுமின்றி அதைச் சுற்றியுள்ள மக்களும் நபிகளாரைப் பற்றிக் கேள்விப்பட்டு கூட்டங்கூட்டமாக இஸ்லாத்தில் நுழைந்தார்கள்.

நபிகளாரின் வளர்ச்சியைப் பொறுக்காத மக்கா நகர குரைஷிகள், மதீனா மீது பலமுறை போர் தொடுத்து தோல்வியைத் தழுவினார்கள். சமாதான உடன்படிக்கையை மக்கா வாசிகள் மீறினார்கள். இதனால் நபிகளார் ஹிஜ்ரி 8-ம் ஆண்டு ரமலான் மாதம் 10-ந்தேதி பத்தாயிரம் தோழர்களுடன் சென்று மக்காவை வெற்றி கொண்டார்கள். 'எவர் மீது பழிவாங்கல் இல்லை' என்று உறுதி அளித்த நபிகளார் அனைவருக்கும் பொது மன்னிப்பு வழங்கினார்கள்.

தோழர்கள் முன்னும் பின்னும் புடை சூழ இறை இல்லமான கஅபாவுக்குச் சென்றார்கள் நபிகளார். இறை இல்லத்தை வலம் வந்தார்கள்.

"சத்தியம் வந்தது; அசத்தியம் மறைந்தது. நிச்சயமாக அசத்தியம் அழிந்தே தீரும்" (திருக்குர்ஆன்-17:81) என்ற வசனத்தை ஓதியவர்களாக அங்கிருந்த 360 சிலைகளையும் அகற்றினார்கள். அங்கிருந்த உருவப்படங்களும் அழிக்கப்பட்டன.

'அல்லாஹு அக்பர்' (இறைவன் பெரியவன்) என்ற தக்பீர் முழக்கம் எங்கும் எதிரொலித்தது. இறை இல்லத்தை அவர்கள் வலம் வந்தார்கள். 'மகாமே இப்ராகீம்' (இப்ராகீம் நபி தொழுத இடம்) என்ற இடத்தில் தொழுகையை நிறைவேற்றினார்கள்.

23 ஆண்டுகளில் அவரது கொள்கைகளை அரேபிய தீபகற்பம் முழுமையாக ஏற்றுக்கொண்டது. தமது வாழ்வின் இறுதி ஆண்டான கி.பி.632-ம் ஆண்டில் தோழர்களுடன் மக்கா சென்று புனித 'ஹஜ்' கடமையை நிறைவேற்றினார்கள். அதே ஆண்டில் தமது 63-ம் வயதில் மரணம் அடைந்தார்கள்.

ஆயிரம் ஆண்டுகளில் உருவாக்கப்பட வேண்டிய ஒரு அகண்ட சாம்ராஜ்யத்தை– ஓர் ஒழுக்கமான சமுதாயத்தை 10 ஆண்டுகளில் உருவாக்கிய சாதனைச் சரித்திரம் உலகில் நபிகளாருக்கு மட்டுமே உண்டு.

30

நபிகளாரின் மாண்பு

கெய்ரோ நகரத்தில் உள்ள ஒரு விடுதியின் மூன்றாவது மாடியில் நின்று, கீழே வீதியில் நடக்கும் நிகழ்வுகளைப் பார்த்துக் கொண்டிருந்தார் ஒருவர். அங்கே அவரது கண்களையும், கவனத்தையும் கவர்ந்தது ஒரு காட்சி.

ஒரு முதியவர், வலிமை மிக்க வாலிபர் ஒருவரை தாறுமாறாகப் பேசுகிறார். அதோடு மட்டுமல்லாமல் சரமாரியாகத் தாக்குகிறார். அந்த வாலிபரோ ஏச்சையும் பேச்சையும், அடியையும் தாங்கியபடி மிகுந்த பொறுமையுடன் பதில் அளித்துக் கொண்டிருக்கிறார்.

இந்த நிகழ்ச்சியை மேலே இருந்து பார்த்துக் கொண்டிருந்த மனிதருக்கு வேதனையாக மட்டுமல்ல, வியப்பாகவும் இருந்தது. கீழே இறங்கி வந்தார்.

அந்த இளைஞரைப் பார்த்து, "நண்பரே! நீரோ நல்ல உடற்கட்டோடு இருக்கின்ற வாலிபர்; உம்மைத் தாக்கியவரோ வயதானவர். நீர் திருப்பி ஓர் அடி கொடுத்தாலே அவர் சுருண்டு விழுந்து விடுவார். இந்த நிலையில் அவரது ஏச்சையும், பேச்சையும் அவமானத்தையும், அடியையும் ஏன் சகித்துக் கொண்டீர் என்பதை நான் தெரிந்து கொள்ளலாமா?" என்று கேட்டார்.

அதற்கு அந்த வாலிபர், "நான் அந்தப் பெரியவரிடம் கடன் வாங்கி இருக்கிறேன். என்னால் அவருக்குச் செலுத்த வேண்டிய கடன் தொகையை குறித்த தவணையில் செலுத்த முடியவில்லை. அந்த ஆத்திரத்தில் அவர் என்னை ஏசுகிறார்; தாக்குகிறார். அவர் செய்வதை நான் சகித்துக் கொள்வதுதானே நியாயம்? மேலும் 'வாங்கிய கடனை முறைப்படி திரும்பச் செலுத்தி விடுங்கள்; முதியவர்களை மதியுங்கள்' என்று எங்கள் நபி கூறியுள்ளார்கள். அதனால்தான் நான் பொறுமையைக் கடைப்பிடித்தேன்" என்று தெரிவித்தார்.

1,400 ஆண்டுகளுக்கு முன்பு ஒரு தீர்க்கதரிசி கூறிய போதனைகள், இருபதாம் நூற்றாண்டிலும் ஒரு வாலிபரின் இதயத்தை இந்த அளவுக்கு பண்படுத்த முடிகிறது என்றால், அந்த நபியின் சொற்கள்

எத்துணை ஜீவன் உள்ளவையாய் இருக்க வேண்டும்? என்று ஆச்சரியத்தின் உச்சத்திற்கே சென்றார். இஸ்லாத்தை அறிந்து கொள்ள அதைக் கற்று தெளிவு பெற்றார். அப்படியே இஸ்லாத்தில் தன்னை இணைத்துக் கொண்டார்.

அவர்தான் திருக்குர்ஆனுக்கு ஆங்கில மொழியில் அற்புதமான மொழிபெயர்ப்பை ஆக்கித் தந்த அறிஞர் முகம்மது மர்மடியூக் பிக்தால்.

பதினான்கு நூற்றாண்டுகளுக்கு முன்பு வாழ்ந்த மறைந்த ஒரு மாமனிதர் அன்று கூறிய– நடைமுறைப்படுத்திக் காட்டிய அனைத்தையும் அப்படியே பின்பற்றும் ஒரு சமுதாயம் உலகில் இருக்கிறது என்றால், அது நபிகள் நாயகம் (ஸல்) அவர்களின் சமுதாயம் மட்டும்தான். வணக்க வழிபாடுகளில் மட்டுமல்லாமல் குடும்ப வாழ்க்கை, தனி மனிதன் சார்ந்த வாழ்க்கை நெறி, கொடுக்கல் வாங்கல் என எந்தப் பிரச்சினையானாலும், செயல் முறையானாலும் நபிகளார் கட்டளையிட்டவாறு நடக்கக்கூடிய சமுதாயம் பதினான்கு நூற்றாண்டுகளைக் கடந்தபோதிலும் இந்த உலகில் இருந்து வருவதைக் கண்கூடாகக் காண முடிகிறது.

பெற்றோர், உற்றார், மனைவி, குழந்தைகளை விடவும், இன்னும் சொல்லப்போனால் தன் உயிரை விடவும் நபிகளாரை நேசிக்கக் கூடிய கோடிக்கணக்கான பேர் இன்றும் வாழ்ந்து கொண்டிருக்கிறார்கள்.

நபிகள் நாயகம் (ஸல்) அவர்களுக்கு இன்னொரு சிறப்பும் உண்டு. உலக வரலாற்றிலேயே சமயம், சமுதாயம், சாம்ராஜ்யம் ஆகிய மூன்றின் நிறுவனராக விளங்கிய பெருமை அவர்களுக்கு மட்டுமே இருக்கிறது.

இறைவனால் அனுப்பப்பட்ட எல்லா இறைத்தூதர்களும் 'இறைவனையே வணங்குங்கள்' என்று எடுத்துரைத்தனர். அவர்களின் வழித்தோன்றல்கள், இறைவனை மறந்து அந்த இறைத்தூதர் களையே கடவுளாக்கி வணங்குகிறார்கள். புத்தரின் வரலாறும் அதுதான். கடவுளே இல்லை என்று சொன்ன புத்தரையே அவரது கருத்துக்கு மாறாக கடவுள் ஆக்கி விட்டார்கள். அவர் புத்த 'பகவான்' ஆகி விட்டார்.

ஆனால் 'இறைவனே பெரியவன்' என்று சொன்ன நபிகளார், தன்னை சாதாரண மனிதராகவே கருத வேண்டும் என்ற கருத்தில் மிகவும் உறுதியாக இருந்தார்கள். அதில் இமாலய வெற்றியும் பெற்றார்கள். இன்றும் அவர்களது அடக்கத்தலம் காணக்கூடிய இடமாக இருக்கிறதே தவிர வணங்கக்கூடிய இடமாக இல்லை.

அறிவோம் இஸ்லாம்

ஒவ்வொரு நாளும் ஐவேளைத் தொழுகை முஸ்லிம்களுக்குக் கடமை ஆக்கப்பட்டுள்ளது. அந்தத் தொழுகையின்போது ஒவ்வொரு பள்ளிவாசல்களிலும் தொழுகைக்கு வருமாறு தொழுகை அறிவிப்பு ('பாங்கு') செய்யப்படுகிறது.

'அல்லாஹ் அக்பர்' 'அல்லாஹ் அக்பர்' (இறைவன் மிகப் பெரியவன்) என்று தொடங்கும் அந்த அறிவிப்பில் 'அஷ்ஹது அன்ன முகம்மதர் ரசூல்லாஹ்' (முகம்மது நபி இறைவனின் திருத்தூதர்) என்ற சொற்றொடர் உள்ளது. இதில் நபிகளாரின் திருப்பெயரான 'முகம்மது' என்பது இடம் பெற்றுள்ளது. (ரசூல் என்பது இறைத் தூதரைக் குறிக்கும் சொல். நபி என்பதன் மற்றொரு பெயர். முக்கியமான இறைத்தூதர்களை 'ரசூல்மார்கள்' என்பர். 'ரசூல்லாஹ்' என்பதற்கு இறைத்தூதர் என்று அர்த்தம்.)

தொழுகைக்கு அழைப்பு விடுப்பவர் இந்தத் தொடரை இரு முறை உச்சரிக்க வேண்டும். மேலும் தொழுகை தொடங்கும்போது 'இகாமத்' சொல்லப்படும். 'இகாமத்' என்பதற்கு 'நிலை நாட்டல்' என்பது பொருள். கூட்டுத் தொழுகை நடைபெறப் போவதாகச் செய்யப்படும் அறிவிப்பை இது குறிக்கும். இது பள்ளிவாசலுக்குள் இருப்பவர்களை கூட்டுத் தொழுகையில் கலந்து கொள்ளுமாறு விடுக்கப்படும் அழைப்பாகும்.

இதிலும் நபிகளாரின் பெயர் இருமுறை இடம்பெறும். ஆக ஒரு நாளில் ஒரு பள்ளிவாசலில் ஐவேளைத் தொழுகையின் போதும் நபிகளாரின் பெயர் இருபது முறை ஒலிக்கப்படுகிறது. உலகம் முழுவதும் ஏறத்தாழ 20 லட்சத்திற்கும் மேற்பட்ட பள்ளிவாசல்கள் இருக்கின்றன. இதைக் கணக்கிட்டால் 4 கோடி முறை நபிகளாரின் திருப்பெயர் ஒலிக்கப்படுகிறது.

பொழுதுகளை அடிப்படையாகக் கொண்டது தொழுகை. நாட்டுக்கு நாடு, இடத்துக்கு இடம், ஊருக்கு ஊர் தொழுகை நேரம் வேறுபடும். இதன் காரணமாக உலகளாவிய அளவில் எந்த நேரமும் ஏதாவது ஓர் இடத்தில் தொழுகை நடந்து கொண்டிருக்கும். இந்த வகையில் உலகம் முழுவதும் ஒரு நாளில் இரவு-பகல் என்றில்லாமல் எல்லா நேரமும் இடையறாது நபிகளாரின் பெயர் ஒலித்துக் கொண்டே இருக்கிறது. நபிகள் நாயகம் (ஸல்) அவர்களுக்குக் கிடைத்துள்ள இந்தப் பெருமை உலகில் வேறு எந்த மனிதருக்கும் இல்லை.

31

நபிகளாரின் இறுதி நாட்கள்

ஹஜ் கடமையை நிறைவேற்றிய பிறகு இந்த உலக வாழ்க்கையில் இருந்தும், அதில் வாழ்பவர்களிடம் இருந்தும் விடை பெறும் அறிகுறிகள் நபிகளாரின் உள்ளத்தில் தோன்றின.

முகரம் முடிந்து ஸபர் மாதம் பிறந்தது. அந்த மாதத்தின் தொடக்கத்தில் நபிகள் நாயகம் (ஸல்) அவர்கள் 'உஹத்' என்ற இடத்திற்குச் சென்றார்கள்.

உஹத் என்பது மதீனாவுக்கு வடக்கே மூன்று மைல் தொலைவில் அமைந்துள்ள ஒரு மலை. ஹிஜ்ரி 3–ம் ஆண்டு (கி.பி.625) ஷவ்வால் மாதத்தின் மத்தியில் முஸ்லிம்களுக்கும் இறை மறுப்பாளர்களுக்கும் இடையே நடந்த யுத்தம் 'உஹத் போர்' எனப்படுகிறது.

உஹத் யுத்தம் நடந்த இடத்தில், அந்தப்போரில் இறந்தவர்களுக்காக இறைவனிடம் இறைஞ்சித் தொழுதார்கள். நபிகளாரின் இந்தச் செயல், இருப்போருக்கும் இறந்தோருக்கும் விடை கூறுவது போல அமைந்தது.

பின்பு பள்ளிவாசலுக்கு வந்து சொற்பொழிவு மேடையில் (மிம்பர்) ஏறி நின்று, "நான் உங்களுக்கு முன்பு செல்கிறேன். நான் உங்களுக்குச் சாட்சியாளன். அல்லாஹ்வின் மீது சத்தியமாக! நான் தற்போது எனது நீர் தடாகத்தைப் பார்க்கிறேன். எனக்குப் பூமியில் உள்ள பொக்கிஷங்களின் சாவிகள் கொடுக்கப்பட்டன. எனக்குப் பின்பு நீங்கள் இணை வைப்பவர்களாக மாறி விடுவீர்கள் என்று நான் அஞ்சவில்லை. இந்த உலகத்திற்காக நீங்கள் சண்டையிட்டுக் கொள்வீர்களோ என்றுதான் நான் அஞ்சுகிறேன்" என்றார்கள்.

ஹிஜ்ரி 11–ம் ஆண்டு ஸபர் மாதம் இறுதியில் ஒருநாள். இறந்த ஒருவரின் உடலை நல்லடக்கம் செய்து விட்டு திரும்பும் வழியில் நபிகளாருக்குக் கடுமையான தலைவலி ஏற்பட்டது. உடல் சூடு அதிகமானது. தலையில் கட்டி இருந்த துணிக்கு மேல்புறத்திலும் வெளிப்பட்ட அனலை உடனிருப்போர் உணர முடிந்தது. நோய்வாய்ப்பட்ட நிலையிலேயே சில நாட்கள் மக்களுக்குத் தொழுகை

அறிவோம் இஸ்லாம்

நடத்தினார்கள். மரணம் அடைவதற்கு ஐந்து நாட்களுக்கு முன்பு புதன் கிழமை அன்று, அவர்கள் உடல் நெருப்பாய் கொதித்தது. வலியும் அதிகமானது. அன்றைய தினம் நன்றாக குளித்தார்கள். இதனால் சூடு தணியக் கண்டார்கள். தலையில் தடிப்பான துணியைக் கட்டிக் கொண்டு போர்வையைப் போர்த்திய வர்களாகப் பள்ளிவாசல் சென்றார்கள். மேடையில் நின்று சொற் பொழிவு ஆற்றினார்கள். இதுவே அவர்கள் நிகழ்த்திய கடைசி சொற்பொழிவாகும்.

"இந்த உலகில் உள்ளவற்றை உங்களுக்கு வழங்கட்டுமா? அல் லது மறுமையில் என்னிடம் உள்ளவற்றை உங்களுக்குத் தரட்டுமா? என்று ஓர் அடியாரிடம் இறைவன் கேட்டான். ஆனால் அந்த அடியாரோ மறுமையில் உள்ள இறைக் கொடைகளையே தேர்ந் தெடுத்துக் கொண்டார்" என்று நபிகளார் கூறினார்கள்.

நபிகள் நாயகம் (ஸல்) அவர்கள் மறைமுகமாக எதைக் குறிப் பிடுகிறார்கள் என்பதைப் புரிந்து கொண்ட நபித்தோழர் அபூபக்கர் சித்தீக் (ரலி) அவர்கள் அழத் தொடங்கினார்கள்.

மேலும் நபிகளார், "தனது நட்பாலும் பொருளாலும் எனக்கு மக்களில் அதிகமதிகம் உபகாரம் செய்தவர் அபூபக்கர் ஆவார். என் இறைவனே! உன்னைத் தவிர மற்ற எவரையும் உற்ற நண்பனாக ஆக்கிக் கொள்வதாக இருந்தால் அபூபக்கரை உற்ற நண்பனாக ஆக்கி இருப்பேன். இருந்த போதிலும் அவருடன் இஸ்லாமிய சகோதரத்துவமும் அதன் நேசமும் எனக்கு இருக்கிறது".

"மக்களே! உங்களுக்கு முன்னர் வாழ்ந்த சமுதாயங்கள் தம் இறைத்தூதர்களின் மண்ணறைகளை வணக்கத்தலங்களாக ஆக்கிக் கொண்டார்கள். இதோ பாருங்கள், நீங்கள் அத்தகைய நட வடிக்கைகளை மேற்கொள்ளக்கூடாது. நான் உங்களை அதனை விட்டும் தடுத்துச் செல்கின்றேன்" என்றார்கள்.

மரணத்திற்கு நான்கு நாட்களுக்கு முன்பு நோயின் கடுமை கொடுமையாக இருந்தபோதிலும், அந்தி நேரத் தொழுகை (மக்ரிப்) வரை அனைத்தையும் நபிகளாரே தொழ வைத்தார்கள். இரவில் நோயின் வேகம் அதிகமானது. இஷா (இரவு நேரத்தொழுகை) தொழுகையில் அவர்களால் கலந்து கொள்ள முடியவில்லை. இதனால் அபூபக்கரை தொழ வைக்கும்படி கூறினார்கள். அதில் இருந்து பதினேழு நேரத்தொழுகைகளை அபூபக்கர் மக்களுக்குத் தொழ வைத்தார்கள்.

திங்கட்கிழமை அன்று அபூபக்கர் அவர்களைப் பின் தொடர்ந்து

'சுபுஹு' (அதிகாலைத் தொழுகை) தொழுகையை முஸ்லிம்கள் தொழுது கொண்டிருந்தனர். அப்போது ஆயிஷா (ரலி) அவர்களின் அறையின் திரையை நபிகளார் விலக்கி, பெருந்திரளான மக்கள் தொழுகையில் நிற்பதைக் கண்டு மகிழ்ச்சி கொண்டார்கள்.

தொழ வைப்பதற்குத்தான் நபிகளார் வருகிறார்கள் என்று எண்ணிய அபூபக்கர், தொழ வைக்கும் இடத்தில் இருந்து சற்று பின்னால் வரிசையை நோக்கி நகர்ந்தார்கள். நபிகளார் வருகை அவர்களுக்கு ஆனந்தத்தை அளித்தது.

ஆனால் நபிகளாரோ, "உங்கள் தொழுகையை முழுமைப் படுத்திக் கொள்ளுங்கள்" என்று கூறி விட்டு அறையில் நுழைந்து திரையிட்டுக் கொண்டார்கள். இந்த நிகழ்ச்சிக்குப் பிறகு இன்னொரு தொழுகை நேரம் நபிகளாருக்குக் கிடைக்கவில்லை.

அன்றைய தினம் முற்பகலில் மகள் பாத்திமா (ரலி) அவர்களை வரவழைத்து நபிகளார் பேசிக் கொண்டிருந்தார்கள். அப்போது ஒரு கட்டத்தில் பாத்திமா அழுதார்கள். மீண்டும் இன்னொரு செய்தியைக் கூறவே, பாத்திமா சிரித்தார்கள்.

இதைப் பற்றி பின்னாளில் ஆயிஷா (ரலி) அவர்கள் கூறியதாவது:–

"இந்த நிகழ்ச்சி பற்றி பின்பு ஒருநாள் பாத்திமாவிடம் விசாரித்தோம். எனக்கு ஏற்பட்ட அந்த (நோயின்) வலியால் நான் இறந்து விடுவேன் என்று இறைத்தூதர் கூறியபோது நான் அழுதேன். அவர்களது குடும்பத்தாரில் நான்தான் முதலில் அவர்களைப் பின்தொடர்ந்து (உலகைப் பிரிந்து) செல்ல இருப்பவள் என்ற செய்தியைக் கூறியபோது சிரித்தேன் என்று பாத்திமா பதில் அளித்தார்கள்".

32

நபிகளார் மரணம்

நபிகளாருக்கு ஏற்பட்ட கடுமையான நிலைமையைக் கண்ட பாத்திமா (ரலி) அவர்கள், "என் தந்தைக்கு ஏற்பட்ட கஷ்டமே" என்று வேதனைப்பட்டார்கள். "உன் தந்தைக்கு இன்றைக்குப் பிறகு கஷ்டமே இருக்காது" என்று நபிகளார் ஆறுதல் கூறினார்கள்.

நபிகளார் தன் பேரன்மார்கள் ஹசன், ஹுசைனை வரவழைத்து அவர்களை முத்தமிட்டார்கள். அவர்களுடன் நல்ல முறையில் நடந்து கொள்ளுமாறு பாத்திமாவை அறிவுறுத்தினார்கள். பின்னர் மனைவிமார்களை அழைத்து அவர்களுக்கு உபதேசமும், அறிவுரையும் நல்கினார்கள்.

சற்று நேரத்தில் ஆயிஷாவின் சகோதரர் அப்துல் ரஹ்மான் (ரலி) வந்தார்கள். அவர் கையில் பல் துலக்கும் ஈரமான (பேரிச்சங்)குச்சி இருந்தது.

அந்தக் குச்சியால் நபிகளார் பல் துலக்கி முடித்தவுடன், தம் கையை உயர்த்தினார்கள். அவர்களது பார்வை முகட்டை நோக்கியது. அவர்களது உதடுகள் அசைந்தன. அவர்கள் என்ன கூறுகிறார்கள் என்பதை ஆயிஷா செவி தாழ்த்திக் கேட்டார்கள்.

நபிகளார், 'இறைவா! என்னை மன்னித்து எனக்குக் கருணை புரிவாயாக! (சொர்க்கத்தில்) என்னை (உயர்ந்த) தோழர்களுடன் சேர்த்தருள்வாயாக!" என்று கூறினார்கள்.

அப்போது உயர்த்திய அவர்களின் கைகள் சாய்ந்தன. உயர்ந்தோனிடன் அவர்கள் சென்றார்கள். ஆயிஷா (ரலி) அவர்களின் முகவாய்க்கும் நெஞ்சுக்கும் இடையே தலை சாய்ந்தபடி நபிகளார் மரணம் அடைந்தார்கள். (இன்னா லில்லாஹி வ இன்னா இலைஹி ராஜிவூன் – நாம் இறைவனிடம் இருந்தே வந்தோம்; அவனிடமே செல்ல வேண்டியவர்களாக இருக்கிறோம்.)

ஹிஜ்ரி 11–ம் ஆண்டு ரபியுல் அவ்வல் பிறை 12 திங்கட் கிழமை முற்பகல் முடியும் நேரத்தில் அவர்களுக்கு மரணம் ஏற்பட்டது. அப்போது நபிகளாருக்கு 63 வயது 4 நாட்கள் ஆகி இருந்தன.

நபிகளார் மரணம் அடைந்த செய்தி எங்கும் பரவியது. ஒளி விளக்கு அணைந்ததால், மதீனா மாநகரம் இருண்டது.

செய்தி கேட்ட உமர் (ரலி) அவர்கள் எழுந்து நின்று, "சில நயவஞ்சகர்கள் நபி (ஸல்) இறந்து விட்டதாக நினைக்கின்றனர். நிச்சயமாக அல்லாஹ்வின் தூதர் மரணிக்கவில்லை. நபி மூஸா (அலை) அவர்கள் இறைவனைச் சந்திக்கச் சென்று நாற்பது நாட்கள் தமது சமூகத்தாரை விட்டு மறைந்திருந்தபோது மூஸா மரணம் அடைந்து விட்டதாக எண்ணினார்கள். ஆனால் நபி மூஸா திரும்பி வந்தார்கள். அவ்வாறே நபிகளாரும் இறைவனைச் சந்திக்க சென்று இருக்கிறார்கள். அல்லாஹ்வின் மீது ஆணையாக! நபி (ஸல்) நிச்சயம் திரும்ப வருவார்கள். தான் மரணித்து விட்டதாகக் கூறியவர்களின் கைகளையும், கால்களையும் வெட்டுவார்கள்" என்று கூறினார்கள்.

இந்த சமயத்தில் அபூபக்கர் (ரலி) அவர்கள் 'மஸ்ஜிதுந் நபவி' (நபிகளார் கட்டிய மசூதி) பள்ளிவாசலில் இருந்து சற்று தூரத்தில் உள்ள வீட்டில் தங்கி இருந்தார்கள். இந்த துக்கமான செய்தியைக் கேட்டவுடன், தனது குதிரையில் ஏறி அங்கு வந்தார்கள். யாரிடமும் பேசாமல் நபிகளாரைக் காண்பதற்காக ஆயிஷாவின் அறை நோக்கி நடந்தார்கள்.

நபிகளாரின் உடல் யமன் நாட்டு ஆடை ஒன்றால் போர்த்தப்பட்டிருந்தது. நபிகளாரின் முகத்தில் இருந்த துணியை நீக்கி, அவர்களின் முகத்தின் மீது தன் தலையைக் கவிழ்த்து அவர்களை அபூபக்கர் முத்தமிட்டு அழுதார்கள். "என் தாயும் தந்தையும் தங்களுக்கு அர்ப்பணமாகட்டும். அல்லாஹ் தங்களுக்கு இரண்டு மரணத்தைத் தரமாட்டான். அல்லாஹ் உங்களுக்கு விதித்த முதல் மரணத்தையே நீங்கள் அடைந்து கொண்டீர்கள்" என்று கூறினார்கள்.

பின்னர் அறையில் இருந்து வெளியேறி பள்ளிவாசலுக்கு வந்தார்கள். அங்கு உமர் (ரலி) மக்களிடம், 'நபிகளார் இறக்கவில்லை' என்று கோபமாகப் பேசிக் கொண்டிருந்தார்கள். இதைக் கண்டதும் "உமரே! அமருங்கள்" என்று அபூபக்கர் கூறியும் அவர் உட்கார மறுத்து விட்டார்.

அபூபக்கர் சொற்பொழிவு மேடையில் ஏறி, "நபி (ஸல்) அவர்கள் மரணம் அடைந்து விட்டார்கள். நிச்சயமாக அல்லாஹ் என்றென்றும் உயிருடன் இருப்பவன்; மரணிக்க மாட்டான்" என்று கூறினார்கள்.

தொடர்ந்து, "முகம்மது (நபி) ஒரு தூதரேயன்றி (இறக்காமல்

இருக்கக் கூடிய இறைவன்) அல்ல. அவருக்கு முன்னரும் (இவ்வாறே) பல தூதர்கள் சென்றிருக்கின்றனர். அவர் இறந்து விட்டால் அல்லது கொல்லப்பட்டால் நீங்கள் புறங்காட்டிச் சென்று விடுவீர்களோ? (அவ்வாறு) எவரேனும் புறங்காட்டி சென்று விட்டால் அதனால் அவன், அல்லாஹ்வுக்கு ஒன்றும் நஷ்டம் உண்டாக்கி விடமாட்டான். நன்றி அறிபவர்களுக்கு அல்லாஹ் அதி சீக்கிரத்தில் (நற்)கூலியைத் தருவான்" (திருக்குர்ஆன்–3:144) என்ற இறை வசனத்தை எடுத்துச் சொன்னார்கள்.

இதைக் கேட்டதும் அங்கு கூடி இருந்த மக்களும் அந்த இறை வசனத்தைத் திரும்பத் திரும்ப ஓதிக்கொண்டே இருந்தார்கள்.

நபிகளாரை அடக்கம் செய்வதற்கு முன்னதாக 'கலீபா'வை (ஜனாதிபதி) நியமிக்கும் பணி நடைபெற்றது. ஒருமனதாக அபூ பக்கர் (ரலி) அவர்கள் கலீபாவாக தேர்வு செய்யப்பட்டார்கள். இந்தப் பணியில் திங்கட்கிழமை கழிந்தது. அதுவரை நபிகளாரின் உடல் இருந்த அறையை அவரது குடும்பத்தார் மூடி வைத்திருந்தனர்.

மறுநாள் செவ்வாய்க்கிழமை பகலில், இலந்தை இலை கலந்த நீரால் மும்முறை குளிப்பாட்டினார்கள். நபிகளாரை வெள்ளை நிற யமன் நாட்டு பருத்தி ஆடையினால் (கபன்) போர்த்தினார்கள். அதில் தைக்கப்பட்ட சட்டையோ, தலைப்பாகையோ எதுவும் இல்லை.

நபிகளாரை எங்கு அடக்கம் செய்வது என்ற கேள்வி எழுந்தது. அப்போது அபூபக்கர் (ரலி) அவர்கள், "இறைத்தூதர்களின் உயிர் எங்கு பிரிகிறதோ அங்குதான் அவர்கள் அடக்கம் செய்யப்படுவார்கள் என்று நபி (ஸல்) கூற நான் கேட்டிருக்கிறேன்" என்றார்கள்.

இதன்படி நபிகளார் மரணித்த இடத்தில் உள்ள விரிப்பை அகற்றி அங்கே குழி தோண்டினார்கள். இதன்பிறகு குடும்பத்தாரும், நபித்தோழர்களும், பெண்களும், சிறுவர்களும் பத்து பத்து பேர்களாகச் சென்று நபிகளாரின் அறையில் 'ஜனாஸா' தொழுகையை (இறந்தோருக்காக தொழுவிக்கப்படும் இறுதித் தொழுகை) தொழுதார்கள். பின்னர் நபிகளாரின் உடல் நல்லடக்கம் செய்யப்பட்டது.

33

நபிகளாரின் நற்பண்புகள்

வார்த்தைகளால் வர்ணிக்க முடியாத அழகிய பண்புகளையும் சிறந்த குணங்களையும் கொண்டவர், நபிகள் நாயகம் (ஸல்) அவர்கள். மக்களின் இதயங்களின் ஆழத்தில், நபிகளாரின் கண்ணியம் வேரூன்றி இருந்தது. இறைத்தூதர் ஆவதற்கு முன்னரே அவர்களது வாழ்க்கை தூய்மையானதாகவும் நேர்மையானதாகவும் இருந்தது.

இளமைப் பருவத்திலேயே 'நம்பிக்கையாளர்' (அல் அமீன்), 'உண்மையாளர்' (அஸ்ஸாதிக்) என்று மக்களால் அழைக்கப்பட்டார்கள். எதிரிகள்கூட அவர்களைக் குறை கூறியதில்லை. அவர்களுடைய பரம எதிரி அபூஜஹ்ல் ஒருமுறை, "முகம்மதே! நீர் கொண்டு வந்த மார்க்கத்தைத்தான் நான் பொய்யாகக் கருதுகிறேன். ஆனால் நீர் பொய்யர் அல்லர்" என்று கூறினான்.

ஒருமுறை ரோம் மன்னர் ஹிர்கல் (ஹெர்குலஸ்) அழைப்பின் பேரில், நபிகளாரின் எதிரிகளில் ஒருவரான அபூ சுபியான் அவரை அவரது அவையில் சந்தித்தார். அப்போது அபூசுபியானிடம், "இஸ்லாத்தைப் பற்றிக் கூறுவதற்கு முன்பு அவர் (முகம்மது நபி) பொய் பேசியுள்ளார் என்று நீங்கள் பழி சுமத்தியுள்ளீர்களா?" என்று மன்னர் கேட்டார்.

அதற்கு அபூ சுபியான் பதில் அளிக்கையில், "அவ்வாறு அவர் ஒருபோதும் பொய் பேசியதில்லை" என்று பதில் அளித்தார்.

இதன் மூலம் மக்களின் நம்பிக்கைக்குரியவராகவும், வாய்மையாளராகவும் நபிகளார் வாழ்ந்து இருக்கிறார்கள் என்பது புலனாகிறது. நாம் இறைவனையும் அவனது திருமறையையும் ஏற்றுக்கொள்வதற்கு அவர்களது வாய்மையும், வாழ்வின் தூய்மையும் மட்டுமே போதுமானதாகும். ஆட்சித் தலைவராகவும், ஆன்மிகத் தலைவராகவும் மகத்தான அதிகாரமும், செல்வாக்கும் பெற்றிருந்த நபிகளார், இறுதிக் காலம் வரை எளிமையாகவே வாழ்ந்தார்.

நபிகள் நாயகம் (ஸல்) அவர்கள் மதீனாவின் ஆட்சியாளராக இருந்த நேரம். அவர்களைச் சந்திப்பதற்காக உமர் (ரலி) அவர்கள்

அறிவோம் இஸ்லாம் 159

செல்கிறார். அங்கே கண்ட காட்சியை உமர் விவரிக்கிறார். அதை நாமும் கேட்போம்.

"நபிகள் நாயகம் பாயின் மீது எதையும் விரிக்காமல் படுத் திருந்தார்கள். இதனால் விலாப்புறத்தில் பாயின் அடையாளம் பதிந்திருந்தது. கூளம் நிரப்பப்பட்ட தோல் தலையணையைத் தலைக்குக் கீழே வைத்திருந்தார்கள். அவர்களின் கால்மாட்டில் தோல் பதனிடப் பயன்படும் இலைகள் குவித்து வைக்கப்பட்டி ருந்தன. தலைப்பகுதியில் தண்ணீர் வைக்கும் பாத்திரம் தொங்க விடப்பட்டிருந்தது. இதைக் கண்டதும் நான் அழுதேன். 'ஏன் அழுகிறீர்?' என்று நபிகளார் கேட்டார்கள். '(பாரசீக மன்னர்) கிஸ்ராவும், (இத்தாலியின் மன்னர்) கைஸரும் எப்படி எப்படியோ வாழ்க்கையை அனுபவிக்கும்போது அல்லாஹ்வின் தூதராகிய நீங்கள் இப்படி இருக்கிறீர்களே' என்று நான் கூறினேன். அதற்கு நபிகளார், 'இவ்வுலகம் அவர்களுக்கும், மறுமை வாழ்வு நமக்கும் கிடைப்பது உமக்குத் திருப்தி அளிக்கவில்லையா?' என்று திருப்பிக் கேட்டார்கள்".

வலிமை மிக்க வல்லரசின் அதிபர் வாழ்ந்த வாழ்க்கையைப் படம் பிடித்துக் காட்டும் உண்மை நிகழ்வு இது.

நபிகள் நாயகம் (ஸல்) அவர்கள் மற்றவர்களை விட அதிகம் பணிவுடையவர்களாக இருந்தார்கள். மன்னர் வரும்போது அவர் முன்பு மக்கள் எழுந்து நிற்பதைப் போன்று தனக்கு முன் எழுந்து நிற்பதைத் தடை செய்தார்கள். நலிந்தோர்களையும் நோயாளி களையும் நலம் விசாரிப்பதை அன்றாட நடவடிக்கையாக வைத் திருந்தார்கள். ஏழைகளோடு ஏழைகளாகச் சேர்ந்திருப்பார்கள். தோழர்களுடன் அவர்களில் ஒருவராக அமர்ந்திருப்பார்கள். அடிமைகள் விருந்திற்கு அழைத்தாலும் இன்முகத்தோடு ஏற்றுக் கொள்வார்கள்.

தனது காலணிகளையும் ஆடைகளையும் அவர்களே தைத்துக் கொள்வார்கள். தனது ஆடைகளை அவர்களே சுத்தம் செய் வார்கள். ஆட்டில் அவர்களே பால் கறப்பார்கள். உங்களில் ஒரு வர் வீட்டு வேலைகளைச் செய்வது போன்று நபிகளாரும் தனது வீட்டில் வேலை செய்வார்கள்.

தோழர்களோடு தாமும் ஒருவராகப் பணிகளைப் பகிர்ந்து கொள்வார். ஒரு பயணத்தின்போது சமையல் வேலை தொடங்கி யது. ஆளுக்கொரு வேலையில் அவர்கள் ஈடுபட்டனர். அப்போது நபிகளார் விறகுகளைச் சேகரித்து வரப் புறப்பட்டார். இதை அறிந்த தோழர்கள், "இறைவனின் தூதரே! உங்களுக்கு ஏன் இந்தச் சிரமம்? நாங்களே இதைச் செய்து கொள்கிறோம்" என்றனர்.

உடனே நபிகளார், "உங்களால் செய்ய முடியும் என்பது எனக்கு நன்றாகத் தெரியும். இருந்தாலும் உங்களில் என்னைத் தனியே உயர்த்திக் காட்ட நான் விரும்பவில்லை. ஏனெனில் ஒருவர் தனது தோழர்களில் தனியாக வேறுபடுத்திக் காட்டுவதை இறைவன் வெறுக்கிறான்" என்று கூறி விறகு சேகரிக்கச் சென்றார்கள்.

மக்கா மாநகருக்கு தென் கிழக்கே சுமார் எழுபது மைல் தூரத்தில் உள்ள 'தாயிப்' நகருக்கு இஸ்லாத்தை எடுத்துரைக்க, தன்னுடைய வளர்ப்பு மகன் ஜைது (ரலி) அவர்களை அழைத்துக் கொண்டு நபிகளார் சென்றார்கள். அங்கு செல்வாக்கு மிக்க குடும்பத்தைச் சேர்ந்த மூன்று சகோதரர்களைச் சந்தித்து இஸ்லாத்தைப் பற்றி எடுத்துக் கூறினார்கள். அவர்கள் நபிகளாரை கேலியும் கிண்டலும் செய்தனர்.

அதோடு அவர்கள் நிற்கவில்லை. சிறுவர்களை ஏவி நபிகளாரை கற்களாலும் சொற்களாலும் தாக்கினார்கள். இவ்வாறு பத்து நாட்கள் பாடாய்ப்படுத்தினார்கள். பதினோறாம் நாள் அவர்கள் இருவரும் தாயிப் நகரத்தைவிட்டு வெளியேறினார்கள். அப்போதும் அந்தக் கொடிய மனம் கொண்டோர் ஓட ஓட விரட்டினார்கள். அவர்கள் நபிகளாரை கல்லால் அடித்தார்கள். அவர்கள் உடலில் காயங்கள் ஏற்பட்டன.

ரத்தம் பெருக்கெடுத்து ஓடியது. அருகில் தென்பட்ட ஒரு தோட்டத்திற்குள் இருவரும் தஞ்சம் புகுந்தனர். வேதனையைப் பொறுக்க முடியாமல் நபிகளார் கீழே சாய்ந்தார்கள். பக்கத்தில் இருந்த ஜைத் அவர்களைத் தாங்கியபடி, "நாசக்காரர்கள் நாசமடைய இறைவனைப் பிரார்த்தித்தால் என்ன?" என்று கேட்டார்கள்.

அதற்கு நபிகளார், "நான் மக்களிடம் அன்பு பாராட்டவும், அவர்களுக்கு நல்லுபதேசம் செய்யவும் அனுப்பப்பட்டிருக்கிறேன். அவர்களுக்கு வேதனையை வழங்குவதற்காக அனுப்பப்படவில்லை. இன்றில்லாவிட்டாலும் நாளை இவர்கள் நேர்வழியில் வருவார்கள். இவர்கள் வராவிட்டாலும் இவர்களுடைய வழித்தோன்றல்கள் நிச்சயம் இஸ்லாத்தை ஏற்பார்கள்" என்றார்கள்.

"நபியே! நிச்சயமாக நீர் மகத்தான நற்குணம் உடையவராகவே இருக்கின்றீர்" (திருக்குர்ஆன்–68:4) என்ற இறைக் கூற்றுக்கு ஏற்றவராக நபிகளார் விளங்கினார்கள்.

34

நற்குணங்களின் தாயகம்

நபிகள் நாயகம் (ஸல்) அவர்கள் மக்கள் மீது அன்பும் பாசமும் கருணையும் கொண்டவர்களாக இருந்தார்கள். அவர்களுடன் மிக அழகிய முறையில் ஒழுக்கத்துடன் நடந்து கொண்டார்கள்.

மக்களில் மிக உன்னதமான குணத்தை அவர்கள் பெற்றிருந்தார்கள். அவர்களிடம் எந்தக் கெட்ட குணமும் இருந்ததில்லை. அவர்கள் இயற்கையாகவோ செயற்கையாகவோ கெட்ட வார்த்தை பேசுபவராக இருந்ததில்லை.

"உங்களில் சிறந்தவர் உங்களில் நற்குணமுடையவரே" என்று அவர்கள் கூறுவார்கள். குழந்தைகள் முதல் அனைவருக்கும் அவர்களே முதலில் ஸலாம் கூறுவார்கள். பெரியவர்களுக்குக் கண்ணியமும், சிறுவர்களுக்கு இரக்கமும் காட்டுவார்கள்.

தேவையுடையோருக்கு உதவி செய்வார்கள். புதியவர்களுடன் நட்புடன் நடந்து கொள்வார்கள். தனது பணியாளரை 'சீ' என்ற சொல்லால்கூட சுட்டியதில்லை. ஒரு செயலைச் செய்ததற்காகவோ செய்யாமல் போனதற்காகவோ யாரையும் கண்டித்ததும் இல்லை; கடிந்து கொண்டதும் இல்லை.

நபிகளார் தெள்ளத்தெளிவாக இலக்கிய நயத்துடன் பேசுபவர்களாக இருந்தார்கள். அவர்கள் ஒரு விஷயத்தைப் பேசுகிறார்கள் என்றால், அதை (வார்த்தை வார்த்தையாக, எழுத்து எழுத்தாக கணக்கிட்டு) எண்ணக்கூடியவர் எண்ணியிருந்தால், ஒன்று விடாமல் எண்ணியிருக்கலாம். அந்த அளவுக்கு நிறுத்தி நிதானமாக பேசி வந்தார்கள். இதனால் மக்களில் மிக உயர்ந்த அந்தஸ்தில் இருந்தார்கள்.

இரண்டு விஷயங்களில் விரும்பியதைத் தேர்ந்தெடுத்துக் கொள்ளும்படி அவர்களுக்கு இரண்டு வாய்ப்புகள் கொடுக்கப்பட்டால் அதில் நபிகளார் மிக எளிதானவற்றையே எடுத்துக் கொள்வார்கள். ஆனால் அது பாவமாக இருக்கக் கூடாது. அது பாவமானதாக இருந்தால் அதை விட்டு வெகுதூரம் சென்று விடுவார்கள்.

நபிகளார் கணக்கிடமுடியாத அளவுக்கு தான, தர்மங்களை வழங்கி வந்தார்கள். வறுமைக்கு அஞ்சாமல், ஏழை எளியோருக்கும் தேவையுடையோருக்கும் செலவு செய்தார்கள். அவர்கள் மக்களில் மிகக் கொடைத் தன்மை உடையவர்களாக இருந்தார்கள்.

நபிகளாரிடம் ஏதாவது ஒன்று கேட்கப்பட்டு, அவர்கள் அதை 'இல்லை' என்று சொன்னதில்லை. தன்னைப் பின்பற்றியவர்களை 'தொண்டர்கள்', 'சீடர்கள்' என்ற அடைமொழிகளால் அழைக்காமல், 'தோழர்கள்' என்று வாஞ்சையோடு அழைத்தார்கள். அந்தத் தோழர்களுடன் அளப்பரிய நேசத்துடன் பழகுவார்கள்.

அவர்களில் யாராவது மரணித்து விட்டால், அவர்களது 'ஜனாஸா'க்களில் (இறுதி நிகழ்ச்சிகளில்) தவறாது பங்கேற்பார்கள். ஏழையை அவர்களது இல்லாமை காரணமாக இளக்காரமாகப் பார்க்க மாட்டார்கள்.

நபிகள் நாயகம் (ஸல்) அவர்கள் வாக்குறுதி கொடுத்தால் அதை மீற மாட்டார்கள். அவர்கள் எந்த உணவையும் ஒருபோதும் குறை கூறியதில்லை. அவர்கள் அதை விரும்பினால் உண்பார்கள். இல்லையென்றால் விட்டு விடுவார்கள்.

கல்வி, கண்ணியம், பொறுமை, சகிப்புத் தன்மை, வெட்கம், நம்பிக்கை அனைத்தும் நிறைந்ததாக நபிகளாரின் சபை இருந்தது. அங்கு உரத்த குரல்கள் ஒலிக்காது. கண்ணியத்திற்குப் பங்கம் வராது.

நபிகளார் நன்மையானவற்றைத் தவிர வேறெதையும் பேச மாட்டார்கள். அவர்கள் பேசினால் சபையோர் அமைதி காப்பார்கள். நபிகளார் அமைதியானால் தோழர்கள் பேசுவார்கள். அப்போது தோழர்கள் பேசுவதற்குப் போட்டி போட மாட்டார்கள். யாராவது பேசத் தொடங்கினால் அவர் முடிக்கும் வரை அவருக்காக அமைதி காப்பார்கள். சபைகளில் கண்ணியத்திற்குரியவர்களாகக் காட்சியளிப்பார்கள்.

தங்களது உடல் உறுப்புகளில் எதையும் வெளிக்காட்ட மாட்டார்கள். தேவையற்றதைப் பேச மாட்டார்கள். அதிகமதிகம் மவுனம் காப்பார்கள். அவர்களின் பேச்சு தெளிவானதாக இருக்கும். தேவையை விட அதிகமாகவோ குறைவானதாகவோ இருக்காது.

சகித்துக் கொள்வதும், பொறுத்துப் போவதும், சக்தியிருந்து மன்னிப்பதும், இன்னல்களை இன்முகத்தோடு ஏற்றுக் கொள்வதும் நபிகளாருக்கு இறைவன் வழங்கிய இயற்கைப் பண்புகளாகும்.

அவர்கள் வீரமும் ஈர நெஞ்சமும் கொண்டவர்கள். போர்க் களத்தில் மலை குலைந்தாலும், நிலைகுலையாதவர்களாக இருந் தார்கள். தடுமாற்றம் இல்லாமல், புறமுதுகு காட்டாமல் எதிரிகளை எதிர்த்து நின்றார்கள்.

திரை மறைவில் உள்ள கன்னிப் பெண்களை விட அதிக நாணம் உள்ளவர்களாக நபிகளார் இருந்தார்கள். எவரது முகத்தை யும் அவர்கள் ஆழமாக உற்று நோக்கியதில்லை. பார்வையைக் கீழ் நோக்கி வைத்திருப்பார்கள். வெட்கத்தினாலும் உயர் பண் பின் காரணத்தாலும் யாரையும் வெறுப்பூட்டும்படி பேச மாட் டார்கள்.

ஒருவரைப் பற்றி விரும்பாத செய்தி கிடைத்தால், 'அவர் ஏன் இவ்வாறு செய்கிறார்?' என்று கேட்பார்கள். அவரது பெயரை குறிப்பிட்டு சங்கடப்படுத்த மாட்டார்கள்.

உயர் பதவியில் இருப்போர் தனது குடும்ப உறுப்பினர்களுக்கும், உறவினர்களுக்கும் சலுகைகள் வழங்குவது என்பது காலங்கால மாக இருந்து வரும் நடைமுறையாகும். உயர் பதவியில் இருந் தாலும் பொது நிதியில் இருந்து ஒரு பேரீச்சம்பழத்தைக்கூட எடுக்கக் கூடாது என்ற கொள்கையில் நபிகளார் உறுதியாக இருந்தார்கள்.

ஏழை-பணக்காரன், உயர் ஜாதி-தாழ்த்தப்பட்ட ஜாதி, முஸ் லிம்-முஸ்லிம் அல்லாதோர் என்ற பாகுபாடின்றி அனைவருக்கும் சமநீதி வழங்கினார்கள். மொத்தத்தில் நபிகள் நாயகம், நற்குணத் தின் தாயகமாகவே திகழ்ந்தார்கள்.

"அல்லாஹ்வின் தூதரிடம் ஓர் அழகிய முன்மாதிரி இருக்கிறது" (திருக்குர்ஆன்-33:21) என்பது இறை வாக்கு.

குடும்பத் தலைவராக, போதகராக, போர்ப்படைத் தளபதியாக, அப்பழுக்கற்ற ஆட்சியாளராக, இறைவனின் இறுதித் தூதராக விளங்கிய நபிகளார், வாழ்வின் எல்லாத் துறைகளிலும் முன்மாதிரி யாக வாழ்ந்து காட்டினார்கள்.

'குர்ஆன் கூறும் அனைத்துப் போதனைகளுக்கும் அவர்களது வாழ்க்கையே ஒரு சான்றாக இருந்தது' என்ற ஆயிஷா (ரலி) அவர்களின் கூற்று நூற்றுக்கு நூறு உண்மை ஆகும்.

35

நூறு பேர்

இந்த உலகின் வரலாற்றை மாற்றி அமைத்து பெரு வெற்றி பெற்ற 'நூறு மனிதர்கள்' என்ற தலைப்பில் அமெரிக்க அறிஞர் மைக்கேல் ஹெச்.ஹார்ட் ஒரு நூலை ஆங்கிலத்தில் (தி 100) எழுதி இருக்கிறார். 'உலகில் தோன்றிய மனிதர்களில் மிகவும் தலை சிறந்தவர்-செல்வாக்கு பெற்றவர் யார்?' என்ற கேள்வியை எழுப்பி அதற்கு ஆக்கபூர்வமான விடையையும் விரிவாகத் தருகிறார்.

ஆன்மிகத் தலைவர்கள், அரசியல் தலைவர்கள், அறிவியல் கண்டுபிடிப்பாளர்கள், தத்துவ அறிஞர்கள், எழுத்தாளர்கள், கலைஞர்கள் என 100 பேரை தேர்ந்தெடுத்து அவர் வரிசைப் படுத்துகிறார். அவர்கள் தங்கள் நாட்டில் பெற்றிருந்த அந்தஸ்தை மட்டும் அளவுகோலாகக் கொள்ளாமல், அவர்கள் உலகளாவிய அளவில் பெற்றிருக்கும் செல்வாக்கையும், அதனால் இந்தச் சமு தாயம்-மக்களினம் பெற்றுள்ள தாக்கத்தையும் நடுநிலையோடு சீர்தூக்கி முறைப்படுத்தி முன்னுரிமை வழங்கியுள்ளார்.

அந்த வகையில் மைக்கேல் ஹார்ட் இந்த நூலில், "அனைவரைக் காட்டிலும் முகம்மது (ஸல்) அவர்களே முதன்மையானவர்" என்று குறிப்பிட்டு, அதன் காரண காரியங்களையும் எடுத்துக் காட்டி யுள்ளார். இந்த நூல் அமெரிக்காவில் வெளியானபோது எங்கும் ஒருவித பரபரப்பு பரவி, பல்வேறு தரப்பினருக்கு இடையே பலத்த விவாதங்களும், சர்ச்சைகளும் ஏற்பட்டன.

அந்த நூலில் மைக்கேல் ஹார்ட் கூறி இருப்பதாவது:-

"இந்த உலகத்தில் அளப்பெரும் செல்வாக்குடன் பெரும் தாக்கத்தை உண்டாக்கியவர்கள் பட்டியலில் முகம்மது அவர்களை முதன்மையானவராக நான் தேர்ந்தெடுத்தது சிலருக்கு வியப்பாக இருக்கலாம். வேறு சிலருக்கு வினாவாகவும் அமையலாம். ஆனால் சமயம், உலகியல் ஆகிய இருநிலைகளிலும் ஒருசேர மகத்தான வெற்றி கண்டவர், வரலாற்றில் அவர் ஒருவரேயாம்.

எளிமையான குடும்பத்தில் பிறந்து, பெரும் மதங்களில் ஒன்றை

அறிவோம் இஸ்லாம்

நிறுவி, அதை பரப்பிய பேராற்றல் வாய்ந்த அரசியல் தலைவர் அவர்.

அவர்கள் மறைந்து பல நூற்றாண்டுகளுக்குப் பிறகும் அவர்களின் செல்வாக்கு குறையாமலும், அவர்களின் தாக்கம், சக்தி மிக்கதாகவும் எல்லாத் துறைகளிலும் படர்ந்து பரவி உள்ளது.

இந்த நூலில் இடம் பெற்றுள்ளவர்களில் பெரும்பாலானோர், பாரம்பரியம் மிக்க அல்லது அரசியல் அரங்கில் மையமான நாடுகளிலோ பிறந்து வளர்வதற்குரிய நற்பேற்றைப் பெற்றவர்கள். ஆனால் முகம்மதுவோ உலகின் பின்தங்கிய பகுதியாக இருந்த தென் அரேபியா நாட்டில் உள்ள மக்கா நகரில் பிறந்தார்.

அந்தப் பகுதியோ வர்த்தகம், கலை, கல்வி ஆகியவற்றின் கேந்திரங்களினின்றும் தொலைதூரத்தில் இருந்தது. அவர் ஆறு வயதில் அனாதையானார். எளிய சூழ்நிலையில் வளர்ந்தார்; வளர்க்கப்பட்டார். அவர் எழுதப் படிக்கத் தெரியாதவராக இருந்தார் என்று இஸ்லாமிய வரலாறு நமக்குச் சொல்கிறது.

தம் இருபத்தைந்தாவது வயதில் செல்வச் சீமாட்டியாக இருந்த ஒரு விதவையை மணந்தார். அதன்பிறகு பொருளாதாரத்தில் சீரடைந்தார். நாற்பது வயதை நெருங்கும் வரை அவர் குறிப்பிடத்தக்க ஒருவராக வருவார் என்பதற்கான வெளிப்படையான அடையாளங்கள் எதுவும் தோன்றவில்லை.

அவருக்கு நாற்பது வயதானபோது, 'உண்மையான ஏக இறைவன் அல்லாஹ் தம்முடன் பேசுகிறார் என்றும், சத்தியத்தைப் பரப்ப தம்மைத் தேர்ந்தெடுத்திருக்கிறார்' என்றும் திடமாக நம்பினார்.

மூன்று ஆண்டுகளுக்கு நெருங்கிய தோழர்களுக்கும், தொடர்புடையோருக்கும் மட்டுமே போதனை செய்தார். இதைத் தொடர்ந்து சுமார் 613-ம் ஆண்டில் இருந்து பகிரங்கமாக பிரசாரம் மேற்கொண்டார். மெல்ல மெல்ல மக்கள் அவரது கொள்கைகளை ஏற்க தொடங்கினார்கள். இதனால் மக்காவின் அதிகாரவர்க்கத்தினர் அவரை அபாயகரமான தொல்லை தருபவராக கருதினர்.

கி.பி.622-ம் ஆண்டில் பாதுகாப்பு கருதி மக்காவுக்கு வடக்கே 200 மைல் தொலைவில் உள்ள மதீனா நகருக்குச் சென்றார். அங்கு அவருக்கு கணிசமான அரசியல் வல்லமையுள்ள பதவி கிடைத்தது. இவ்வாறு அவர் மதீனாவுக்குச் சென்ற 'ஹிஜ்ரா' என்ற நிகழ்ச்சியே நபிகள் வாழ்வில் நிகழ்ந்த திருப்புமுனையாகும்.

மக்காவில் அவரைப் பின்பற்றியோர் மிகக் குறைவு. ஆனால்

மதீனாவில் நிறைய ஆதரவாளர்களைப் பெற்றார். அங்கு அவர் பெற்ற செல்வாக்கு ஏறத்தாழ எல்லா அதிகாரங்களையும் கொண்ட தலைவர் ஆக்கியது.

அடுத்த சில ஆண்டுகளில் முகம்மதுவைப் பின்பற்றுவோர் எண்ணிக்கை வேகமாகப் பெருகியது.

மக்காவுக்கும், மதீனாவுக்கும் இடையே பல போர்கள் நடந்தன. இறுதியில் 630-ம் ஆண்டு முகம்மது மாபெரும் வெற்றியாளராக மக்காவில் நுழைந்ததும் இந்த யுத்தம் நின்றது.

எஞ்சி இருந்த அவரது வாழ்நாளாகிய அடுத்த இரண்டரை ஆண்டுகளில் அரபுக் குலங்கள் வேகமாகப் புதிய மார்க்கத்தில் இணைந்தன. 632-ம் ஆண்டில் மரணிக்கிறபோது அவர் தென் அரேபியா முழுமைக்கும் பேராற்றல் கொண்ட ஆட்சியாளராக விளங்கினார்.

சமயத் துறையிலும், உலகியல் துறையிலும் முகம்மது நபி ஒரு சேரப் பெற்ற இணையில்லாத செல்வாக்குதான் மனித வரலாற்றில் மிகப் பெரும் தாக்கத்தை ஏற்படுத்திய ஒரே தனி மனிதர் என்னும் தகுதிக்கு அவரை உரித்தாக்குகிறது என்று நான் கருதுகிறேன்.

இவ்வாறு மைக்கேல் ஹெச்.ஹார்ட் கூறியுள்ளார்.

36

தனியார் சட்டம்

இந்திய அரசியல் சட்டத்தின் 25-ஏ பிரிவு, "இந்தியாவில் வாழும் அனைத்து மக்களுக்கும் தாங்கள் விரும்பிய மதத்தைப் பின்பற்றவும், நடைமுறைப்படுத்தவும், பரப்பவும் உரிமை அளித்துள்ளது. அரசியல் அமைப்புச் சட்டம் அளித்துள்ள இந்த உரிமையின் அடிப்படையில், இந்தியாவில் வாழும் பல்வேறு மதத்தினர் திருமணம், விவாகரத்து, வாரிசுரிமை போன்றவற்றில் தத்தமது மதத்தின் தனியார் சட்டங்களைப் பின்பற்றி வருகிறார்கள்.

இந்தியாவில் உள்ள முஸ்லிம்களும் காலங்காலமாக திருமணம், விவாகரத்து, வாரிசுரிமை, வக்ப் சொத்துகளின் நிர்வாகம் போன்றவற்றில் ஷரீஅத் சட்டத்தின் அடிப்படையில் அமைந்துள்ள முஸ்லிம் தனியார் சட்டத்தைப் பின்பற்றி வருகிறார்கள். இந்த நாட்டில் முஸ்லிம்களுக்கு மட்டுமே தனியார் சட்டமும், சலுகைகளும் உள்ளன; மற்றவர்களுக்கு இல்லை என்கிற போலித் தோற்றம் உருவாக்கப்பட்டு, சாதாரண மக்கள் மனதிலும் விதைக்கப்பட்டுள்ளது. முஸ்லிம்களுக்கு மட்டுமே தனியார் சட்டம் இருப்பதுபோல பிரசாரம் செய்வது முற்றிலும் உண்மைக்கு மாறானது. இதேபோல, இந்துக்களுக்கும், சீக்கியர்களுக்கும், இன்னும் பல பிரிவினருக்கும் அவர்களுக்கென சிறப்பு தனியார் சட்டங்கள் இந்திய அரசியல் சாசனத்தால் உறுதிப்படுத்தப்பட்டுள்ளன.

இந்தியாவில் முஸ்லிம் தனியார் சட்டத்தின் வரலாற்றைப் புரட்டிப் பார்த்தால் உண்மை நிலவரம் தெரிய வரும். மொகலாயர்கள் இந்தியாவை ஆண்டபோது இஸ்லாமிய சட்டம்தான் இந்த நாட்டின் சட்டமாக இருந்து வந்தது. அதாவது சிவில் சட்டம் மட்டுமல்ல; குற்றவியல் சட்டமும் (கிரிமினல் சட்டம்) இஸ்லாமிய சட்டத்தைப் பின்பற்றியே வகுக்கப்பட்டன. அப்போதிருந்த நீதிமன்றங்களும் இந்தச் சட்டங்களின்படியே நீதி வழங்கி வந்தன.

ஆனால் திருமணம், வாரிசுரிமை, சொத்து ஆகியவை தொடர்பாக தங்களது மதங்களின் சட்டப்படியும், சம்பிரதாயப்படியும் நடந்து கொள்ள முஸ்லிம் அல்லாதோருக்கு முழு உரிமை அளிக்கப்

பட்டிருந்தது. இதைப் புரியும்படி சொல்ல வேண்டுமென்றால், முஸ்லிம்கள் தங்களது தனி விவகாரங்களில் முஸ்லிம் சட்டங்களையும், முஸ்லிம் அல்லாதோர் தங்களது தனி விவகாரங்களில் அவர்களது தனியார் சட்டங்களையும் பின்பற்ற அனுமதிக்கப்பட்டிருந்தனர்.

1765-ம் ஆண்டில் கிழக்கிந்திய கம்பெனி, நீதிமன்றங்களை நிர்வாகம் செய்து வந்தபோது, ஆங்கில நீதிபதிகள், வக்கீல்கள் உதவியோடு இஸ்லாமிய சட்டத்தின்படியே தீர்ப்பளித்து வந்தனர். பிற்காலத்தில் படிப்படியாக ஆங்கிலச் சட்டங்களை அமல்படுத்தத் தொடங்கினார்கள். இறுதியில் 1862-ம் ஆண்டு இஸ்லாமிய குற்ற வியல் சட்டம் முற்றிலும் கைவிடப்பட்டு, இந்திய தண்டனை சட்டம் (இ.பி.கோ.) அமலுக்குக் கொண்டு வரப்பட்டது. இருந்தபோதிலும் திருமணம், விவாகரத்து (தலாக்), வாரிசுரிமை, தனிப்பட்ட விவகாரங்கள், குடும்ப விவகாரங்களில் மட்டும் இஸ்லாமியச் சட்டம் தொடர்ந்து அமலில் இருக்க அனுமதிக்கப்பட்டது.

இந்த நிலையில் நாட்டின் சில பகுதிகளில் குறிப்பிட்ட சில முஸ்லிம்கள் பெண்களுக்குச் சொத்துரிமையில் வாரிசுரிமையை மறுத்தனர். இதைத் தடுக்க எண்ணிய இஸ்லாமிய மார்க்க அறிஞர்கள், அரசுக்கு கோரிக்கை விடுத்தனர். இதை ஏற்று பிரிட்டீஷ் அரசு 1937-ம் ஆண்டு முஸ்லிம் தனியார் சட்டத்தை அமல்படுத்தியது. இதுவே 'ஷரீயத் சட்டம் 1937' என்று அழைக்கப்படுகிறது.

அதில், "திருமணம், மஹர் (மணக்கொடை), ஜீவனாம்சம், விவாகரத்து (ஆண்கள் சார்பில் தலாக்), குலா (பெண்கள் சார்பில் செய்யப்படும் மண முறிவு), பஸக் (நீதிமன்ற மண முறிப்பு), விலாயத் (பவர்) ஹிபா (அன்பளிப்பு), வாரிசுரிமை, வக்ப் ஆகிய விவகாரங்களில், தொடர்புடையவர்கள் முஸ்லிம்களாக இருந்தால், முஸ்லிம் தனியார் சட்டத்தின்படிதான் தீர்ப்பு வழங்க வேண்டும்." என்று கூறப்பட்டிருந்தது.

இதன்பிறகு 1939-ம் ஆண்டு முஸ்லிம்களின் விவாகரத்து சட்டம் அமலுக்குக் கொண்டு வரப்பட்டது. இதன்படி ஒரு முஸ்லிம் பெண் தனது கணவனிடம் இருந்து விடுதலை பெறும் பொருட்டு நீதி மன்றத்துக்குச் செல்லத் தேவையான அடிப்படைக் காரணங்கள் இந்தச் சட்டத்தில் நிர்ணயிக்கப்பட்டன.

இதில், "கணவனைப் பற்றி தொடர்ந்து நான்காண்டு காலம் எந்தவிதத் தகவலும் இல்லாதிருந்தால் அல்லது இரண்டு ஆண்டு காலம் கணவன் ஜீவனாம்சம் செலுத்தாமல் இருந்தால் அல்லது மனைவிக்கு கணவன் அநீதியும், கொடுமைகளும் இழைத்துக் கொண்டிருந்தால் அல்லது பலதாரம் இருந்து குர்ஆனின்

அறிவோம் இஸ்லாம்

கட்டளைக்கேற்ப அவர்களுக்கு இடையே நீதியுடன் நடக்காதிருந்தால் அல்லது கணவன் பாலியல் நோயால் பீடிக்கப்பட்டிருந்தால்– ஒரு பெண் இந்தக் காரணங்களை எடுத்துரைத்து நீதிமன்றத்தின் மூலம் விவாக ரத்துக்கான உத்தரவைக் கோரலாம்'' என்று கூறப்பட்டிருந்தது.

திருமணம், தலாக், வாரிசுரிமைப் பிரச்சினைகளில் பிணக்குகள் ஏற்பட்டால் ஷரீயத் சட்டப்படியே நீதிமன்றம் தீர்ப்பு வழங்கக் கடமைப்பட்டிருக்கிறது. சான்றாக ஒரு பெண் தன்னுடைய கணவனால் இன்னலுக்கு ஆளாகிறாள். அவனோ குலாவுக்கு (பெண் தரப்பில் கோரப்படும் விவாக ரத்து) ஒப்புதல் அளிக்கவில்லை என்றால், அந்தப் பெண் நீதிமன்றத்தின் வாயிலாக விவாகரத்தைப் பெறலாம். இதுபோலவே ஒரு பெண்ணுக்குச் சொத்தில் உரிமை வழங்கப்படவில்லை என்றால், இஸ்லாமிய வாரிசுரிமைச் சட்டப்படி அவள் நீதிமன்றத்தின் மூலம் தனது உரிமையை நிலைநாட்டலாம். இவ்வாறாக இஸ்லாமிய சட்டத்தின்படியே நீதிமன்றங்கள் தீர்ப்புகளை வழங்கிக் கொண்டிருந்தன.

இந்தியத் திருநாடு சுதந்திரம் அடைந்த பிறகு அம்பேத்கர் தலைமையிலான இந்திய அரசியல் நிர்ணய சபை இந்தியாவுக்கான சட்டங்களை வகுத்தது. அப்போது நீண்ட நெடிய விவாதங்கள் நிகழ்ந்தன.

அந்தக் கூட்டத்தில், இந்தியாவின் அனைத்துப் பிரிவு மக்களுக்கும் தனியார் சட்டம் என்னும் அடிப்படை உரிமை கிடைக்க வழிவகுத்தவர் கண்ணியத்திற்குரிய காயிதே மில்லத் இஸ்மாயில் சாகிப் ஆவார்.

அப்போது அவர், "தனியார் சட்டங்கள் இல்லையென்றால், இந்திய அரசியல் சாசனத்தின் 25-ஏ பிரிவான விரும்பிய சமயத்தைத் தேர்வு செய்தல், பின்பற்றுதல், பரப்புரை செய்தல் ஆகிய உரிமைகள் அர்த்தமற்றுப் போவதை" எடுத்துரைத்தார். இறுதியில் சிறுபான்மையினரின் உரிமைகள் நசுக்கப்படும் சூழலைத் தடுப்பதற்காக தனியார் சட்டங்களை அரசியல் சாசனம் ஏற்றுக் கொண்டது. அந்த நிலை இன்றும் தொடர்கிறது.

37

பொது சிவில் சட்டம் ஏற்புடையதா?

பொது சிவில் சட்டம்– இது இன்றைய தினம் அரசியல் களத்தையும், சமுதாய தளத்தையும் அதிர வைக்கும் ஒரு விவாதக் கருவாக உருவாகி இருக்கிறது. பொது சிவில் சட்டம் என்பது ஒரு நாட்டின் அனைத்து சமயம், மொழி, இனம் மற்றும் குறிப்பிட்ட நிலப்பகுதியில் வாழும் மக்களுக்கான பொதுவான உரிமையியல் சட்டங்களைக் குறிக்கின்றது.

இந்திய அரசியல் சாசனத்தின் வழிகாட்டும் நெறிமுறைகளின் 44–வது பிரிவு, பொது சிவில் சட்டம் கொண்டு வருவதைப் பரிந்துரை செய்கிறது. எனவே இந்தியாவுக்கு 'பொது சிவில் சட்டம்' அவசியம் தேவை என்பது சிலரின் வாதம்.

"இந்திய ஆட்சிப் பரப்பு எங்கணும் ஒரே சீரான உரிமையியல் தொகுப்புச் சட்டம் குடிமக்களுக்கு உறுதியாகக் கிடைக்குமாறு அரசு பெருமுயற்சி செய்தல் வேண்டும்'' என்று 44–வது பிரிவில் கூறப்பட்டுள்ளது.

வழிகாட்டு நெறிமுறைகளைப் பொறுத்தவரை நீதிமன்றங்கள் இதை வலியுறுத்த முடியாது. வழிகாட்டு நெறிமுறைகளை நிறைவேற்றுமாறு வழக்கும் போட முடியாது. வழிகாட்டும் நெறிமுறைகளில் உள்ள சில முக்கியமான வழிகாட்டுதல்கள் பல அரசுகளால் தொடர்ந்து புறக்கணிக்கப்படுகின்றன. ஆனால் பொது சிவில் சட்டம் மட்டுமே வழிகாட்டு நெறிமுறைகளில் இருப்பது போன்ற ஒரு மாயத் தோற்றத்தை உருவாக்கி தேச ஒற்றுமையை உருக்குலைக்க முயற்சி செய்கிறார்கள்.

இந்திய அரசியல் சாசனத்தில் 36 முதல் 51 வரை வழிகாட்டும் நெறிமுறைகள் உள்ளன. இதில் 47–வது பிரிவில், "அரசு தன் மக்களின் ஊட்டச் சத்தின் தரநிலை, வாழ்க்கைத் தரம் ஆகியவற்றை உயர்த்துவதையும், பொதுநல வாழ்வை மேம்படுத்துவதையும் தன்னுடைய தலையாய கடமைகளில் அடங்கியனவாகக் கொள்ளுதல் வேண்டும். குறிப்பாக மருந்து நோக்கங்களுக்காக அன்றி, வெறியூட்டும் குடிவகைகளையும், நலவாழ்வுக்குத் தீங்கு இழைக்கும்

மருந்துப் பொருட்களையும் உட்கொள்வது பற்றிய தடையை நடைமுறைக்குக் கொண்டு வருவதற்கு அரசு பெரு முயற்சி செய்தல் வேண்டும்'' என்று கூறப்பட்டுள்ளது. இதன்படி போதையூட்டும் மது வகைகள், உடலுக்குத் தீங்கு செய்யும் மருந்துப் பொருட்கள் ஆகியவற்றை அரசு தடை செய்ய வேண்டும். வழிகாட்டும் நெறி முறைகளில் மதுவிலக்கும் முக்கிய நெறிமுறையாகவே இந்திய அரசியல் சாசனத்தில் இடம் பெற்றுள்ளது. இதை அமல்படுத்த எந்த மதமும் தடை சொல்லப் போவதில்லை. இருந்தபோதிலும் அரசியல் சாசனத்தின் மீது பதவிப் பிரமாணம் எடுத்துக் கொண்ட அரசுகள் இதை மீறி இருப்பதைக் கண்கூடாகக் காண முடிகிறது. குஜராத், நாகலாந்து, பீகார் ஆகிய மாநிலங்களைத் தவிர இந்தியாவில் இதர மாநிலங்களில் மதுவிலக்கு அமலில் இல்லை. போதை தரும் மதுவகைகளைத் தடை செய்ய வேண்டும் என்பது போன்ற ஒரு வழிகாட்டும் நெறிமுறைதான் பொது சிவில் சட்டம் குறித்த கருத்தும் ஆகும்.

மேலும் நமது நாட்டின் உரிமையியல் சட்டங்களில் 99 சதவீதம் அனைவருக்கும் பொதுவான சட்டங்களாகவே உள்ளன. தொழில் நடத்துதல், கொடுக்கல் வாங்கல், போக்குவரத்து விதி, சொத்து விற்பனை, வாடகை போன்ற பல்வேறு செயல்பாடுகளில் அனைவருக்கும் பொதுவான சட்டங்களே பின்பற்றப்படுகின்றன.

சான்றாக, வங்கியில் கடன் வாங்கிய ஒரு முஸ்லிம் தவணைகள் பல கடந்தும் பணம் செலுத்தவில்லை என்று வைத்துக் கொள்வோம். இந்த விவகாரம் நீதிமன்றத்துக் கொண்டு செல்லப்படுகிறது. அங்கே அவர், "வட்டி வாங்குவதும், கொடுப்பதும் இஸ்லாத்தில் தடை செய்யப்பட்டுள்ளது; எனவே நான் வங்கியில் வாங்கிய கடனுக்கு வட்டி செலுத்த மாட்டேன்'' என்று வாதிட முடியுமா?

இந்திய அரசியல் சட்டம் 18 வயதுக்குட்பட்டவர்களை சிறுவர், சிறுமி என்று கருதி அவர்களை 'மைனர்' என்கிறது. இதனால் தான் 'பெண்களின் திருமண வயது 18' என்று அரசு பிரகடனப் படுத்துகிறது. அந்த வயதை விட குறைவான வயதில் திருமணம் செய்தால், 'குழந்தை மணம்' என்று சொல்லி அதைத் தடை செய்கிறது; தண்டனை வழங்குகிறது.

ஆனால் இஸ்லாம் மார்க்கத்தைப் பொறுத்தவரை பருவம் அடைந்து விட்டாலே 'மேஜர்'தான். "எங்கள் மார்க்கச் சட்டப்படி 15 வயதில் 'மேஜர்' ஆகி விட்டதால் சிறாருக்கான சட்டங்கள் என்னைக் கட்டுப்படுத்தாது'' என்று எந்த முஸ்லிமாவது கூற முடியுமா?

ஏறத்தாழ 99 சதவீதம் பொதுவான சட்டத்தை முஸ்லிம்கள் ஏற்கும்போது திருமணம், விவாக ரத்து, வாரிசுரிமை போன்றவற்றில் மட்டும் கண்டிப்பாக ஷரீயத் சட்டங்களைப் பின்பற்றுவது ஏன்? என்ற வினா எழலாம். திருமணம், விவாக ரத்து, வாரிசுரிமை ஆகியவை தனிப்பட்ட மனிதன் தொடர்புடைய விவகாரம். சில குடும்பங்களுக்கு இடையே, ஒரு சமூகத்திற்குள்ளே நிகழும் சம்பவங்கள். இஸ்லாம் மார்க்கத்தை தனது வாழ்க்கை நெறியாக-வாழ்க்கை முறையாக தேர்ந்து எடுத்துக் கொண்ட ஒரு முஸ்லிம், அந்த நெறிகளின்படி திருமணம் செய்து கொள்வதிலோ, சொத்துக்களைப் பிரிப்பதிலோ யாருக்கும் தீங்கும் இல்லை; எவருக்கும் தொல்லை இல்லை. அதனால் இந்த நாட்டுக்கோ அல்லது பிற மதத்தைச் சார்ந்தவர்களுக்கோ எந்தவித பாதிப்பும் இல்லை.

உலகிலேயே இந்தியா ஒரு உன்னதமான நாடு; பிற நாடுகளுக்கும் நமக்கும் உள்ள முக்கியமான வேறுபாடு, "வேற்றுமையில் ஒற்றுமை" "முரண்பாடுகளில் உடன்பாடு" "பன்மையில் ஒருமை" என்பதாகும். இதை உண்மையாக உணர்ந்த நம் முன்னோர்கள் அதைச் சட்டங்களிலும் நிலை நாட்டியுள்ளனர்.

இதுபோன்ற தனியார் சட்டங்கள் நமது நாட்டில் மட்டும்தான் இருக்கிறதா என்றால் நிச்சயமாக இல்லை. பல்வேறு நாடுகளிலும் முஸ்லிம்களுக்கென்று தனியாக, தனியார் சட்டங்கள் உள்ளன. தாய்லாந்து நாடு புத்தமத்த நாடு. அங்கு புத்த மதத்தைப் பின்பற்றுவோர் பெரும்பான்மையாக உள்ளனர். அந்த அரசு அவர்களது குடும்பவியல் சட்டத்தில் பல சீர்திருத்தங்களைக் கொண்டு வந்துள்ளது. ஆனால் அந்த சட்டம், புத்தர்களை மட்டுமே கட்டுப்படுத்தும். முஸ்லிம்கள் தங்களது தனியார் சட்டத்தின்படி செயல்பட முழு உரிமை பெற்றிருக்கிறார்கள். இலங்கை, பர்மா, கிரீஸ் போன்ற நாடுகளிலும், ஆப்பிரிக்க நாடுகளான எத்தியோப்பியா, கானா, கோல்ட் கோஸ்ட், உகாண்டா ஆகிய நாடுகளிலும் முஸ்லிம்களுக்கு தனியார் சட்டங்கள் உள்ளன.

பாகிஸ்தான், வங்காளதேசம் ஆகியவை முஸ்லிம் நாடுகள். இந்த இரு நாடுகளும் முழுமையாக இஸ்லாமிய ஷரீயத் சட்டங்களை அமல்படுத்த முன் வந்துள்ளன. ஆனால் அங்கு வாழும் இந்துக்கள், சீக்கியர்கள், கிறிஸ்தவர்கள் போன்ற சிறுபான்மையினர் அவரவர்கள் மதச் சட்டங்களின் அடிப்படையில் தொடர்ந்து செயல்பட அனுமதி அளிக்கப்பட்டுள்ளது.

38

பலதார மணம்

இஸ்லாம் குறித்து தவறாகப் புரிந்து கொள்ளப்பட்ட விஷயங்களில் முக்கிய இடத்தைப் பலதார மணம் பெறுகிறது. பலதார மணத்தை இஸ்லாம் முதன்முதலாக அறிமுகப் படுத்தவில்லை.

நபிகள் நாயகம் (ஸல்) அவர்களின் காலத்திற்கு முன்பே அரபு சமூகத்தில் மட்டுமல்ல, அனைத்து சமூகங்களிலும் பலதார மணம் நடைமுறையில் இருந்தது. 'எத்தனை பெண்களை வேண்டுமானாலும் வைத்துக் கொள்ளலாம்; அவர்களை முறையாக மணந்து உரிமைகளை வழங்க வேண்டும் என்ற அவசியம் இல்லை' என்ற நிலையே உலகம் முழுவதும் நிலவியது.

இஸ்லாத்தின் வருகைக்குப் பிறகுதான் பலதார மணத்திற்குக் கட்டுப்பாடுகளும், விதிமுறைகளும் வகுக்கப்பட்டன. நிபந்தனைகளுடன் கூடிய பலதார மணத்திற்கு மட்டுமே அனுமதி வழங்கப் பட்டது.

எல்லா மனைவியரிடமும் நியாயமாக நடக்க முடியும் என்றால் மட்டுமே பலதார மணம் செய்ய முடியும்.

"அனாதை(ப் பெண்களைத் திருமணம் செய்து கொண்டு, அவர்)கள் விஷயத்தில் நீதியுடன் நடக்க இயலாது என நீங்கள் அஞ்சினால், மற்ற பெண்களில் உங்களுக்கு விருப்பமானவர்களை இரண்டிரண்டாகவோ, மும்மூன்றாகவோ, நான்கு நான்காகவோ நீங்கள் திருமணம் செய்து கொள்ளலாம். (அவ்வாறு பலரைத் திருமணம் புரிந்தால், அப்போதும் அவர்களுக்கிடையில் நீங்கள் நீதியுடன் நடந்து கொள்ள வேண்டும். அவ்வாறு) நீங்கள் நீதியுடன் நடந்து கொள்ள முடியாது என்று பயந்தால் ஒரு பெண்ணையே அல்லது உங்கள் ஆதிக்கத்தின் கீழ் இருக்கும் (அடிமைப்) பெண்ணையே (திருமணம் செய்து) கொள்ள வேண்டியது. நீங்கள் பேதம் பாராட்டாமல் இருப்பதற்கு இதுவே சிறந்த வழி யாகும்." (4:3) என்கிறது திருக்குர்ஆன்.

பாத்திமா மைந்தன்

இந்த இறைவசனம் மதீனாவில், உஹது போருக்குப் பின்னர் அருளப்பட்டதாகும். நபிகளார் மக்காவில் இருந்த 13 ஆண்டுகளில் இது அருளப்படவில்லை. அந்தப் போரில் ஏராளமான முஸ்லிம்கள் தன் இன்னுயிரை இழந்தார்கள்.

இதனால் அவர்களுடைய மனைவி, மக்களெல்லாம் விதவைகளாகவும் அனாதைகளாகவும் ஆனார்கள். இப்படிப்பட்ட சூழ் நிலையில்தான் இந்த வசனங்கள் இறங்கின. எனவேதான் தொடக்கத்தில் அனாதைகளைப் பற்றி இந்த வசனம் பேசுகிறது.

"(நம்பிக்கையாளர்களே!) நீங்கள் எவ்வளவுதான் விரும்பினாலும், மனைவியரிடையே நீதி செலுத்திட ஒருக்காலும் சக்தி பெற மாட்டீர்கள்; ஆனால் (ஒரே மனைவியின் பக்கம்) முற்றிலும் சாய்ந்து (மற்ற) அவளை (அந்தரத்தில்) தொங்கவிடப்பட்டவள் போன்று விட்டு விடாதீர்கள். நீங்கள் சுமுகமாக நடந்து கொண்டு (அல்லாஹ்வை) பயந்து கொள்வீர்களானால், நிச்சயமாக அல்லாஹ் மிகவும் மன்னிப்பவனாகவும், மிக்க கருணை உடையவனாகவும் இருக்கின்றான். (4:129) என்றும் கட்டளையிடுகிறது குர்ஆன்.

திருமறையின் விரிவுரையாக வாழ்ந்த நபிகள் நாயகம் (ஸல்) அவர்கள் இது குறித்து குறிப்பிடும்போது, "ஒருவனுக்கு இரு மனைவிகள் இருந்து அவர்களில் ஒருத்தியின் பக்கம் சாய்ந்து விடுவானேயானால், அவன் மறுமையில் ஒரு பக்கம் சாய்ந்தவனாக வருவான்" என்று கூறினார்கள்.

மேற்கண்ட திருக்குர்ஆன் வசனங்களையும், நபிகளாரின் கருத்தையும் கூர்ந்து கவனித்தால் ஒரு உண்மை தெளிவாகும். நீங்கள் ஒன்றுக்கு மேற்பட்ட பெண்களை மணமுடித்தால், அவர்களிடையே மிகவும் நீதியாக நடக்க வேண்டும்.

அவ்வாறு நடுநிலை தவறாத நீதியுடன் உங்களால் நடக்க முடியாது என்று கருதினால் ஒரு மனைவியோடு நிறுத்திக் கொள்ளுங்கள் என்பதாகும்.

நீதியாக நடந்து கொள்வது என்றால் என்ன?

பலதார மணத்தினால் ஏற்படும் பொருளாதாரச் சுமைகளைத் தாங்கிக் கொள்ளும் சக்தி படைத்தவராக இருக்க வேண்டும். பொருளாதாரத் தேவைகளை நிறைவு செய்வது போலவே தாம்பத்ய தேவைகளையும் பூர்த்தி செய்யும் சக்தி படைத்தவராக இருக்க வேண்டும்.

மனைவியருக்கு இடையே பாரபட்சம் காட்டுவதோ அவர்கள்

அறிவோம் இஸ்லாம்

பெற்றெடுத்த குழந்தைகளின் பராமரிப்பில் பாரபட்சம் காட்டு வதோ கூடாது.

இரண்டாம் தாரமாக ஒரு பெண்ணை மணமுடிக்கலாம்; ஆனால் அவளை இரண்டாம் தரமாக நடத்தக்கூடாது என்று கண்டிப்புடன் கூறுகிறது, இஸ்லாம்.

செயல்களை ஐந்து வகை நிலைகளாக இஸ்லாம் பிரித்துள்ளது. அதில் முதலாவது நிலை 'பர்ளு' ஆகும். இது கட்டாயம் செய்ய வேண்டிய செயல்கள். குறிப்பாக, தொழுகை, நோன்பு, ஜகாத் (கட்டாயக் கொடை) போன்றவை.

இரண்டாவது நிலை, 'முஸ்தஹப்பு' ஆகும். அதாவது இந்தச் செயல்கள் கட்டாயம் (பர்ளு) அல்ல; இருந்தபோதிலும் இவற்றைச் செய்வது விரும்பத்தக்கது.

மூன்றாவது நிலையில் உள்ள செயல்களை செய்யுமாறு இஸ்லாம் வலியுறுத்தவும் இல்லை; செய்ய வேண்டாம் என்று தடுக்கவும் இல்லை. இடைப்பட்ட செயல்கள் அவை.

நான்காவது நிலையில் உள்ள செயல்கள் 'மக்ரூஹ்' என்று அழைக்கப்படுகின்றன. அவற்றைச் செய்யாமல் இருப்பதே நல்லது. அவற்றை செய்யாதிருக்குமாறு இஸ்லாம் அறிவுறுத்துகிறது.

ஐந்தாம் நிலையில் உள்ள செயல்கள் 'ஹராம்' –அதாவது அவை தடுக்கப்பட்டவை ஆகும். அவற்றை எந்த நிலையிலும் செய்யவே கூடாது. செய்தால் பெருங்குற்றமாகக் கருதப்படும்.

பலதார மணம் என்பது இஸ்லாத்தைப் பொறுத்தவரை மூன்றா வது நிலையிலான 'இடைப்பட்ட நிலை'யில் உள்ளது. இந்தச் செயலைச் செய்யுமாறு திருக்குர்ஆனோ, நபிமொழிகளோ வலி யுறுத்தவும் இல்லை. செய்யவே கூடாது என்று கண்டிப்பாகத் தடுக்கவும் இல்லை.

பல பெண்களை மணந்து கொள்ளுமாறு இஸ்லாம் வலியுறுத்து கிறது என்றே பலரும் எண்ணுகிறார்கள். பலதார மணத்தை இஸ்லாம் பொதுவிதி ஆக்கவில்லை. அது ஒரு விதிவிலக்கே ஆகும்.

இந்த உலக வாழ்க்கையில் ஒரே மனைவியுடன் வாழ்வது என்பது ஒரு முஸ்லிம் நடுநிலையில் இருந்து தவறாமல் இருப்ப தற்கும், அவரது இம்மை, மறுமை வாழ்வு ஏற்றம் நிறைந்ததாக அமைவதற்கும் காரணமாக அமையும் என்பதில் எந்தவித சந்தே கமும் இல்லை. இருந்தபோதிலும் தனிமனிதன் மற்றும் சமூகத்தின் நிலையைக் கருத்தில் கொண்டு, ஒன்றுக்கும் மேற்பட்ட மனைவி யரை மணமுடிக்க இஸ்லாம் அனுமதி வழங்குகிறது.

இஸ்லாம் ஓர் இயற்கையான மார்க்கம். அது இயற்கையோடு இயைந்த ஒழுக்கம் நிறைந்த ஒரு சமூகத்தை உருவாக்க விரும்புகின்றது. பலதார மணம் இந்த லட்சியத்தை அடைய வழி வகுக்கிறது. பலதார மணத்தின் மூலம் இயற்கையான உணர்வுகளுக்கு ஒரு வடிகாலை வடிவமைத்த நேரத்தில், அது வரம்பு மீறாமலும் இஸ்லாம் பார்த்துக் கொண்டது. எல்லாக் காலத்திலும், எல்லாச் சமூகத்திலும், வரம்பு மீறிய நிலையில் வழக்கில் இருந்த பலதார மணத்தை நிபந்தனைகளோடு அங்கீகரித்தது. இதன்மூலம் பெண்களின் வாழ்க்கைக்கு அங்கீகாரம் கிடைத்தது.

பலதார மணத்தின் மூலம் பெண்களுக்கு அங்கீகாரமா? என்ற கேள்விக்குறி உங்கள் மனதில் எழலாம்.

எல்லா வகையிலும் 'சக்தி' பெற்றவர் மட்டுமே ஒன்றுக்கும் மேற்பட்ட பெண்களை மணமுடிக்க முடியும். அப்படி வசதி படைத்தவர்கள், எந்தவித அங்கீகாரமும் இல்லாத வகையில் பெண்களை மாற்று மனையாட்டியாக வைத்துக் கொள்வதைக் காண முடிகிறது. இதனால் அந்தப் பெண்களுக்கோ, பிறக்கும் குழந்தைகளுக்கோ எந்தவிதமான சட்டப்பாதுகாப்பும் கிடையாது; கிடைக்காது. ஆனால் இஸ்லாம் கூறும் பலதார மணம் பெண்களுக்கு அங்கீகாரத்தை மட்டுமல்ல, கண்ணியத்தையும், மரியாதையையும் கொடுக்கிறது.

"நம்பிக்கை கொண்ட கற்புடைய பெண்களையும், உங்களுக்கு முன்னர் வேதம் கொடுக்கப்பட்ட கற்புடைய பெண்களையும் விபசாரிகளாகவோ, வைப்பாட்டிகளாகவோ கொள்ளாமல் அவர்களுக்குக் கொடுக்க வேண்டிய மஹர்களையும் கொடுத்து (திருமணம் செய்து) கொள்வது (உங்களுக்கு ஆகும்.)" (திருக்குர்ஆன்–5:5) என்பது இறை வசனம்.

பலதார மணத்தைப் பொறுத்தவரை அதைச் சட்டபூர்வமாக அங்கீகரித்ததன் மூலம், இஸ்லாம் பெண்களின் உரிமைகளைப் பறிக்கவில்லை; பாதுகாக்கிறது என்பதைப் புரிந்து கொள்ள முடியும்.

இயற்கையாகவே ஆண்களும், பெண்களும் சரிசம விகிதத்தில் தான் பிறக்கிறார்கள். உலகத்தில் எப்போதும் ஏதாவது காரணத்திற்காக போர்கள் நடைபெற்றுக் கொண்டே இருக்கின்றன. போர்க்களத்தில் அதிக அளவில் உயிர் இழப்பவர்கள் ஆண்களே. போரில் ஆண்களில் பலர் கொல்லப்படும்போது ஆண்களின் எண்ணிக்கை குறைகிறது. பல பெண்கள் விதவைகள் ஆகின்றனர்.

குழந்தைகள் அனாதைகள் ஆகி விடுகின்றன. இப்படிப்பட்ட நிலையில் விதவைகளுக்கும், அனாதைகளுக்கும் வாழ்வளிக்க

அறிவோம் இஸ்லாம்

பலதார மணம் வழி வகுக்கிறது. அந்தப் பெண்களுக்கு முறையாகத் திருமணம் செய்து வைக்கவில்லை என்றால், அது சமூகத்தில் பல ஒழுக்கக் கேடுகளை உருவாக்கும்.

ஆண்கள் சிலர் இயற்கையிலேயே பாலியல் வேட்கை அதிகம் உள்ளவர்களாக உள்ளனர். அவர்களின் மனைவியோ அதில் பெரிய நாட்டம் இல்லாதவர்களாகவோ அல்லது நோய்வாய்ப் பட்டவர்களாகவோ இருக்கலாம். அவர்கள் மனைவியை விடுத்து வேறு பெண்களையோ விபசாரிகளையோ தேடலாம். இப்படிப் பட்ட வேளைகளில் பலதார மணம் பரிகாரமாக அமைகிறது; கூடா நட்புக்குத் 'தடா' போடுகிறது.

ஒரு மனிதன் குழந்தை பெறுவதில் அதிக விருப்பம் உள்ளவ னாக இருக்கிறான். ஆனால் அவனது மனைவியோ அதை நிறை வேற்ற முடியாத நிலையில் நோயுற்றவளாகவோ, குழந்தை பேறு அற்றவளாகவோ இருக்கிறாள். குழந்தை பெறுவதற்காக முதல் மனைவியை விவாக ரத்து செய்வதை விட அவளுடன் வாழ்ந்து கொண்டே இன்னொரு பெண்ணை மணந்து கொள்வது உன்னத வழியாகும்.

பலதார மணம் குறித்து அன்னி பெசன்ட் அம்மையார் கருத்து தெரிவிக்கையில், "கெடுக்கப்பட்டு, முறை தவறிப் பிறந்த குழந்தையைக் கையிலே ஏந்திக் கொண்டு, எந்த ஆதரவும் இல்லா மல் ஒவ்வொரு இரவிலும் தெருவில் வருவோருக்கும் போவோருக் கும் பாலியல் பலியாகி வெறுக்கப்பட்டு ஒரு பெண் வாழ்வதை விட இஸ்லாமிய பலதார மண முறையில் ஓர் ஆணுடன் இணைந்து கண்ணியத்தோடு சட்டபூர்வமான முறையில் குழந்தை யுடன் வாழ்வதே சிறந்தது." என்று கூறுகிறார்.

சட்ட அனுமதி இருந்தாலும்கூட இந்தியாவிலேயே மிகக் குறைவான அளவில் பலதார மணம் செய்தோர் முஸ்லிம்களே என்கிறது ஒரு புள்ளி விவரம்.

ஒவ்வொரு ஊரிலும் 'சர்வே' எடுத்துப் பார்த்தால் புள்ளி விவரம் சரியானதென்று நீங்களே ஒரு முடிவுக்கு வர முடியும்.

ஆனால் அதே நேரத்தில் பிற மதங்களில் பலதார மணத்திற்குச் சட்ட அனுமதி இல்லாமல் இருந்தாலும்கூட, சிலர் அங்கீகாரமற்ற முறையில் பெண்களை மாற்று மனையாட்டிகளாக வைத்துக் கொண்டிருப்பதைப் பார்க்கலாம்.

39

திருக்குர்ஆனில் அறிவியல் கருத்துகள்

திருக்குர்ஆன் இறைவனால் வழங்கப்பட்ட இறுதி வேதம்; அது அற்புதங்களுக்கெல்லாம் அற்புதம். ஆன்மிகப் பெட்டகமான திருக்குர்ஆன், இன்று அறிவியல் ஆய்வுக் களஞ்சியமாகத் திகழ்வது கண்டு அறிவுலகம் திகைப்பிலும், வியப்பிலும் ஆழ்ந்துள்ளது.

1,400 ஆண்டுகளுக்கு முன்னர் மனித அறிவுக்கு எட்டாத பல கருத்துகள் திருக்குர்ஆனில் சொல்லப்பட்டுள்ளன.

'பெரு வெடிப்பு கோட்பாடு' என்பது இந்தப் பிரபஞ்சம் எவ்வாறு தோன்றியது என்பதைப் பற்றி விளக்க முயலும் ஒரு கோட்பாடு ஆகும்.

தொடக்க நிலையில் இந்த உலகம் ஒரு பெரும் பருப்பொருளாக இருந்தது. அது திடீரென்று வெடித்துச் சிதறியது. அவ்வாறு வெடித்துச் சிதறிய துண்டுகள் மணிக்கு 72 மில்லியன் கிலோ மீட்டர் வேகத்தில் பிரபஞ்ச வெளியில் விலகி ஓடின. அப்போது பிரபஞ்சம் முழுவதும் புகை மண்டலமாகக் காட்சி அளித்தது.

மகா வெடிப்புக்குப் பிறகே நட்சத்திரக் கூட்டங்கள் உருவாயின. மேலும் இவை சூரியனாகவும், பூமியாகவும், சூரிய மண்டலத்தில் உள்ள மற்ற கோள்களாகவும் உருவாயின.

பிரபஞ்சம் தோன்றிய இந்த நிகழ்ச்சியை,

"கோளங்களும், பூமியும் (ஆரம்பத்தில்) ஒரே துண்டாக (ஒன்றாக)த்தான் இருந்தன. பிற்பாடு நாம் அவற்றைத் தனித்தனியாகப் பிரித்தோம்" (திருக்குர்ஆன்–21:30) என்று இறைவன் கூறுகின்றான்.

இன்றைய விஞ்ஞான உலகில் கூறப்படும் பெரு வெடிப்பு கோட்பாட்டை திருக்குர்ஆன் இந்த வசனத்தின் மூலம் எடுத்தியம்புகின்றது.

இந்தப் பேரண்டம் நட்சத்திரக் கூட்டங்கள் உருவாவதற்கு முன்பு புகை மண்டலமாக இருந்தது என்ற அறிவியல் உண்மை மகா வெடிப்பு கொள்கையின் மூலம் உறுதிப்படுத்தப்பட்டுள்ளது.

அறிவோம் இஸ்லாம்

இந்தக் கருத்தையே,

"பிறகு அவன் வானம் புகையாக இருந்தபோது (அதைப்) படைக்க நாடினான்" (திருக்குர்ஆன்-41:11) என்ற வசனம் பிரதி பலிக்கிறது.

விரிந்து கொண்டே செல்லும் பரந்த தன்மை கொண்டதாக இந்தப் பிரபஞ்சத்தை இறைவன் படைத்திருப்பதை, "மேலும் நாம் வானத்தை (எவருடைய உதவியுமின்றி நம்) சக்தியைக் கொண்டு அமைத்தோம். நிச்சயமாக நாம் விரிவாற்றல் உடையவராவோம்" (திருக்குர்ஆன்-51:47) என்ற வசனம் உறுதிப்படுத்துகிறது.

நாம் வாழுகின்ற இந்தப் பிரபஞ்சம், விரிவடைந்து கொண்டிருக்கிறது என்ற பேருண்மையை வானியல் நிபுணர் எட்வின் ஹப்பிள் வெளிப்படுத்தினார்.

இது குறித்து அமெரிக்காவின் மாபெரும் விஞ்ஞானி ஸ்டீபன் ஹாக்கிங், "நாம் வாழும் இந்தப் பிரபஞ்சம் விரிந்து கொண்டே போகின்றது என்ற விஞ்ஞான கண்டுபிடிப்பானது, இருபதாம் நூற்றாண்டின் மாபெரும் அறிவுப் புரட்சிகளில் ஒன்றாகவே திகழ்கிறது" என்று கூறியுள்ளார்.

பண்டைய காலத்தில் பூமி தட்டையானது என்ற நம்பிக்கை வெவ்வேறு நிலைகளில் நிலவியது. பின்னர் பல்வேறு காலகட்டங்களில் விஞ்ஞானிகள், இந்த பூமி, உருண்டை வடிவிலானது என்ற உண்மையை உறுதிப்படுத்தினார்கள்.

இரவு-பகல் மாற்றம் குறித்து திருக்குர்ஆனில் ஏராளமான வசனங்கள் இடம் பெற்றுள்ளன. இதன் மூலம் பூமி உருண்டை வடிவிலானது என்பதை உணர முடிகிறது.

"நீ தான் இரவைப் பகலில் புகுத்துகிறாய். நீ தான் பகலை இரவிலும் புகுத்துகிறாய்" (திருக்குர்ஆன்-3:27) என்றும்,

"நிச்சயமாக அல்லாஹ்தான் இரவைப் பகலில் புகுத்துகிறான். பகலை இரவில் புகுத்துகிறான்" (31:29) என்றும் திருமறையில் இறைவன் கூறுகின்றான்.

'புகுத்துதல்' என்றால் ஒரு நிலை இருக்கும்போது, அது திடீரென்று மற்றொரு நிலைக்கு மாறி விடாமல், சிறிது சிறிதாக மாறி மற்றொரு நிலையை அடைவதே ஆகும்.

திடீரென்று இரவும், திடீரென்று பகலும் மாறி மாறி வந்து விடுவதில்லை. பூமியின் பாதிப்பகுதியில் சூரிய வெளிச்சம் விழுவதால் அது பகல் என்று அழைக்கப்படுகிறது. அதற்கு எதிர்ப்புறம் உள்ள பகுதி சூரிய வெளிச்சத்திற்கு அப்பாற்பட்டுள்ளதால் அது இரவு என்று அழைக்கப்படுகிறது.

சூரிய வெளிச்சம் படும் பகுதியில், ஒரு பகுதி இரவில் இருந்து விடுபட்டு பகலை நோக்கி வருகிறது. மற்றொரு பகுதி பகலில் இருந்து விடுபட்டு இரவை நோக்கி நகருகிறது. பூமி, உருண்டை வடிவில் இருப்பதால் சூரியனுடைய வெளிச்சம் ஒரே சீராக எல்லாப் பகுதிகளிலும் இருப்பதில்லை.

உதிக்கும் பகுதியிலும், மறையும் பகுதியிலும் மிகக்குறைவான வெளிச்சமும், பூமத்திய ரேகை பகுதிகளில் அதிகமான வெளிச்சமும் காணப்படுகிறது. இதைப்போலவே இரவும் வருகிறது.

இப்படி இரவும் பகலும் பல நிலைகளைக் கடந்து மெல்ல மெல்ல புகுத்தப்படுவதால், திருக்குர்ஆனில் 'புகுத்துதல்' என்ற சொல் பயன்படுத்தப்பட்டுள்ளது.

பூமியானது உருண்ட வடிவில் இருப்பதாலும், பூமி தன்னைத் தானே சுற்றிக் கொண்டு சூரியனையும் சுற்றி வருவதால் மட்டுமே இரவும் பகலும் மாறி வருவதற்கான சாத்தியக் கூறுகள் உண்டு.

கீழ்க்கண்ட திருக்குர்ஆன் வசனம், பூமி உருண்டை வடிவானது என்பதை மறைமுகமாகச் சுட்டிக் காட்டுகிறது:

"அவன் வானங்களையும், பூமியையும் உண்மையைக் கொண்டு படைத்திருக்கின்றான். அவனே பகலின் மீது இரவைச் சுருட்டுகிறான். இன்னும் இரவின் மீது பகலைச் சுருட்டுகிறான்" *(திருக்குர்ஆன்–39:5).*

இங்கே பயன்படுத்தப்பட்டுள்ள 'சுருட்டுதல்' என்பதற்கு ஒன்றின் மீது ஒன்றைச் சுருட்டுதல் என்று கருதலாம். இது தலையில் சுற்றப்படும் தலைப்பாகைக்கு ஒப்பான செயலாகும். தலைப்பாகையும் ஒன்றின் மீது ஒன்றாகச் சுற்றப்படுகிறது. இது பகலின் மீது இரவும், இரவின் மீது பகலும் சுற்றப்படுகிறது என்பதைச் சுட்டுகிறது.

பூமி உருண்டையாக இருக்கும்போதுதான் இரவும் பகலும் சுற்றி வரும் செயல் நிகழ முடியும்.

40

பூமியே மனிதனின் வாழ்விடம்

விண்வெளியில் நவ கிரகங்கள் சூரியனைச் சுற்றி வருகின்றன. அந்தக் கோள்களில் மனிதர்கள் வாழ முடியுமா என்று பல நாடுகள் தீவிரமாக ஆராய்ச்சியில் ஈடுபட்டுள்ளன. ஆனால் இந்தப் பிரபஞ்சத்தைப் படைத்துத் தன் கட்டுப்பாட்டுக்குள் வைத்திருக்கும் இறைவன், "இந்த பூமியை மட்டுமே மனிதர்கள் வசிக்கும் இடமாக அமைத்திருப்பதாக" கூறுகின்றான்.

ஆதி நபி ஆதம் (அலை) அவருடைய மனைவி ஹவ்வா (அலை) ஆகியோர் ஷைத்தானால் வழி கெடுக்கப்பட்டு தவறிழைத்தபோது, "(இச்சோலையில் இருந்து) நீங்கள் இறங்கி விடுங்கள். உங்களுக்குப் பூமியில்தான் வசிக்க இடமுண்டு. அதில் சில காலம் வரையில் சுகமும் அனுபவிக்கலாம் என்று நாம் கூறினோம்" (திருக்குர்ஆன்-2:34) என்று இறைவன் கூறுகின்றான்.

மேலும், "(மனிதர்களே!) நிச்சயமாக நாம் உங்களை பூமியில் வசிக்கச் செய்தோம். அதில் உங்களுக்கு வாழ்க்கை வசதிகளையும் ஆக்கித் தந்தோம். எனினும் நீங்கள் மிகக் குறைவாகவே நன்றி செலுத்துகிறீர்கள்" (திருக்குர்ஆன்-7:10) என்பது இறை வாக்கு.

இதன் மூலம் பூமியில் மட்டுமே மனிதர்கள் வாழ முடியும் என்ற கருத்து இங்கே எடுத்துரைக்கப்பட்டுள்ளது.

சூரிய குடும்பத்தில் பூமியையும் சேர்த்து 9 கோள்கள் இருப்பதாகக் கண்டறியப்பட்டுள்ளது. பூமிக்கு மிக அருகில் அதன் துணைக் கோளான சந்திரன் உள்ளது. பூமியைத் தவிர வேறு எந்தக் கோளிலும், துணைக் கோளான சந்திரனிலும் மனிதர்கள் வசிக்க முடியாது என்பது நிரூபிக்கப்பட்டுள்ளது.

எங்கே பூமியில் இருப்பது போன்ற தட்ப வெப்ப நிலை, பிராண வாயு எனப்படும் உயிர்க்காற்று, நீர் ஆகியவை இருக்கிறதோ அங்கேதான் உயிர்கள் வாழமுடியும் என்பது விஞ்ஞானிகளின் முடிவாகும்.

புதன் கோளில் காற்று மண்டலம் இல்லை. மற்ற கோளங்களை

பாத்திமா மைந்தன்

விட இங்கு வெப்பம் அதிகம். இந்தக் கோளின் அதிக பட்ச வெப்பம் 480 டிகிரி சென்டிகிரேட் ஆகும். பூமியின் ஈர்ப்பு விசையைப் போன்று மூன்றில் ஒரு பங்கு ஈர்ப்பு விசைதான் இங்கு உள்ளது. இதுபோன்ற காரணங்களால் இந்தக் கிரகத்தில் மனிதன் வாழ முடியாது.

வெள்ளி கோளில் 457 டிகிரி சென்டிகிரேட் வெப்பம் நிலவு கிறது. இது பூமியின் வெப்பத்தைப் போல 11 மடங்கு அதிகம் ஆகும். மேலும் இங்கு உயிரினங்கள் வாழ்வதற்குத் தேவையான பிராண வாயு எனப்படும் ஆக்சிஜனும் கிடையாது. எனவே இதிலும் மனிதன் வாழ முடியாது.

சூரியனில் இருந்து 23 கோடி கிலோ மீட்டர் தூரத்தில் உள்ளது, செவ்வாய் கிரகம். இதன் மேற்பரப்பில் காணப்படும் இரும்பு ஆக்சைடு இந்தக் கோளைச் செந்நிறமாகக் காட்டுகிறது. இதனாலேயே இதற்குச் 'செவ்வாய்' என்ற பெயர் ஏற்பட்டது.

பூமியில் உள்ள காற்றில் நூறில் ஒரு பங்கு காற்றுதான் இந்தக் கிரகத்தில் உள்ளது. அந்தக் காற்றில்கூட ஒரு சதவீத அளவே ஆக்சிஜன் இருக்கிறது. எனவே இதிலும் மனிதன் வசிக்க முடியாது.

வியாழன் கோளிலும் மனிதன் வாழ்வதற்குரிய சாத்தியக் கூறுகள் இல்லை. காரணம் இது புதன், வெள்ளி, செவ்வாய் மற்றும் பூமியைப் போன்று பாறைக் கோளாக இல்லாமல் வாயு கோளாக இருக்கிறது. இங்கு பூமியின் புவி ஈர்ப்பு விசையை விட இரண்டரை மடங்கு அதிகமாக உள்ளது. இங்கு சென்றால் நமது எடை இரண்டரை மடங்கு அதிகரிக்கும். நமது எடையை நாமே தாங்க முடியாத நிலை ஏற்படும்.

சனி கிரகத்தில் எப்போதும் உறைந்து போகும் அளவுக்கு மைனஸ் 143 டிகிரி சென்டிகிரேட் குளிர் உள்ளது. இங்கே வாழ்வதை மனிதன் கற்பனை செய்துகூட பார்க்க இயலாது.

யுரேனஸ், நெப்டியூன், புளூட்டோ ஆகிய கிரகங்களிலும் கடுங்குளிரே நிலவுகிறது.

பூமியின் துணைக் கோளான சந்திரனிலும் மனிதன் உயிர் வாழத் தேவையான தண்ணீர், காற்று, புவி ஈர்ப்பு விசை எதுவும் கிடையாது. எனவே இங்கு மனிதன் குடியேற முடியாது.

"அவனே பூமியை நீங்கள் வசிக்கும் இடமாகவும், வானத்தை ஒரு முகடாகவும் அமைத்து மேகத்தில் இருந்து மழையைப் பொழிவித்து, அதைக் கொண்டு (நீங்கள்) புசிக்கக்கூடிய கனி வர்க்கங்களையும், உங்களுக்கு வெளியாக்குகின்றான். ஆகவே (இவற்றையெல்லாம்)

அறிவோம் இஸ்லாம்

நீங்கள் தெளிவாக அறிந்து கொண்டே அல்லாஹ்வுக்கு எதையும் இணையாக்காதீர்கள்" (திருக்குர்ஆன்-2:22) என்று இறைவன் கூறுகின்றான்.

பூமி வசிக்கும் இடமாக இருப்பது பற்றிய பல வியப்பான தகவல்களை அறிவியல் அறிஞர்கள் வெளியிட்டுள்ளனர். உயிரினங்கள் வாழ வேண்டும் என்றால், உடல் தாங்கிக் கொள்கிற அளவுக்கு வெப்பம் இருப்பது அவசியமாகும்.

சூரிய ஒளிக் கற்றையில் அபாயகரமான மின் காந்தக் கதிர்கள், புற ஊதாக் கதிர்கள் ஆகியவை அடங்கி உள்ளன. சூரியனிடம் இருந்து பெறப்படுகிற வெப்பம் நேரடியாக மனிதர்களின் உடலில் பட்டால் அவற்றில் இருந்து வெளிப்படுகிற புற ஊதாக் கதிர்களால் மனிதன் பாதிக்கப்படுவான். பிற உயிரினங்களும் பாதிக்கப்படும்.

இந்தக் கதிர்களை வடிகட்டுவதற்காகவே 'ஓசோன்' என்னும் படலம் பூமியைச் சுற்றி வளையம் போல அமைந்திருக்கின்றது. அதுமட்டுமல்லாமல், சூரியனின் வெப்பத்தைக் கட்டுப்படுத்தி தக்க வைத்துக் கொள்ளக்கூடிய வளி மண்டலமும் பூமியின் மேற்பரப்பில் அமைந்துள்ளது.

மேற்கண்ட தகவல்களை விஞ்ஞானிகள் வெளியிட்டு பூமியே உயிரினங்கள் வாழ்வதற்கான ஏற்ற இடம் என்பதைத் தெளிவு படுத்தியுள்ளனர்.

மேலும் பூமி மட்டும்தான் சூரியனைச் சுற்றும்போது 23.4 டிகிரி சாய்வாகச் சுற்றுகிறது. இப்படிச் சுற்றுவதால்தான் கோடை காலம், குளிர் காலம், வசந்த காலம், இலையுதிர் காலம் என்று பருவ காலங்கள் மாறி மாறி வருகின்றன. ஆண்டு முழுவதும் ஒரே சீரான வெப்பமோ அல்லது குளிரோ இருந்தாலும் அதுவும் வாழ்வதற்கு ஏற்றதாக இருக்காது.

மொத்தத்தில் மனிதன் வாழ்வதற்குச் சாதகமான, வசதியான வாழ்விடம், இறைவன் கூறுவது போல 'பூமி' மட்டுமே!

41

சுழலும் சூரியன்

சூரியன் நமக்கு மிக அருகில் இருக்கும் ஒரு விண்மீன் என்பதால் பிற விண்மீன்கள் போலன்றி அது பெரிதாகத் தோன்றுவதுடன் பிரகாசமாகவும் வெப்பம் மிக்கதாகவும் இருக்கின்றது. பூமியில் உள்ள உயிரினங்களுக்குத் தேவையான ஒளியையும் வெப்பத்தையும் இடைவிடாது தந்து காத்து வருவது சூரியனே. தாயைச் சுற்றி வரும் குழந்தைகளைப்போல, பூமியும் பிற கோள்களும் சூரியனை வெவ்வேறு சுற்றுப் பாதையில் சுற்றி வருகின்றன.

ஆனால் ஆரம்ப காலத்தில் சூரியன் உள்பட அனைத்துக் கோள்களும் பூமியை மையமாகக் கொண்டே சுற்றி வருகின்றன என்று விஞ்ஞானிகள் கூறி வந்தனர்.

இதைத் தொடர்ந்து 1512-ம் ஆண்டு நிகோலஸ் கோபர்நிகஸ் என்ற அறிவியல் அறிஞர், "கோள்கள் அனைத்தும் சூரியனை மையமாகக் கொண்டே சுற்றி வருகின்றன. ஆனால் சூரியன் ஒரே இடத்தில் நகராமல் நிலை பெற்றிருக்கிறது" என்ற கருத்தை வெளிப்படுத்தினார்.

திருக்குர்ஆன் இறைவனால் இறக்கி அருளப்பட்டபோது, இன்றுள்ள வானியல் அறிவோ, நவீன தொழில் நுட்பமோ, சக்தி வாய்ந்த தொலைநோக்கிகளோ நிச்சயமாக இருக்கவில்லை. ஆனால் திருக்குர்ஆன், "அவனே இரவையும், பகலையும், சூரியனையும், சந்திரனையும் படைத்தான். (வானில் தத்தமக்குரிய) வட்டவறைக்குள் ஒவ்வொன்றும் நீந்துகின்றன" (21:33) என்ற கருத்தை வெளியிட்டது.

மேற்கண்ட வசனத்தில் உள்ள 'நீந்துகின்றன' என்ற சொல், விண்ணில் சூரியனின் நகர்வை விளக்குகிறது. மேலும் இந்தக் கோளங்கள் அனைத்தும் எந்தவிதப் பிடிப்பும் இல்லாமல் விண் வெளியில் சுற்றி வருவதைக் கற்பனை செய்து பார்த்தால் அவை நீந்துவது போன்றே தோன்றுகிறது.

சூரியன் தன் அச்சின் மீது சுழல்கிறது என்ற அறிவியல்

அறிவோம் இஸ்லாம்

உண்மையை விஞ்ஞான உலகம் உரைப்பதற்கு முன்பே அதை திருக்குர்ஆன் இந்த உலகிற்கு எடுத்துரைத்தது. சூரியனின் முகத் தோற்றத்தில் சூரியக்கரும்புள்ளிகள் காணப்படுகின்றன. சூரியன் தன்னைத் தானே சுற்றி வரும்போது இந்தக் கரும்புள்ளிகளும் சுற்றுகின்றன. அவை 25 நாட்களுக்கு ஒருமுறை வட்டப்பாதை யில் சுழன்று வருவது கண்டறியப்பட்டுள்ளது. மேலும் சூரியன் ஒரு வினாடிக்கு சுமார் 150 மைல் வேகத்தில் விண்வெளியில் பய ணித்துக் கொண்டிருக்கிறது என்பதும் நிரூபிக்கப்பட்டுள்ளது.

சூரியன் ஒரு குறிப்பிட்ட பாதையில் நிலையாக இல்லாமல் அது குறிப்பிட்ட பாதையில் செல்கிறது என்பதை, "சூரியன் அதற்குரிய இடத்தை நோக்கிச் சென்று கொண்டிருக்கிறது. இது யாவரையும் மிகைத்தோனும், யாவற்றையும் நன்கறிந்தோனுமாகிய (இறை)வன் ஏற்பாடாகும்" (36:38) என்கிறது இறைமறை.

சூரியன் தன் கோளக் குடும்பத்தைச் சுமந்து கொண்டு, ஒரு குறிப்பிட்ட இடத்தை நோக்கிப் பயணித்துக் கொண்டிருக்கிறது. அந்த இடத்தை விண்ணியல் ஆய்வாளர்கள் துல்லியமாகக் கண் டறிந்து அதற்கு 'சோலார் அபெக்ஸ்' என்று பெயர் சூட்டியுள்ள னர். இந்தக் குறிப்பிட்ட பிரதேசம் தமிழில், 'சூரிய முகடு' என்று அழைக்கப்படுகிறது.

"அல்லாஹ் சூரியனையும், சந்திரனையும் தன் கட்டுப்பாட்டில் வைத்திருக்கின்றான். ஒவ்வொன்றும் குறிப்பிட்ட தவணை வரை ஓடுகின்றன" (திருக்குர்ஆன்–13:2) என்றும்,

"சூரியனையும், சந்திரனையும் தன் கட்டுப்பாட்டில் வைத்தி ருக்கின்றான். ஒவ்வொன்றும் குறிப்பிட்ட காலம் வரை ஓடும்" (39:5) என்றும் திருமறையில் இறைவன் கூறுகின்றான்.

சூரியன் தன்னைத்தானே சுற்றிக்கொண்டு, இந்தப் பூமியை யும், தன் குடும்பத்தைச் சேர்ந்த இதர கோள்களையும் இழுத்துக் கொண்டு ஓடுகிறது என்ற விஞ்ஞானிகளின் கூற்றை, இந்த இறை வசனம் மெய்ப்பிப்பதாக இருக்கிறது.

சூரியன் சுழன்று கொண்டே இருக்கிறது என்பது மட்டுமல்ல; ஓடிக்கொண்டும் இருக்கிறது. அதுவும் ஒரு குறிப்பிட்ட காலம் வரை ஓடிக்கொண்டே இருக்கும் என்று சொல்ல வேண்டுமானால், அது நிச்சயமாக இறைக்கூற்றாகவே இருக்க முடியும். இந்த உண்மையை 1,400 ஆண்டுகளுக்கு முன்னர் வாழ்ந்த, எழுதப் படிக்கத் தெரி யாத நபிகள் நாயகம் (ஸல்) அவர்கள் சுயமாகச் சொல்லி இருக்க முடியாது.

மேலும், "பாதைகளுடைய வானத்தின் மீது சத்தியமாக" (51:7), "வானத்தில் கோளங்கள் சுழன்று வரும் பாதைகளை உண்டாக்கி" (25:61), என்பன போன்ற திருக்குர்ஆன் வசனங்கள் மூலம் ஒவ்வொரு கோளங்களுக்கும் தனித்தனி பாதைகள் உள்ளன என்பதையும், அவை அந்தப் பாதைகளிலேயே சுற்றிக்கொண்டிருக்கின்றன என்பதையும் அறிய முடிகிறது.

நாம் வசிக்கும் இந்தப் பூமியை சந்திரன் அதனுடைய பாதையில் சுற்றி வருகிறது. பூமி உள்ளிட்ட ஒன்பது கோள்களும் தத்தமது பாதைகளில் சூரியனைச் சுற்றிக்கொண்டிருக்கின்றன.

"தம் வழிகளில் ஒழுங்காகச் செல்லுமாறு சூரியனையும், சந்திரனையும் அவனே உங்களுக்கு வசப்படுத்தித் தந்தான்" (14:33) என்றும், "சூரியன் சந்திரனை அடைய முடியாது; இரவு பகலை முந்த முடியாது. இவ்வாறே எல்லாம் (தம்) வட்டவறைக்குள் நீந்திச் செல்கின்றன" (36:40) என்றும் இறைவன் கூறுகின்றான்.

இந்த வசனத்தில் மனிதனுக்கு நன்றாகத் தெரிந்த சூரியன், சந்திரனைச் சான்றாகக் கொண்டு கிரகங்கள் எவ்வாறு தத்தமது பாதைகளில் சுற்றுகின்றன என்பதை இறைவன் விளக்குகின்றான்.

"பூமியை மையமாகக் கொண்டே எல்லாக் கோள்களும் சுற்றி வருகின்றன" –

"சூரியனை மையமாக வைத்தே கோள்கள் அனைத்தும் சுற்றி வருகின்றன, ஆனால் சூரியன் அசையாமல் ஒரே இடத்தில் நிலை பெற்றுள்ளது" –

இப்படி அறிவியலாளர்களைத் தவறான முடிவுக்கு அழைத்துச் சென்ற விஷயங்களில்கூட 'மிகச்சரியான அறிவியல் உண்மைகளைத் அறிவித்தது, திருக்குர்ஆன்' என்பதை உறுதியாகக் கூறலாம்.

42

பிரதிபலிக்கும் நிலவின் ஒளி

சூரியக்குடும்பத்தில் உள்ள பெரிய துணைக்கோள் சந்திரன். இதற்கு நிலா, நிலவு, திங்கள், மதி என்ற பெயர்களும் உண்டு. இது தன்னைத்தானே சுற்றிக்கொண்டு பூமியை ஒரு நீள் வட்டப் பாதையில் சுற்றி வருகிறது. இதற்காக சந்திரன் எடுத்துக் கொள் ளும் கால அவகாசம் 29½ நாட்கள் ஆகும்.

பூமி தன்னைத்தானே சுற்றிக்கொண்டு சூரியனையும் சுற்றுகிறது. பூமி தன்னைத்தானே சுற்றுவதற்கு ஒரு நாள் என்றும், சூரியனைச் சுற்றி முடிக்க ஒரு ஆண்டு என்பதும் விஞ்ஞானிகளின் ஆய்வின் முடிவு.

"அவனே சூரியனை ஒளியாகவும் (பிரகாசமாகவும்) சந்திரனை (அழகிய) வெளிச்சம் தரக்கூடியதாகவும் ஆக்கி ஆண்டுகளின் எண்ணிக்கையையும் (மாதங்களின்) கணக்கையும் நீங்கள் அறிந்து கொள்வதற்காக அவைகளுக்கு (மாறி மாறி வரக்கூடிய) தங்கும் இடங்களையும் நிர்ணயம் செய்தான். மெய்யான தக்க காரண மின்றி இவற்றை அல்லாஹ் படைக்கவில்லை" (10:5) என்று திரு மறையில் இறைவன் கூறுகின்றான்.

நிலவின் கலைகள் என்பது நிலவில் ஒவ்வொரு நாளும் ஒவ் வொரு அளவாகத் தெரியும் தனித்தனி நிலைகளைக் குறிக்கும். இதை 'பிறை' என்று சொல்வது வழக்கம். முதல் நாள் நிலவே தெரியாது. இரவு மிக இருட்டாக இருக்கும். இதை 'அமாவாசை' என்பார்கள். பிறகு ஒவ்வொரு நாளும் சிறு சிறு நிலா (வெளிச்சம் தெரியும் பகுதி) பெரிதாகிக் கொண்டே வரும். பிறகு 14 நாட்கள் கழித்து ஒருநாள் 'முழு நிலா' பெரிதாய் வட்ட வடிவமாய்த் தெரி யும். இதைப் 'பவுர்ணமி' என்று அழைப்பார்கள். பின்னர் சில நாட்கள் நிலா சிறுக சிறுக தேய்ந்து கொண்டே போய் மீண்டும் 'அமாவாசை' வரும்.

சந்திரன் முழு நிலா வரை வளர்ந்து வருவதை 'வளர் பிறை' என்றும், அடுத்த சுமார் 14 நாட்களைத் 'தேய்பிறை' என்றும் அழைக்கிறார்கள்.

"(உலர்ந்து வளைந்த) பழைய பேரீச்ச மடலைப் போல் (பிறை யாக) ஆகும் வரையில் சந்திரனுக்கு நாம் பல நிலைகளை ஏற்படுத்தி இருக்கின்றோம்" (36:39) என்பது இறை வசனம்.

காலக்கணக்கு எனப்படும் ஆண்டுகளின் எண்ணிக்கை, மாதங்களின் எண்ணிக்கை மற்றும் வாரங்களின் எண்ணிக்கையைக் கணக்கிட சந்திரனின் நிலைகள் பயன்படுத்தப்படுகின்றன.

சூரியன் உதிப்பதில் இருந்து மறையும் வரை எவ்வாறு நாளானது பல பகுதிகளாகப் பிரிக்கப்படுகின்றதோ, அதைப்போல ஒவ்வொரு நாளும் இரவில் தோன்றி மறையும் சந்திரனின் நிலைகள் மாதங்களின் எண்ணிக்கையை அறிய உதவுகிறது. இவற்றை மேற்கண்ட இரு வசனங்களும் எடுத்துரைக்கின்றன.

எவ்வாறு பழைய பேரீச்ச மடல் பல நெளிவுகளைக் கொண்டுள்ளதோ, அதேபோல சூரியனைப் பூமியோடு சுற்றி வரும் சந்திரனின் பாதையும் பல்வேறு வளைவுகளைக் கொண்டுள்ளது. இதை நவீன விஞ்ஞானத்தின் மூலம் விளங்கிக் கொள்ள முடிகிறது. அந்த வகையில் குர்ஆன் கூறும் பழைய பேரீச்ச மடல் உவமை மிகப் பொருத்தமாக அமைந்துள்ளதை அறியலாம்.

மேலும், "(நபியே!) மாதந்தோறும் வளர்ந்து தேயும்) பிறைகளைப் பற்றி உங்களிடம் கேட்கிறார்கள். (அதற்கு) நீங்கள் கூறுங்கள்: 'அவை மனிதர்களுக்கு (ஒவ்வொரு மாதத்தையும்) ஹஜ்ஜுடைய காலங்களையும் அறிவிக்கக் கூடியவை" (2:189) என்று திருமறை கூறுகிறது.

சந்திரன் சுயமாகத் தனது பால் ஒளியை வெளிப்படுத்திக் கொள்கிறது என்று பழங்காலத்தில் மக்கள் நம்பி வந்தனர். ஆனால் இன்றோ நிலவின் ஒளி, பிரதிபலிக்கப்பட்ட ஒளியேயாகும் என்ற உண்மையை விஞ்ஞானிகள் வெளிஉலகிற்கு வெளிச்சம் போட்டுக் காட்டியுள்ளனர்.

"அவற்றுக்கிடையே ஒரு விளக்கை (சூரியனை)யும், ஒளிர்கின்ற சந்திரனையும் உண்டாக்கினானே அவன் பாக்கியவான்" (25:61) என்றும்,

"இன்னும் அவற்றில் சந்திரனை பிரகாசமாகவும், சூரியனை ஒளி விளக்காகவும் அவனே ஆக்கியிருக்கின்றான்" (71:16) என்றும் திருமறையில் இறைவன் கூறுகின்றான்.

திருக்குர்ஆனில் சூரியனையும், சந்திரனையும் பற்றி மக்களுக்கு விளக்குவதற்காக அறிவியல்பூர்வமான அழகிய வார்த்தைகள் பயன்படுத்தப்பட்டிருக்கின்றன.

திருக்குர்ஆனில் சூரியனைச் சுட்டும் அரபுச் சொல், 'ஷம்ஸ்'. இதை 'ஸிராஜ்' (ஒளி விளக்கு), 'வஹ்ஹாஜ்' (பிரகாசிக்கும் விளக்கு), 'லியா' (ஒளிரும் மகிமை) என்றும் குர்ஆனில் கூறப்பட்டுள்ளது.

சூரியன் கடும் வெப்பத்தையும், வெளிச்சத்தையும் கொண்டது. எனவே திருக்குர்ஆனில் சூரியனைக் குறிக்க பயன்படுத்தும் மூன்று வர்ணனை வார்த்தைகளும் பொருத்தமானவை.

சந்திரனைக் குறிக்கும் அரபுச் சொல், 'கமர்' என்பதாகும். மேலும் திருக்குர்ஆன் சந்திரனை 'முனீர்' என்றும் வர்ணிக்கிறது. முனீர் என்றால் ஒளியை (நூர்) வழங்கும் கோளம் என்று அர்த்தம்.

இதன் மூலம் சந்திரன் சுயமாக ஒளியை வழங்குவதில்லை. சூரிய ஒளியைப் பெற்றுப் பிரதிபலிக்கிறது என்பது புலனாகிறது.

திருக்குர்ஆனில் எந்த இடத்திலும், சந்திரனைக் குறித்திட 'ஸிராஜ்' 'வஹ்ஹாஜ்' 'லியா' ஆகிய சொற்கள் பயன்படுத்தப்பட வில்லை. அதைப்போல சூரியனைக் குறித்திட 'நூர்' அல்லது 'முனீர்' என்ற சொற்கள் சொல்லப்படவில்லை.

இதன் உள்ளார்ந்த பொருள் என்னவென்றால், சூரிய ஒளிக்கும், நிலவொளிக்கும் உள்ள இயல்பான வேறுபாட்டை 'வார்த்தை விளையாட்டு'களின் மூலம் திருக்குர்ஆன் வெளிப்படுத்தியுள் ளது.

43

பூமியின் அடுக்குகள்

"அல்லாஹ்தான் ஏழு வானங்களையும் இன்னும் பூமியில் இருந்தும் அவற்றைப் போலவும் படைத்தான். அவற்றின் (வானங்கள், பூமியின்) இடையே அவன் கட்டளை இறங்கிக் கொண்டே இருக்கிறது" (திருக்குர்ஆன்–65:12).

ஏழு வானங்களையும், பூமியில் அவற்றைப் போலவும் படைத்ததாகத் திருமறையில் இறைவன் கூறுகின்றான்.

நாம் வாழ்கின்ற இந்தப் பூமியைப் போல, பிரபஞ்சத்தில் மேலும் ஆறு பூமிகள் இருப்பதாக இந்த வசனத்திற்குப் பொருள் கொள்ளக்கூடாது.

எவ்வாறு விண்ணில் ஏழு வானங்கள் ஒன்றின் மேல் ஒன்றாக அடுக்கி வைக்கப்பட்டுள்ளதோ, அவ்வாறே பூமியும் அதுபோன்று படைக்கப்பட்டுள்ளது என்றே பொருள் கொள்ள வேண்டும். இதனால் நாம் வாழும் பூமி ஒன்றின் மேல் ஒன்றாகப் பல அடுக்குகளைக் கொண்டது என்பதைப் புரிந்து கொள்ள வேண்டும்.

'பூமி முழுவதும் ஒரே திடப்பொருளால் ஆனது' என்றே மனிதர்களும் அறிவியல் அறிஞர்களும் கருதி வந்தனர். இப்போது தான் பூமியில் பல அடுக்குகள் இருக்கின்றன என்பதை விஞ்ஞான உலகம் ஒப்புக் கொண்டுள்ளது.

இதன்படி பூமியின் கட்டமைப்பு மூன்று முக்கிய அடுக்குகளைக் கொண்டுள்ளது. இவை மேல் அடுக்கான பூமித்தட்டு, அதற்குக் கீழே அமைந்துள்ள 'மேன்டில்' எனப்படும் இரண்டாம் அடுக்கு, உட்கரு எனப்படும் மைய அடுக்கு ஆகும்.

இந்த மூன்று அடுக்குகள் குறித்து சுருக்கமாகப் பார்ப்போம்.

உட்கரு எனப்படும் மைய அடுக்கு (கோர்):–

இந்த அடுக்கு கனம் வாய்ந்த இரும்பு, நிக்கல் ஆகிய உலோகப் பொருட்களால் நிரம்பியுள்ளது. பூமி தோன்றி ஆரம்ப காலத்தில் இது ஒரு நெருப்புக் கோளத்தைப் போல் அதிக வெப்ப நிலையில்

அறிவோம் இஸ்லாம் **191**

இருந்தது. இந்த வெப்ப ஆற்றலின் காரணமாக பூமியின் உள்புறத்தில் இருந்த கனிம, உலோகப் பொருட்கள் உருகிக் குழம்பாகிப் போய் இருந்தன. பூமியின் மையத்தில் நிலவும் ஈர்ப்பு ஆற்றலின் காரணமாக கனமான உலோகப் பொருட்கள் மையப்பகுதியை நோக்கி ஈர்க்கப்பட்டன. மற்ற மூலக்கூறுகள், பாறைகள் ஆகியவை தத்தம் கனத்திற்கு ஏற்றபடி முறையே மேல் அடுக்குகளில் வெவ்வேறு ஆழத்தில் படிந்து விட்டன. 'உட்கரு' எனப்படும் மைய அடுக்கு, உள்மையம், வெளி மையம் என மேலும் இரண்டு கிளை அடுக்குகளாகப் பிரிந்துள்ளது. இரும்பு, நிக்கல் ஆகிய உலோகப் பொருட்கள் உள்மையத்தில் திடத்தன்மையிலும், வெளி மையத்தில் திரவத் தன்மையிலும் அமைந்துள்ளன.

'மேன்டில்' எனப்படும் இரண்டாம் அடுக்கு:-

இது பூமியின் மேல் அடுக்கு, மைய அடுக்கு இரண்டிற்கும் இடையே உள்ள அடுக்கு ஆகும். இந்த அடுக்கில் நிலவும் அதிக வெப்பம் காரணமாக இங்குள்ள உலோகக் கனிமப்பொருட்களும் உருகிக் குழம்பு போன்ற நிலையில் உள்ளன. எரிமலைச் சீற்றத்தின்போது இந்த அடுக்கில் உள்ள பாறைக் குழம்புகளே மேல் அடுக்கைப் பிளந்து கொண்டு சீற்றத்துடன் வெளியேறுகின்றன.

பூமித்தட்டு எனப்படும் பூமியின் மேல் அடுக்கு (கிரஸ்ட்):-

இது பூமி கோளத்தைப் போர்வை போல் மூடியுள்ள மேல் ஓடு ஆகும். இது பூமித்தட்டு என்றும் அழைக்கப்படும். பூமி தோன்றிய பிறகு, குளிர்வடைந்து கெட்டியானதால் இதன் மேற்பரப்பு திடத்தன்மை பெற்றுள்ளது. பூமியின் மேற்பகுதி சுமார் 70 சதவீத (கடல்) நீராலும், 30 சதவீதம் நிலத்தாலும் சூழப்பட்டுள்ளது.

வானத்தைப் போலவே பூமியிலும் பல அடுக்குகள் இருப்பதாகக் கூறிய இறை வசனத்தை மெய்ப்பிக்கும் வகையில் இன்றைய விஞ்ஞானிகள் ஆய்வும் அமைந்துள்ளது.

"நாம் பூமியைப் பல்வேறு திசைகளில் இருந்தும் குறைத்துக் கொண்டே வருகிறோம் என்பது இவர்களுக்குத் தென்படவில்லையா?" (திருக்குர்ஆன்–21:44) என்ற வசனம் பூமியின் ஓரங்கள் குறைந்து வருவதைக் கூறுகிறது.

பூமியின் வெப்பம் நாளுக்கு நாள் அதிகரித்து வருவதால், துருவப் பகுதிகளின் பனிக்கட்டிகள், உயர்ந்த மலைச் சிகரங்களின் பனிப் பாறைகள் ஆகியவை அளவுக்கதிகமாக உருகிக் கடலில் கலந்து விடுகின்றன. இதனால் கடலின் நீர் மட்டம் உயர்ந்து நிலப்பரப்பைச் சிறிது சிறிதாக விழுங்கிக் கொண்டிருக்கிறது. நிலப்பரப்பு சிறிது சிறிதாகக் கடலால் விழுங்கப்பட்டு குறைந்து வருவதை

அண்மைக் காலத்தில் விஞ்ஞானிகள் கண்டறிந்துள்ளனர். இது குர்ஆனின் குரலை வழிமொழிவதாக அமைந்துள்ளது.

"பூமியைத் தொட்டிலாகவும், மலைகளை முளைகளாகவும் நாம் ஆக்கவில்லையா?" (திருக்குர்ஆன்–78:6).

"அவனே பூமியை உங்களுக்குத் தொட்டிலாக அமைத்தான். நீங்கள் வழிகளை அடைவதற்காக அதில் பல பாதைகளை அமைத் தான்" (திருக்குர்ஆன்–43:10).

மேற்கண்ட வசனங்களில் நாம் வாழும் பூமியைத் தொட்டிலாக ஆக்கி இருப்பதாக இறைவன் கூறுகின்றான்.

இந்தப் பிரபஞ்சம் ஒரு நியதிக்குட்பட்டு காலங்காலமாக இயங்கிக் கொண்டிருக்கிறது. சூரியன் காலையில் கிழக்கே உதித்து மாலையில் மேற்கில் மறைவது; இதன் காரணமாக இரவு–பகல் ஏற்படுவது; கோள்கள், நட்சத்திரங்கள் ஆகியவை வானில் வலம் வந்து கொண்டிருப்பது ஆகிய அனைத்தும் இந்த இயக்கங்களின் வெளிப்பாடு ஆகும்.

இந்தச் சீரான இயக்கத்திற்கு ஈர்ப்பு ஆற்றலே காரணமாகும். இந்த பிரபஞ்சத்தில் உள்ள ஒவ்வொரு பொருளும் ஈர்ப்பு ஆற்றலைப் பெற்றுள்ளன.

நாம் ஒரு கயிற்றில் கல்லைக் கட்டிக் கொண்டு அதன் மறு முனையைப் பிடித்துக் கொண்டு சுழற்றினால் என்ன நிகழும்? கயிற்றில் கட்டப்பட்டுள்ள கல் வட்ட வடிவத்தில் நம்மைச் சுற்றி சுழன்று கொண்டிருக்கும் அல்லவா? கயிற்றின் வழியே இது நம் முடன் ஒரு ஆற்றலால் பிணைக்கப்பட்டுள்ளது. இதனை 'ஈர்ப்பு ஆற்றல்' என்று அழைக்கிறோம்.

மேலே குறிப்பிட்டதைப் போல பூமியின் மையத்தில் செயல்படும் ஈர்ப்பு ஆற்றலே, பூமியின் மேற்பரப்பில் உள்ள அனைத்தையும் பிடித்து வைத்துள்ளது. இந்த ஈர்ப்பு ஆற்றல் இல்லாது போனால் நாம் விண்ணிற்கு வீசி எறியப்பட்டிருப்போம்.

பூமி, சூரியனால் ஈர்க்கப்பட்டு சூரியனை விட்டு விலகாமல், ரங்கராட்டினம் போல சுற்றி வருகிறது.

மேற்கண்ட வசனத்தில் இந்தப் பூமியைத் தொட்டிலாக அமைத் திருப்பதாக இறைவன் கூறுவதன் மூலம், புவி ஈர்ப்பு விசை பற்றிய கருத்து இங்கே மறைமுகமாகக் கூறப்பட்டுள்ளது என்று கொள் ளலாம்.

44

வானம் பாதுகாக்கப்பட்ட முகடு

"நீங்கள் பார்க்கின்ற தூண்கள் எதுவுமின்றி அல்லாஹ்தான் வானங்களை உயர்த்தினான். பிறகு தனது ஆட்சி பீடத்தில் அமர்ந்தான். மேலும் அவன் சூரியனையும், சந்திரனையும் ஒரு நியதிக்குக் கட்டுப்படும்படிச் செய்தான்" (திருக்குர்ஆன்–13:2) என்றும், "நீங்கள் பார்க்கின்ற தூண்களின்றி வானங்களைப் படைத்துள்ளான்" (திருக்குர்ஆன்–31:10) என்றும் இறைவன் திருமறையில் கூறுகின்றான்.

வானங்களுக்கும் பூமிக்கும் தூண்கள் இருக்கின்றன; ஆனால் அவற்றை நம் கண்களால் பார்க்க முடியாது என்ற கருத்தின் அடிப்படையிலேயே 'பார்க்கின்ற தூண்களின்றி' என்ற சொல்லால் இறைவன் சுட்டுகிறான்.

'தூண்களின்றி வானத்தைப் படைத்தான்' என்று கூறாமல், 'நீங்கள் பார்க்கக் கூடிய தூண்களின்றி' என்ற தேர்ந்தெடுத்த வார்த்தையை இறைவன் தேர்வு செய்திருக்கிறான். பேரண்டத்தின் படைப்பில் கண்களுக்கு புலனாகாத தூண்கள் உள்ளன என்று திருக்குர்ஆன் கூறுகிறது. பூமி உள்ளிட்ட எல்லாக் கோள்களும் தத்தமது பாதைகளை விட்டு விலகாமல் இருப்பதற்கு ஈர்ப்பு விசை என்ற கண்ணுக்குத் தெரியாத தூண்களே காரணம். இந்த அறிவியல் உண்மையைத்தான், 'நீங்கள் பார்க்கின்ற தூண்கள் இன்றி' என்று இறைவன் இயம்புகின்றான்.

'அவனே பூமியை உங்களுக்கு விரிப்பாகவும், வானத்தை முகடாகவும் அமைத்தான்' (திருக்குர்ஆன்–2:22) என்றும், 'வானத்தைப் பாதுகாக்கப்பட்ட முகடாக்கினோம்' (திருக்குர்ஆன்–21:32) என்றும், 'அல்லாஹ்தான் உங்களுக்கு இப்பூமியை தங்குமிடமாகவும், வானத்தை முகடாகவும் அமைத்தான்' (திருக்குர்ஆன்–40:64) என்றும் இறைவன் திருமறையில் கூறுகின்றான்.

இந்த வசனத்தில் வானத்தை 'முகடு' என்றும், அதுவும் 'பாதுகாக்கப்பட்ட முகடு' என்றும் இறைவன் சொல்கிறான். 'முகடு' என்பதைக் 'கூரை' என்றும் பொருள் கொள்ளலாம்.

வானத்தை முகடு, கூரை என்று கூறுவதாக இருந்தால், அது மேலிருந்து வரும் ஆபத்துகளையும், கடும் வெப்பத்தையும் தடுத்து நிறுத்த வேண்டும். நமக்கு மேலே வெட்டவெளியாகத் தோன்றும் வானம் எப்படிக் கூரையாக இருக்க முடியும்? என்ற வினா எழலாம்; சிலர் வினா எழுப்பலாம்.

'வானம் பூமிக்குக் கூரையாக அமைந்துள்ளது' என்பதை இன்றைய விஞ்ஞான உலகம் ஏற்றுக் கொண்டுள்ளது. சந்திரனில் பகல் நேர வெப்பம் 127 சென்டிகிரேடாக இருக்கிறது. சந்திரனுக்கு அருகில் உள்ள பூமியிலும் இதே போன்ற வெப்பம்தானே இருக்க வேண்டும்.

ஆனால் சராசரியாக 40 டிகிரி சென்டிகிரேடு அளவு வெப்பமே உள்ளது. இதற்குக் காரணம் பூமியின் மேற்பரப்பில் சூழ்ந்துள்ள வாயுக்கள் நிரம்பிய காற்று மண்டலமே காரணமாகும். காற்று மண்டலம் ஐந்து அடுக்குகளாக அமைந்துள்ளது.

முதல் அடுக்கு: இதன் வரையறை பூமியின் மேற்பரப்பில் இருந்து 12 கிலோ மீட்டர் உயரம் ஆகும். காற்று மண்டலத்தில் உள்ள நைட்ரஜன், ஆக்சிஜன், கரியமில வாயு போன்ற வாயுக்களின் பெரும்பாலான அளவு இந்த அடுக்கிலேயே அடங்கியுள்ளது. இந்த அடுக்கில் வாயுக்கள் அதிகம் உள்ளதால் இது கூரைபோல செயல்படுகிறது.

சூரியனில் இருந்து வரும் வெப்பத்தில் மூன்றில் இரு பங்கைக் குறைத்து, சூரியனின் வெப்பம், பூமியை முழுமையாகத் தாக்காமல் தடுக்கிறது. மழையைத் தரும் மேகங்கள் வானில் மிதந்து கொண்டிருப்பதும் இந்த அடுக்கில்தான். ஆகாயத்தில் விமானங்கள் பறந்து செல்வது இந்த முதல் அடுக்கின் மேற்பகுதியில்தான்.

இரண்டாம் அடுக்கு: இது 12 கிலோ மீட்டர் முதல் 50 கிலோ மீட்டர் உயரம் வரை பரந்துள்ளது.

அபாயகரமான புற ஊதாக் கதிர்களைத் தடுத்து நிறுத்தும் ஓசோன் படலம் இந்த அடுக்கில்தான் அமைந்துள்ளது. இது பூமியில் வாழும் உயிரினங்களைக் காக்கும் கேடயமாக அமைந்துள்ளது.

மூன்றாம் அடுக்கு: 50 கிலோ மீட்டர் முதல் 85 கிலோ மீட்டர் வரை பரவியுள்ள காற்று மண்டலத்தின் பகுதி மூன்றாம் அடுக்கு ஆகும். அவ்வப்போது விண்கற்கள் பூமியை நோக்கி பாய்ந்து வரும் போது இந்த அடுக்கில் காற்றுடன் உரசிக் கொண்டு அவை எரிந்து சாம்பலாகி விடுகின்றன. அதிக எடை கொண்ட விண்கற்கள், மிகுந்த வேகத்தோடு நேரடியாகப் பூமியைத் தாக்கினால் பெரும்

அறிவோம் இஸ்லாம்

சேதம் ஏற்படும். இப்படிப்பட்ட நிலையில், மூன்றாம் அடுக்கில் அவை எரிந்து சாம்பலாகும் நிலையை ஏற்படுத்தி, வானத்தை இறைவன் ஒரு பாதுகாக்கப்பட்ட கூரையாக ஆக்கி இருக்கின்றான்.

நான்காம் அடுக்கு: இது 85 கிலோ மீட்டர் முதல் 600 கிலோ மீட்டர் வரை பரவி உள்ளது. பூமியில் இருந்து செலுத்தப்படும் செயற்கைக் கோள்கள் இந்த அடுக்கில் இருந்தபடி பூமியைச் சுற்றி வலம் வந்து கொண்டிருக்கின்றன.

ஐந்தாம் அடுக்கு: 600 கிலோ மீட்டர் முதல் 10 ஆயிரம் கிலோ மீட்டர் வரை பரவி உள்ள இந்த அடுக்கு காற்று மண்டலத்தின் கடைசி எல்லையாகும்.

இதற்குப் பிறகு வெற்றிடமாக விளங்கும் விண்வெளிப்பகுதி தொடங்கி விடுகிறது. காற்று மண்டலம் இருப்பதன் காரணமாகவே பூமியில் மழை வளம் ஏற்படுகின்றது.

காற்று மண்டலம் இல்லாவிட்டால், பூமி ஒரு பனி மூடிய, உறைந்த உயிரற்ற கோளாக இருந்திருக்கும்.

காற்று மண்டலம் ஒரு பாதுகாப்புப் போர்வையாக இருப்பதால் உயிரினம் வாழ்வதற்கு ஏதுவாகவும், சாதகமாகவும் பூமி அமைந்துள்ளது.

மேற்கண்ட காரணங்களால் திருக்குர்ஆன் கூறுவதைப்போல வானம், பூமிக்குப் பாதுகாக்கப்பட்ட கூரையாக அமைந்துள்ள அற்புதத்தை அறிந்து கொள்ளலாம்.

45

திருப்பித் தரும் வானம்

வானம் அல்லது ஆகாயம் என்பது பூமியின் மேற்புறத்தில் இருந்து குறிப்பிட்ட எல்லைக்கு அப்பால் விரிந்திருக்கும் அனைத்தையும் உள்ளடக்கிய பரந்த வெளி. இது வளி மண்டலத்தையும் அதற்கு அப்பால் உள்ள விண்வெளியையும் குறிக்கும்.

வானியலில் வானமானது வானக்கோளம் எனவும் அழைக்கப்படுகிறது. இந்த வெளியில் உள்ள சூரியன், நிலா, நட்சத்திரங்கள் போன்றவற்றின் அசைவுகளை நம்மால் அவதானிக்க முடிகிறது. படைக்கப்பட்ட காலம் தொட்டு, மனிதன் இந்த உலகத்தைப் பற்றியும், சூரியன், சந்திரன், வானம், நட்சத்திரங்கள் பற்றியும் மிக சொற்பமாகவே அறிந்திருந்தான்.

20-ம் நூற்றாண்டின் தொடக்கத்தில், பூமியிலும், வானங்களிலும் உள்ளவை பற்றி விஞ்ஞான உலகம் பல அடுக்கடுக்கான உண்மைகளை எடுத்து வைத்தது. இதன் மூலம் இந்தப் பிரபஞ்சத்தை இறைவன் வீணாகப் படைக்கவில்லை என்பதை விளங்கிக் கொள்ள நம்மால் முடிந்தது.

"நாம் வானங்களையும், பூமியையும் இவை இரண்டுக்கும் இடையே உள்ளவற்றையும் உண்மையைக் கொண்டே அல்லாது படைக்கவில்லை" (15:85) என்றும், "வானத்தையும், பூமியையும் அவற்றுக்கு இடைப்பட்டவற்றையும் விளையாட்டாக நாம் படைக்கவில்லை" (21:16) என்றும், "வானங்களையும், பூமியையும் இவ்விரண்டிற்கும் இடையே உள்ளவற்றையும் விளையாட்டிற்காக நாம் படைக்கவில்லை" (44:38) என்றும், "வானத்தையும், பூமியையும், இவ்விரண்டிற்கும் இடையே உள்ளவற்றையும் வீணுக்காக நாம் படைக்கவில்லை" (38:27) என்றும் இறைவன் திருமறையில் பல இடங்களில் பறை சாற்றுகிறான்.

இந்த பிரபஞ்சத்தில் படைக்கப்பட்டுள்ள அனைத்தும் மனிதனுக்குப் பயன்படும் வகையில் அமைந்துள்ளன. இவற்றில் சிலவற்றை மனிதன் அறிந்திருக்கிறான். பெரும்பாலானவைகளின் நன்மைகளைப் பற்றி மனிதனால் இன்னமும் உணர்ந்து கொள்ள

முடியவில்லை. "வானங்கள், பூமி ஆகியவற்றின் எல்லைகளைக் கடந்து செல்ல நீங்கள் சக்தி பெறுவீர்களாயின் (அவ்வாறே) செல் லுங்கள். ஆனால் வல்லமை(யும் நம் அதிகாரமும்) இல்லாமல் நீங்கள் கடக்க முடியாது" *(55:33)* என்று திருமறையில் இறைவன் கூறுகின்றான்.

மேற்கண்ட திருக்குர்ஆன் வசனம், மனிதன் விண்வெளிப் பய ணம் மேற்கொள்ள முடியும் என்பதை எடுத்துக் கூறுகிறது. வளி மண்டலத்திற்கு வெளியே உள்ள பிரபஞ்சத்தை ஆராய ஆளுள்ள ராக்கெட்டுகளையும், ஆளில்லாத ராக்கெட்டுகளையும், பயன் படுத்துவது குறித்த ஆராய்ச்சிகள் 20–ம் நூற்றாண்டின் தொடக்கத் தில் தொடங்கின.

இவற்றில் குறிப்பிடத்தக்கவை அமெரிக்காவின் அப்போலோ திட்டமும், அதில் உள்ளடங்கிய 1969–ம் ஆண்டு முதலில் நிலவில் கால் வைத்த நிகழ்ச்சியும், சோவியத் சோயுஸ் மற்றும் 'சல்யூட்' திட்டங்களும் ஆகும். இதைத் தொடர்ந்து இந்தியா உள்ளிட்ட நாடுகளும் விண்வெளி ஆராய்ச்சியில் ஈடுபட்டன.

விண்ணில் பறக்க முடியுமா என்பதைக் கனவில்கூட காண முடியாத அந்தக் காலகட்டத்தில், விண்ணில் பறக்க முடியும் என் பதையும், அதற்கென்று ஓர் ஆற்றல்–சக்தி தேவை என்பதையும் கூறிய திருக்குர்ஆன், இறை வேதம் என்பதை மெய்ப்பிக்கிறது.

"அல்லாஹ் எவர்களுக்கு நேர்வழி காண்பிக்க விரும்புகின் றானோ அவர்களுடைய உள்ளத்தை இஸ்லாத்தின் பக்கம் (செல்ல) விரிவாக்குகின்றான். எவர்களை அவர்களுடைய வழிகேட்டிலேயே விட்டுவிட விரும்புகின்றானோ அவர்களுடைய உள்ளத்தை (நிர்ப் பந்தத்தால்) வானத்தில் ஏறுபவ(னி)ன் (உள்ளம்) போல் கஷ் டப்பட்டு சுருங்கும்படியாக்கி விடுகிறான்" *(6:125)* என்ற இறை வசனம், விண்ணில் மேலேறிச் செல்பவரின் இதயம் சுருங்கும் என்பதை எடுத்துக் கூறுகிறது. விண்வெளியில் பயணம் மேற்கொள் பவர்களின் இதயம் சுருங்கும்; இறுக்கமான நிலையை அடையும் என்பதை இன்றைக்கு விண்வெளி வீரர்கள் ஒப்புக் கொண்டுள்ள னர். விண்வெளி வீரர்கள் மட்டுமல்ல, விமானப் பயணிகள் கூட இத்தகைய அனுபவத்தை உணர முடியும்.

வியப்பில் நம்மை 'அண்ணாந்து' பார்க்க வைக்கும் இன்னொரு திருக்குர்ஆன் வசனம், "திருப்பித் தரும் வானத்தின் மீது சத்திய மாக" *(86:11)* என்பதாகும்.

இந்த வசனத்திற்கான பொருள் பல நூற்றாண்டுகளாக புரி

யாமல் இருந்தது. இந்த வசனத்திற்கு எல்லோரும் ஏற்றுக் கொள்ளும் நல்ல விளக்கத்தை விஞ்ஞானிகள் அளித்துள்ளனர்.

பூமியில் இருக்கின்ற நீர் சூரிய வெப்பத்தால் ஆவியாகி, அதை வானம் மீண்டும் மழையாகத் தருவதையே, 'திருப்பித் தரும் வானம்' என்ற சொல்லால் சுட்டுகிறது, குர்ஆன்.

சூரியனின் வெப்ப ஆற்றல் காரணமாக கடலிலும், நீர் நிலைகளிலும் இருக்கின்ற நீர் ஆவியாகி மேகங்களாக மாறுகின்றது. இந்த மேகங்களின் மீது குளிர்ந்த காற்று தாக்கும்போது இது குளிர்வடைந்து மழை நீராக மீண்டும் பூமியை வந்தடைகிறது.

மழைநீரில் முக்கால் பகுதி கடலிலும், கால் பகுதி நிலத்திலும் பெய்கிறது. நிலத்தில் பெய்யும் மழைநீரில் ஒரு பகுதி நீர் நிலைகளில் சேமிக்கப்படுகிறது. எஞ்சிய நீர் கால்வாய்கள், ஆறுகள் வழியாக கடலில் சென்று கலக்கின்றது. கடல் நீர் மீண்டும் ஆவியாகி மேகங்களாக மாறுகின்றது. இது தொடர்ந்து சுழற்சியாக நடந்து கொண்டிருப்பதால் இதை 'நீர் சுழற்சி' என்று அழைக்கிறோம்.

மேலும் பூமியில் இருந்து செயற்கைக்கோள் மூலம் அனுப்பப்படுகின்ற ஒலி மற்றும் ஒளி அலைகளை வானம் மீண்டும் பூமிக்குத் திருப்பி அனுப்புகிறது.

இதன் மூலம் இன்றைக்கு நாம் வானொலி, தொலைக்காட்சி நிகழ்ச்சிகளைக் கேட்கவும், காணவும் முடிகிறது.

பொதுவாக பொறுமைக்கு பூமியையும், வள்ளல் தன்மைக்கு வானத்தையும் உவமையாகக் கூறுகிறோம். இதைத் 'திருப்பித் தரும் வானம்' என்ற அற்புதமான அடைமொழி மூலம் இறைவன் நமக்கு அடையாளப்படுத்தி இருக்கின்றான்.

46

கடல்

கடல், பூமிப் பரப்பில் 70 சதவீதத்தை ஆக்கிரமித்துள்ள உப்பு சுவை கொண்ட நீர் நிலையாகும். இதனால் பூமியை 'நீர்க் கோள்' என்றும், 'நீல வண்ணக்கோள்' என்றும் அழைக்கிறோம்.

பூமியின் பருவ நிலையை நிலைப்படுத்துவதோடு நீர் சுழற்சி, கரிமச் சுழற்சி, நைட்ரஜன் சுழற்சி ஆகியவற்றிலும் கடல் நீர், முதன்மைப் பங்காற்றுகிறது. காற்றழுத்தத் தாழ்வு மண்டலம் உரு வாகுதல், பருவ மழை பெய்தல் ஆகியவற்றுக்கு கடல் நீரின் பங்கு முக்கியமானதாகும். அது– 'ஆழி', 'விரிநீர்', 'பெருநீர்', 'பருநீர்', 'நிலை நீர்' என்ற பெயராலும் அழைக்கப்படுகிறது.

கடலுக்கு 'முந்நீர்' என்ற பெயரும் உண்டு. மழைநீர், ஆற்று நீர், நிலத்தடி நீர் சேருதலால் முந்நீர் என்ற பெயர் வந்தது. படைப்பு, காப்பு, அழிப்பு ஆகியவை செய்தலாலும் அது முந்நீர் ஆனது.

பசிபிக் பெருங்கடல், அட்லாண்டிக் பெருங்கடல், இந்தியப் பெருங்கடல், அண்டார்டிக் பெருங்கடல், ஆர்ட்டிக் பெருங்கடல் என்று 5 பெருங்கடல்கள் உள்ளன. இவை தவிர அரபிக்கடல், வங்காள விரிகுடா கடல், கருங்கடல், செங்கடல், மத்தியத் தரைக்கடல், காஸ்பியன் கடல், கரீபியன் கடல், மர்மரா கடல், பாரசீக வளைகுடா போன்ற சிறிய கடல்களும் உள்ளன. 'கடல்' என்ற சொல்லானது 'கடத்தற்கு அரிய தென்று' பொருள்படும். 'நீந்திக் கடத்தற்கு அரியது' என்பதாகக் கருதலாம்.

இறைவன் படைப்பில் அனைத்துமே அதிசயம்; அதிலும் கடல்கள் மாபெரும் அதிசயம்; அந்தக் கடல்களுக்கு மத்தியில் தடுப்பு ஏற்படுத்தி இருப்பதாக திருக்குர்ஆனில் இறைவன் கூறி இருப்பது அதிசயத்திலும் அதிசயம்.

"இரு கடல்களையும் அவனே சந்திக்கச் செய்தான். ஆயினும் அவ்விரண்டுக்கும் இடையே ஒரு தடுப்பு இருக்கின்றது. அதை அவை மீறுவதில்லை" (59:19) என்றும், "இந்தப் பூமியை வசிக்கத் தக்க இடமாக ஆக்கியவனும், அதனிடையே ஆறுகளை உண் டாக்கியவனும், அதற்காக (அதன் மீது அசையா) மலைகளை

உண்டாக்கியவனும், இரு கடல்களுக்கு இடையே தடுப்பை உண்டாக்கியவனும் யார்? அல்லாஹ்வுடன் வேறு கடவுளா? இல்லை! (எனினும்) அவர்களில் பெரும்பாலானோர் அறியாதவர்களாக இருக்கின்றனர்" (27:61) என்றும் இறைவன் திருமறையில் கூறுகின்றான்.

எங்கெல்லாம் இருவேறு கடல்கள் கலக்குமோ அந்தக் கடல்களுக்கு மத்தியில் தடுப்பு இருப்பதாக இன்றைய தினம் விஞ்ஞானிகள் கண்டறிந்துள்ளனர். 'தடுப்பு' என்பது திடப்பொருளால் ஆன தடுப்பு அல்ல. இரு கடல்களுக்கு இடையே கண்ணுக்கு புலப்படாத வகையில் ஒரு 'நீர்த் தடுப்பு' உள்ளது. இதன் காரணமாக இரு கடல்களின் தனித்தன்மையில் எந்தவித மாற்றமும் ஏற்படுவது இல்லை.

மத்திய தரைக்கடலுக்கும், ஜிப்ரால்டரில் உள்ள அட்லாண்டிக் கடலுக்கும் இடையே உள்ள தடுப்பு உள்பட பல்வேறு இடங்களில் இந்த அற்புத நிகழ்வு ஏற்படுகின்றது.

மத்தியத் தரைக்கடலும், அட்லாண்டிக் கடலும் ஒன்றோடு ஒன்று ஒட்டிக் கொண்டிருந்தாலும் அதன் தட்ப வெப்ப நிலை, உப்புத் தன்மை, அடர்த்தி ஆகியவற்றில் எந்தவித மாற்றமும் இல்லை.

கடல் நீரின் சராசரி ஆழம் 4 கிலோ மீட்டர். மிக அதிகமான ஆழம் 11 கிலோ மீட்டர். இது பசிபிக் பெருங்கடலில் உள்ள மரியானா பள்ளத்தாக்கு ஆகும். எவரெஸ்ட் சிகரத்தின் உயரத்தைக் காட்டிலும் இது கடலுக்கு அடியில் அதிக ஆழம் கொண்டதாகும்.

ஆழ் கடலில் ஏற்படுகின்ற இருட்டைப் பற்றியும் திருக்குர்ஆன் கூறுகிறது. "அல்லது (அவர்களின் நிலை) ஆழ்கடலில் (ஏற்படும்) பல இருள்களைப் போன்றதாகும். அதனை ஓர் அலை மூடுகிறது. அதற்கு மேல் மற்றொரு அலை; அதற்கு மேலே மேகம். (இப்படி) பல இருள்கள்; சிலவற்றுக்கு மேல் இருக்கின்றன. (அப்பொழுது) அவன் தன் கையை வெளியே நீட்டினால் அவனால் அதைப் பார்க்க முடியாது. எவனுக்கு அல்லாஹ் ஒளியை ஏற்படுத்தவில்லையோ அவனுக்கு எந்த ஒளியும் இல்லை". (24:40)

இந்த வசனத்தில் இறை நிராகரிப்பாளர்களை இறைவன் ஆழ் கடலின் இருளுக்கு உவமையாக கூறுகின்றான்.

கடலுக்குள் ஒருவன் மூழ்கும்போது, ஆழம் செல்லச்செல்ல இருள் அதிகரித்துக் கொண்டே சென்று, முடிவில் தன் கையைக் கண் முன்னால் கொண்டு வந்தால் அதை அவனால் காண

அறிவோம் இஸ்லாம்

இயலாத அளவுக்கு 'இருட்டாக' இருக்கும் என்று இந்த வசனம் கூறுகிறது.

கடலில் ஒரு குறிப்பிட்ட ஆழத்திற்கு மேல் மனிதனோ அல்லது அவன் கண்டுபிடித்த உபகரணங்களோ செல்ல முடியவில்லை என்பதே உண்மை. காரணம் ஒரு குறிப்பிட்ட ஆழத்திற்கு மேல் வெளிச்சம் உட்புக முடியாததாலும், நீரின் அழுத்தம் அதிகரிப்பதாலும் ஏற்படும் பாதிப்புகளைக் களைய இன்னும் நவீன எந்திரங்கள் கண்டுபிடிக்கப்படவில்லை.

மேற்கண்ட (24:40) வசனம், ஆழ்கடலில் இருள் மட்டுமல்ல; அலைகளும் இருப்பதாகக் கூறுகின்றது.

பொதுவாக கடலின் மேற்புறத்தில் காற்றின் தாக்கத்தால் அலைகள் உருவாகின்றன. இரவில் சந்திரனின் ஈர்ப்பின் காரணமாகவும் அலைகள் எழும்புகின்றன. இந்த அலைகள் எல்லாம் கடலின் மேற்பரப்பில் நிகழ்பவை. ஆழ்கடலின் ஆழத்தில் உள்ள வெப்ப நிலை, அடர்த்தி, உப்புத் தன்மைக்கு ஏற்றவாறு வெவ்வேறு அடர்த்தியுள்ள நீர் ஒன்று சேரும் இடங்களில் ஆழத்தில் பெரும் அலைகள் உருவாகின்றன.

இவை சுமார் 100 மீட்டர் (330 அடி) பிரமாண்ட உயரமும், பல நூற்றுக்கணக்கான மைல் நீளமும் நீண்டு செல்லும். இந்த அலைகள் கடற்பரப்பில் நம் கண்களுக்குத் தெரியாது.

இருந்தபோதிலும் பல்வேறு கடல் பகுதிகளின் ஆழத்தில் அலைகள் உருவாகின்றன என்பதற்குச் செயற்கைக் கோள் படங்கள் நமக்கு சாட்சியாக– அத்தாட்சியாக உள்ளன.

47

மலை

மலை என்பது குறிப்பிட்ட ஒரு நிலப்பகுதியில் அதன் சுற்றாடலுக்கு மேலே உயர்ந்து காணப்படும் ஒரு பெரிய நில வடிவம் ஆகும். நாம் வெகு தூரத்தில் இருந்து கொண்டு மலைகளின் அழகை ரசித்து மகிழ்கிறோம். மேலும் பாதைகளை அமைத்து மலையின் உச்சிக்கே சென்று, உலவும் மேகக்கூட்டங்களையும், உலகின் அழகையும் கண்டு வியப்பின் உச்சிக்கே செல்கிறோம்.

திருக்குர்ஆனில் பூமி மற்றும் வானங்கள் பற்றிப் பேசப்படுகின்ற இடங்களில் மலைகள் குறித்தும் பேசப்படுகிறது. வானங்களும், பூமியும் இறைவனின் பிரமிப்பூட்டும் பிரமாண்ட படைப்புகளாக இருப்பதைப் போன்றே மலைகளும் ஒரு மகத்தான படைப்பாகும் என்பதையே இது காட்டுகிறது.

"பின்னர் அவனே பூமியை விரித்தான். அவனே அதில் இருந்து நீரையும் மேய்ச்சலையும் வெளிப்படுத்துகிறான். மலைகளையும் அவனே அதில் நிலை நிறுத்தினான்" (திருக்குர்ஆன்-79:30) என்றும்,

"நிச்சயமாக (நம்முடைய) பொறுப்பை சுமந்து கொள்வீர்களா? என நாம் வானங்கள், பூமி, மலைகள் முதலியவற்றிடம் வினவினோம். அதற்கு அவை அதைப் பற்றி பயந்து, அதைச் சுமப்பதில் இருந்து விலகி விட்டன. மனிதன் அதைச் சுமந்து கொண்டான். (இருப்பினும்) அவன் அறியாமையால் தனக்குத் தானே தீங்கி ழைத்துக் கொண்டான்" (33:72) என்றும், பூமியுடன் மலைகளும் சேர்ந்தே இடம் பெற்றுள்ளதை அறிந்து கொள்ளலாம்.

பூமியில் அழகாகவும், கம்பீரமாகவும் காட்சி அளிக்கும் மலைகள் எதற்காகப் படைக்கப்பட்டிருக்கின்றன? பூமியில் அதன் அவசியம் தான் என்ன?

"நாம் பூமியை விரிப்பாக ஆக்கவில்லையா? இன்னும் மலை களை முளைகளாக ஆக்கவில்லையா?" (78:6) என்றும்,

"அவனே பூமியை விரித்து அதில் உறுதியான மலைகளையும் ஆறுகளையும் உண்டாக்கினான்" (13:3) என்றும்,

“அவனே பூமியை விரித்தான்... அதில் மலைகளையும் நிலை நாட்டினான்” (79:30,32) என்றும் இறைவன் திருமறையில் கூறு கின்றான்.

பூமி ஆடாமல் அசையாமல் நிற்பதற்கு மலைகள், ‘முளை’களாக அமைந்துள்ளன என்பதையும், அவை உறுதியானவை என்பதையும் மேற்கண்ட வசனங்கள் மூலம் அறியலாம்.

கூடாரங்கள் காற்றில் பறந்து விடாமல் தடுப்பதற்காக அதன் பக்கவாட்டில் உள்ள கயிறுகளை இழுத்துக் கட்டுவதற்காக பூமியில் அறையப்படும் ‘முளைக்குச்சி’களைப் போல மலையின் வேர்கள் அமைந்துள்ளன.

‘புவி’ (எர்த்) என்ற தலைப்பில் எழுதப்பட்ட புத்தகம் புவியியல் தொடர்பான அறிவியல் நூலாக போற்றப்படுகிறது.

இந்த நூலின் ஆசிரியர்களில் ஒருவரும், அமெரிக்காவில் உள்ள தேசிய விஞ்ஞானக் கழகத் தலைவருமான பிராங் பிரஸ் கூறுகை யில், “மலைகள், முளைகளைப் போன்று பூமிக்கடியில் புதைந்து காணப்படுகின்றன. அதன் வேர்கள் பூமிக்குள் மிக ஆழமாக ஊடு ருவி நிற்கின்றன” என்று குறிப்பிட்டுள்ளார்.

பூமியின் மேற்பரப்பில் காணப்படும் மலைகளின் உயரத்தை விட 10 அல்லது 15 மடங்கு ஆழமாக பூமிக்கடியில் ‘மலை வேர்’ என்று அழைக்கப்படும் அதன் வேர் பதிந்துள்ளது.

சான்றாக, பூமியின் மேற்பரப்பில் இருந்து 9 கிலோ மீட்டர் உய ரமான இமயமலையின் வேர், பூமிக்கு அடியில் சுமார் 125 கிலோ மீட்டர் ஆழத்திற்கு நீண்டு காணப்படுகிறது.

இதன் காரணமாக கூடாரத்தைத் தாங்கிப் பிடித்துக் கொண்டி ருக்கும் முளைகள் போன்று மலைகள் செயல்படுகின்றன என்பதை விஞ்ஞான உலகம் ஒப்புக் கொண்டுள்ளது.

பூமி பல அடுக்குகளைக் கொண்டுள்ளது என்பதை முந்தைய அத்தியாயத்தில் பார்த்தோம்.

நிலப்பகுதியைச் சேர்ந்த பூமியின் மேல் அடுக்கு, கண்டத்தட்டு (காண்டினென்டல் கிரஸ்ட்) என்றும், நீருக்கடியில் உள்ள மேல் அடுக்கு, கடல் தட்டு (ஓசியானிக் கிரஸ்ட்) என்றும் அழைக்கப் படுகிறது.

கண்டத் தட்டு பூமியின் மேற்பரப்பில் இருந்து சுமார் 40 கிலோ மீட்டர் ஆழம் வரை உள்ளது. கடல் தட்டு கடல் நீருக்கடியில் 5 முதல் 10 கிலோ மீட்டர் ஆழம் வரை வியாபித்துள்ளது. மேன்டில்

எனப்படும் இரண்டாம் அடுக்கு மற்றும் உட்கரு (கோர்) எனப் படும் மைய அடுக்கு என பல அடுக்குகள். அதில் உள் மையம், வெளி மையம் என்று உட்கரு இரண்டு கிளை அடுக்குகளாக பிரிந்துள்ளன.

பூமியின் உள்ளமைப்பு பல்வேறு நிலைகளில் உள்ளன. இதனால் பூமி தன்னைத் தானே சுற்றிக் கொண்டு சூரியனையும் சுற்றி வரும் போது நிலப்பரப்பு நிலைபெயர்ந்து போகலாம்.

பூமியின் அடுக்குகளில் நடுக்கம் ஏற்பட்டு சீட்டுக்கட்டுகள் போல சரிந்து போகலாம். இதனால் பூமியை அசையவிடாமல் கெட்டியாகவும், உறுதியாகவும் பிடித்துக் கொள்வதற்கு மலையின் மேற்பகுதி உறுதுணையாக உள்ளது.

"இன்னும் இப்பூமி (மனிதர்களுடன்) ஆடி சாயாமல் இருக்கும் பொருட்டு, நாம் அதில் நிலையான மலைகளை அமைத்தோம். அவர்கள் நேரான வழியில் செல்லும் பொருட்டு, நாம் விசால மான பாதைகளையும் அமைத்தோம்" (திருக்குர்ஆன்–21:31) என்ற வசனத்தின் மூலம் பூமி ஆடாமல் அசையாமல் இருப்பதற்காகவே மலைகள் அமைந்துள்ளன என்பதை அறியலாம்.

மலையின் கம்பீரமான தோற்றமும், எழிலும் மனிதர்களுக்கு மலைப்பை ஏற்படுத்துவதால்தான் அதற்கு மலை என்று பெய ரிட்டனர்.

மலைப்பைத் தருவது மலை மட்டுமல்ல; திருக்குர்ஆனில் மலை பற்றி இறைவன் கூறிய கருத்துகளும்தான்.

48

தாவரத்திலும் ஜோடி உண்டு

இந்த உலகில் மனிதர்களையும், விலங்குகளையும், பறவைகளையும் இறைவன் ஜோடியாகவே படைத்தான். இனங்கள் பெருக வேண்டும்; உலகம் இயங்கிக் கொண்டே இருக்க வேண்டும் என்பதற்காகவே இணைகளை ஏற்படுத்தினான்.

"இன்னும், உங்களை (ஆண், பெண்) ஜோடியாக நாம் படைத்தோம்" (திருக்குர்ஆன்-78:8) என்றும்,

"நீங்கள் சிந்திப்பதற்காக ஒவ்வொரு பொருளையும் ஜோடி ஜோடியாகப் படைத்தோம்" (51:49) என்றும்,

"அவன்தான் ஜோடிகள் யாவற்றையும் படைத்தான். உங்களுக்காக கப்பல்களையும், நீங்கள் சவாரி செய்யும் கால்நடைகளையும் உண்டாக்கினான்" (43:12) என்றும்,

"வானங்களையும், பூமியையும் படைத்தவன் அவனே; உங்களுக்காக உங்களில் இருந்தே ஜோடிகளையும், கால்நடைகளில் இருந்து ஜோடிகளையும் அமைத்து, அதில் உங்களை(ப் பல இடங்களிலும் பல்கி) பரவச் செய்கிறான். அவனைப் போன்று எப்பொருளும் இல்லை" (42:11) என்றும் இறைவன் திருமறையில் கூறுகிறான்.

ஆனால் தாவரங்களிலும் ஆண்-பெண் என ஜோடிகள் உண்டு என்பதைப் பண்டை நாட்களில் மனிதர்கள் யாரும் அறிந்திருக்கவில்லை.

தாவரம் என்பது மரம், செடி, கொடி, புற்கள் போன்றவற்றைக் குறிக்கும் ஒரு பெரும் உயிரினப் பிரிவாகும்.

இந்தப் பூமியில் உள்ள நிலப்பரப்பு முழுவதும் ஏன் நீரிலும்கூட வாழ்ந்து இந்த உலகத்தில் மற்ற உயிரினங்கள் வாழ வழிவகை செய்பவை தாவரங்கள்.

மண் சரிவு, மண் அரிப்பில் இருந்து பாதுகாக்கவும், மண் வளம், மழை வளம், சுகமான தட்ப வெப்ப நிலை ஆகியவற்றை நிலைப்படுத்தவும் தாவரங்களால் முடியும் என்பதைப் பார்க்கும்

போது, மனித வாழ்க்கைக்கு தாவரங்களின் ஆதாரமான பங்கை அறியலாம்.

இந்த உலகில் உள்ள எல்லா உயிரினங்களுக்கும் அடிப்படை யாகத் தாவரங்கள் இருக்கின்றன. மிகச் சிறிய நீரில் நேரடியாக வாழும் பாசி வகைகளில் இருந்து 100 மீட்டர் (330 அடி) உய ரத்திற்கு மேல் வளரும் 'சிகொயா' மரங்கள் வரை, பல்வேறு வகைகள் உள்ளன. சுமார் 3,50,000 தாவர வகைகள் உள்ளதாக மதிப்பிடப்பட்டுள்ளது.

இவற்றில் சிலவற்றை மட்டுமே நாம் உணவு, உடை, மருந்து, உறைவிடம் ஆகியவற்றுக்காகப் பயன்படுத்துகிறோம். பல நாடு களின் பொருளாதாரம் மற்றும் அரசுகள் இதைப் பொறுத்தே நிலைபெறுகிறது. இதைவிட முக்கியமாக 100 கோடி (பில்லியன்) ஆண்டுகளுக்கு முன்பு வாழ்ந்த தாவரங்களின் பச்சையத்தால் தான் (குளோரபில்) இப்போது நாம் பயன்படுத்தும் பெட்ரோல், டீசல், மண்ணெண்ணெய் ஆகியவை கிடைக்கின்றன என்பதை அறியும்போது தொழில் உலகின் அடித்தளமே தாவரங்கள் என் பதைப் புரிந்து கொள்ள முடிகிறது.

தாவரங்கள் ஓரிடத்தில் இருந்து மற்றோர் இடத்திற்கு தானே நகராமல் நிலையாக இருப்பதால் அவற்றை 'நிலைத்திணை' என் கிறார்கள். மனிதர்களும், விலங்குகளும் நகர்வதால் 'நகர் திணை' எனலாம்.

ஆறறிவுடைய மக்கள் உயர்திணை. திணையாவது ஒழுக்கம். உயர்ந்த ஒழுக்கம் உடையவர் என்பதை இந்த குறியீடு உணர்த்து கிறது. இதில் ஆளும் தன்மை உடையவர்கள் ஆண்கள்; பேணும் தன்மை உடையவர்கள் பெண்கள்.

உயர்ந்த ஒழுக்கம் இல்லாதது, அஃறிணை. அல் + திணை = அஃறிணை. இது உயிருள்ளது; உயிரற்றது என இருவகைப்படும்.

"இதை (மழைநீரை)க் கொண்டு நாம் பலவிதமான தாவரங்களை ஜோடி ஜோடியாக வெளிப்படுத்துகிறோம்" (திருக்குர்ஆன்–20:53) என்று திருமறையில் இறைவன் கூறுவதன் மூலம் தாவரங்களிலும் ஜோடி உண்டு என்பதை அறிய முடிகிறது.

இனப் பெருக்கத்திற்காகவும், விதைகள் தோன்றுவதற்கும் மக ரந்தத் தூள்கள் ஒரு தாவரத்தில் இருந்து இன்னொன்றுக்கு எடுத் துச் செல்லப்படுகின்றன. இதுவே 'மகரந்தச் சேர்க்கை' எனப்படும். தாவரத்தில் உள்ள மகரந்தத் தூள், ஆண்பால் அணுக்களைக் கொண்டுள்ளது. சூல் வித்திலைகள், பெண்பால் அணுக்களைக் கொண்டுள்ளன. இவை இரண்டும் இணையும் நிகழ்வுதான்

அறிவோம் இஸ்லாம்

மகரந்தச் சேர்க்கை. இது 'தன் மகரந்தச் சேர்க்கை', 'அயல் மகரந்தச் சேர்க்கை' என்று இருவகைப்படும்.

ஒரு பூவில் உள்ள மகரந்தம் அதே பூவில் உள்ள அல்லது அதே தாவரத்தில் உள்ள வேறொரு பூவில் இருக்கும் சூல் வித்துடன் மகரந்தச் சேர்க்கைக்கு உள்ளாயின் அது 'தன் மகரந்தச் சேர்க்கை' எனப்படும். ஒரு தாவரத்தில் இருக்கும் சூல் வித்தானது, வேறொரு தாவரத்தில் இருந்து பெறப்படும் மகரந்தத்தால் கருக்கட்டப்படுமாயின் அது 'அயல் மகரந்தச் சேர்க்கை' எனப்படும்.

ஆண்பால் அணுக்களான மகரந்த மணிகளை, பெண்பால் அணுக்களான சூல் வித்திலைகளுக்கு கொண்டு செல்வதில் வேறொரு உயிரினம் பயன்படுகிறது. இதில் வண்டு, தேனீ, எறும்பு, குளவி, பட்டாம்பூச்சி போன்ற பூச்சிகளுக்கு பெரும் பங்குண்டு. பறவைகளும், வவ்வால்களும்கூட அயல் மகரந்தச் சேர்க்கைக்கு உதவி புரிகின்றன. எந்த உயிரினத்தின் உதவியும் இல்லாமலும் மகரந்தச் சேர்க்கை நடைபெறலாம். பொதுவாக இந்த வகையான மகரந்தச் சேர்க்கை காற்றின் துணையுடன் நிகழும்.

"அவன் எத்தகையவன் என்றால், அவனே பூமியை விரித்து அதில் உறுதியான மலைகளையும், ஆறுகளையும் உண்டாக்கினான். இன்னும் கனிகள் ஒவ்வொன்றில் இருந்தும் இரண்டிரண்டாக ஜோடிகளை அதில் உண்டாக்கினான்" (திருக்குர்ஆன் 13:3).

இந்த வசனத்தின் மூலம் அனைத்துப் பழங்களிலும் ஆண், பெண் பாலினப்பகுதிகள் அமைந்துள்ளன என்கிற தாவரவியல் உண்மையை திருக்குர்ஆன் எடுத்துக் கூறுகின்றது.

"பூமி முளைப்பிக்கின்ற (புற்பூண்டுகள்) எல்லாவற்றையும், (மனிதர்களாகிய) இவர்களையும், இவர்கள் அறியாதவற்றையும் ஜோடியாகப் படைத்தானே அவன் மிகவும் தூய்மையானவன்" (திருக்குர்ஆன் 36:36)

மனிதர்கள், மிருகங்கள், செடிகொடிகள், பழவகைகள் என்ற இனங்களையும் கடந்து, மனிதர்கள் அறியாதவற்றிலும் ஜோடி ஜோடியாகப் படைத்திருப்பதாக மேற்கண்ட வசனத்தில் இறைவன் கூறுகின்றான்.

நாம் பயன்படுத்தும் மின்சாரத்தில் கூட உடன்பாடு (பாஸிட்டிவ்) எதிர்மறை (நெகட்டிவ்) என்ற ஜோடிகள் இருப்பதை இப்போது விஞ்ஞான உலகம் கண்டறிந்துள்ளது.

49

மனிதனின் மாறாத அடையாளம், கைரேகை

நாம் வாழும் இந்தப் பிரபஞ்சம் ஒருநாள் முடிவுக்கு வரும். வானம், பூமி, சூரியன், சந்திரன், நட்சத்திரங்கள், மனிதர்கள், விலங்குகள், பறவைகள், தாவரங்கள் அனைத்தும் அழிக்கப்படும். பிறகு உலகில் பிறந்த அனைவரும் உயிர் கொடுத்து எழுப்பப்படு வார்கள். அவர்களின் செயல்பாடுகள் குறித்து விசாரணை நடத் தப்படும்.

அந்த நியாயத் தீர்ப்பு நாளில் நல்லவர்களுக்கு சொர்க்கமும், தீயவர்களுக்கு நரகமும் வழங்கப்படும். மனித உடல் மண்ணில் புதைக்கப்பட்டு அவற்றின் எலும்புகள் மக்கிப் போன பிறகு, மனிதன் எவ்வாறு மீண்டும் உயிர்த்தெழுப்பப்படுவான்? அப்படி அவர்கள் ஒருவேளை உயிரோடு எழுப்பப்பட்டாலும், அந்த மனி தனை எவ்வாறு அடையாளம் கண்டு கொள்ள முடியும் என்று இறை நிராகரிப்பாளர்களான மக்கா மாநகர் குரைஷிகள் அன்றே கேள்விக் கணைகளை எழுப்பினார்கள்.

"உங்களை முதலாவதாக எவன் படைத்தானோ அவன்தான் (நீங்கள் மரணித்த பின்பும் உங்களை எழுப்புவான்) என்று (நபியே) கூறுங்கள்" (திருக்குர்ஆன்–17:49) என்று இறைவன் திருமறையில் பதில் கூறுகின்றான்.

முதுகெலும்பு உள்ள விலங்கு மற்றும் மனிதர்களின் உள்கூட்டில் காணப்படும் விறைப்பான உறுப்பு எலும்புகள். இந்த எலும்புகள் உடல் உள்உறுப்புகளுக்கு பாதுகாப்பாக அமைவதுடன், உடலைத் தாங்குவதற்கும், இடம் விட்டு இடம் நகர்வதற்கும் பயன்படுகின் றன. நமது உடலில் தோலையும், தசையையும் நீக்கி விட்டால் மிஞ்சுவது எலும்புக்கூடுகள் மட்டுமே. எலும்புக்கூட்டிற்கு 'எலும்புச் சட்டம்' என்று பெயர்.

உடலுக்கு ஆதாரமாகவும், தசை நரம்புகளுக்கு பற்றுக்கோடாக வும் இருப்பது எலும்புக் கூடுகள் தான். மூளை, கண், இதயம், நுரையீரல் போன்ற மென்மையான உறுப்புகளுக்கு பாதுகாப்பாக இருப்பதும் இந்த எலும்புக்கூடுகள் தான்.

அறிவோம் இஸ்லாம்

மரணித்து விட்ட மனிதனின் எலும்புகள் மட்டுமின்றி, அவனது விரல் நுனிகளையும்கூட மீண்டும் சீராக, செம்மையாக ஒழுங்கு படுத்தும் ஆற்றல் உண்டு என்பதை இறைவன் திருமறையில் தெளிவுபடுத்துகிறான்.

"(இறந்து உக்கிப்போன, மண்ணோடு மண்ணாக மக்கிப்போன) அவனுடைய எலும்புகளை நாம் ஒன்று சேர்க்க மாட்டோம் என்று மனிதன் எண்ணிக் கொண்டிருக்கின்றானா? அன்று அவன் நுனி விரல்களையும் (முன்னிருந்தவாறே) செம்மையாக்க நாம் ஆற்றலுடையோம்" (75:3) என்பது இறைமறை வசனம்.

எலும்புகள் மக்கிப்போனாலும் மனிதனுக்கு உயிர் கொடுப்போம் என்று உரத்த குரலில் கூறும் இறைவன், குறிப்பாக விரல் நுனி குறித்து கூறுவதன் காரணம் என்ன?

ஒவ்வொரு உயிரினங்களுக்கும் தனி அடையாளம் உண்டு. அதைப்போல மனிதர்களுக்கு இருக்கிற தனிப்பட்ட அடையாளமே, கைரேகை.

உலகில் வாழுகின்ற காலம் வரையில் ஒரு மனிதனின் கைரேகையில் எந்தவித மாற்றமும் இருக்காது. இந்த உலகில் சுமார் 750 கோடி மக்கள் வாழ்கிறார்கள். அவர்களில் ஒரு மனிதரின் கைரேகை, இன்னொரு மனிதருக்குப் பொருந்தி வராது. இதற்கு முன்பு வாழ்ந்த நம் முன்னோர்களின் கைரேகைகளும் சரி, இனி மேல் பிறக்கப்போகிற குழந்தைகளின் கைரேகைகளும் சரி, ஒன்றுக் கொன்று பொருந்தாது. அதனால்தான் 'ஆதார்' அட்டைகளில் ஆதாரமாக கைரேகைகள் பதிவு செய்யப்படுகின்றன.

தாயின் கருவில் இருக்கும்போதே உருவாகும் கைரேகை, ஆயுள் காலம் வரை மாறாது; மறையாது. ஒரு தாய்க்கு ஒரே பிரசவத்தில் இரட்டை குழந்தைகள் பிறந்தாலும், ஒரு குழந்தையின் கைரேகை இன்னொரு குழந்தைக்குப் பொருந்தாது. 'கைரேகை என்பது இறைவன் மனிதர்களுக்கு அளித்த முத்திரை' என்று தடயவியல் அறிஞர்கள் வர்ணித்துள்ளனர்.

கைரேகை மூலம் மனிதர்களை அடையாளம் காண்பதற்கான முறையை சர் பிரான்சிஸ் கால்டன், சர் எட்வர்டு ஹென்றி ஆகியோர் உருவாக்கினார்கள். இந்த முறை 1901-ம் ஆண்டு ஸ்காட்லாந்து யார்ட் காவல்துறையில் அதிகாரப்பூர்வமாக அறிமுகப்படுத்தப்பட்டது.

கைரேகைகளை மீண்டும் படைப்போம் என்று சொல்வதன் மூலம் மனிதர்களின் தனித்த அடையாளத்தையும், தனது வல்லமையையும் இறைவன் நிரூபித்துக் காட்டுகிறான்.

"யார் நம் வேத வசனங்களை நிராகரிக்கிறார்களோ அவர்களை

நாம் நிச்சயமாக நரகத்தில் புகுத்தி விடுவோம். அவர்கள் தோல்கள் கருகி விடும் போதெல்லாம் அவையல்லாத (வேறு) தோல்களை, அவர்கள் வேதனையை (பரிபூரணமாக) அனுபவிப்பதற்கென, அவர்களுக்கு நாம் மாற்றிக்கொண்டே இருப்போம்" (4:56) என்பது திருக்குர்ஆன் வசனம்.

இதன் மூலம் 'நரகவாசிகளின் தோல்கள் கருகும்போதெல்லாம், அவர்கள் வேதனையை உணர்வதற்காக வேறு தோல்களை மாற்றிக்கொண்டே இருப்போம்' என்று இறைவன் கூறுகின்றான்.

உடலில் ஏற்படும் வலியை உணரும் தன்மை மூளையில்தான் உள்ளது என்று தொடக்கத்தில் நம்பினார்கள்.

ஆனால் திருக்குர்ஆன் கூறுவதைப்போல வலி உள்வாங்கிகள் தோலில் அமைந்திருக்கிறது என்பதை அண்மையில் கண்டுபிடித்துள்ளனர். தீக்காயங்களால் பாதிக்கப்பட்ட ஒரு நோயாளியை பரிசோதனை செய்யும் டாக்டர், தீக்காயங்களின் அளவைக் கண்டறிய குண்டூசியால் குத்திப் பார்க்கிறார்.

நோயாளி வலியை உணரும் நேரத்தில் டாக்டர் மகிழ்ச்சி அடைகிறார். காரணம், தீக்காயங்கள் மேலோட்டமானவை என்றும், தோலில் உள்ள வலி உள்வாங்கிகள் பழுதுபடவில்லை என்பதையும் பழுதற புரிந்து கொள்கிறார்.

இதற்கு மாறாக அந்த நோயாளி வலியை உணரவில்லை என்றால், தீக்காயம் ஆழமாக உள்ளது என்பதையும், வலி உள்வாங்கிகள் சேதம் அடைந்திருப்பதையும் அறிந்து கொள்கிறார். தோலில் அமைந்துள்ள இந்த வலி உள்வாங்கிகள் இல்லாவிட்டால் உடலில் ஏற்படும் வலியை உணர்ந்து கொள்ள முடியாது என்பதே உண்மையாகும்.

தோலில் உள்ள வலி உள்வாங்கிகள் குறித்து, தாய்லாந்தில் உள்ள சியாங்மாய் பல்கலைக்கழகத்தில் உடல்கூறு துறைத் தலைவர் பேராசிரியர் தேஜாசென் நீண்ட நாட்கள் ஆய்வு மேற்கொண்டார். ஆராய்ச்சி முடிவில், "1,400 ஆண்டுகளுக்கு முன்பு திருக்குர்ஆனில் பதிவு செய்யப்பட்டுள்ள அனைத்து செய்திகளும் உண்மையே. அவை அறிவியல்பூர்வமாகவும் நிரூபிக்கப்பட்டுள்ளது" என்று முடிவாகக் கூறினார்.

சவூதி தலைநகர் ரியாத்தில் நடைபெற்ற எட்டாவது மருத்துவ மாநாட்டில் பேராசிரியர் தேஜாசென் மக்கள் முன்னிலையில் இஸ்லாத்தில் இணைந்தார்.

50

விந்தை புரிபவன் இறைவன்

தாயின் வயிற்றில் வளர்ந்து வரும் கருவில் முதலில் உருவாவது செவிப்புலனே ஆகும். கருக்குழந்தை 6-வது மாதத்தில் ஒலிகளைக் கேட்கத் தொடங்குகிறது. இந்த மாதத்தில், 'குழந்தைகளின் திறமைகள் கூடும். வெளிச்சத்தம் கேட்டால் உள்ளே குழந்தை குதிக்கும்' என்று மருத்துவ உலகம் உரைக்கிறது. ஆனால் 8-வது மாதத்தில்தான் கண்ணின் விழித்திரை வெளிச்சத்தை உணரும் தன்மையைப் பெறுகிறது. இந்த மாதத்தில், 'குழந்தையின் நீளமும் எடையும் கூடும். மூளையின் நரம்பு மண்டலமும் நன்கு வளரும். கண், வெளிச்சத்தைப் பார்க்க முடியும்' என்று கூறப்பட்டுள்ளது.

கருவில் உருவாகும் குழந்தையின் புலன் உணர்வுகளை கூறும் கீழ்க்கண்ட குர்ஆன் வசனங்களைப் படித்துப் பாருங்கள்.

"இன்னும் உங்களுக்கு அவன் செவிப்புலனையும், பார்வைப் புலன்களையும், இதயங்களையும் அமைத்தான்" *(32:9)* என்றும்,

"(பின்னர் ஆண், பெண்) கலப்பான இந்திரியத் துளியில் இருந்து நிச்சயமாக மனிதனை நாமே படைத்தோம். அவனைச் சோதிப்பதற்காக அவனைக் கேட்பவனாகவும், பார்ப்பவனாகவும் ஆக்கினோம்" *(76:2)* என்றும்,

"இன்னும் அவனே உங்களுக்குச் செவிப்புலனையும், பார்வைகளையும், இதயங்களையும் படைத்தான். மிகக் குறைவாகவே அவனுக்கு நீங்கள் நன்றி செலுத்துகிறீர்கள்" *(23:78)* என்றும் திருக்குர்ஆனில் இறைவன் கூறுகின்றான்.

மேற்கண்ட அனைத்து வசனங்களிலும் பார்வைப் புலனுக்கு முன்பாக செவிப்புலன் இடம் பெற்று இருப்பதைக் காணலாம். கருவில் இருக்கும் குழந்தைக்கு முதலில் செவிப்புலனும், அதைத் தொடர்ந்து பார்வைப்புலனும் கிடைக்கிறது என்ற நவீன விஞ்ஞான கண்டுபிடிப்பு, குர்ஆனின் குரலோடு பொருந்திப்போவதை அறியலாம்.

மனித உருவை உண்டாக்குவது கரு. ஆணின் விந்தணு, பெண்ணின் கரு முட்டையுடன் சேர்ந்து கரு உண்டாகிறது. கரு முதிர்ச்சி அடைந்து உருவும், உருவமும், உயிரும் தோன்று கிறது.

இதைத் திருக்குர்ஆனின் பல வசனங்கள் தெளிவுபடுத்துகின்றன.

"(கர்ப்பக் கோளறைக்குள் சொட்டு சொட்டாய்) ஊற்றப்படும் இந்திரியத் துளியாக அவன் இருக்கவில்லையா? பின்னர் ரத்தக் கட்டியாக (அட்டை போன்று ஒட்டிக் கொண்டிருக்கும் நிலையில்) இருந்தான். அப்பால் (இறைவன் அவனைப்) படைத்து செவ்வையாக்கினான். பின்னர் அவனில் இருந்து ஆண் பெண் என்ற ஜோடிகளை உண்டாக்கினான்" (75:37).

மேற்கண்ட குர்ஆன் வசனம், ஆணிடம் இருந்து வெளிப்படும் விந்துதான் கருக்குழந்தையின் பாலினத்தைத் தீர்மானித்திட காரணமாக அமைந்துள்ளது என்ற கருத்தை எடுத்துரைக்கிறது.

சாதாரணமாக மனித உடம்பில் ஒரு செல்லில் 23 ஜோடி (நாற்பத்தாறு) குரோமோசோம்கள் இருக்கும். ஆனால் உயிரணுவிலும், சினை முட்டையிலும் மட்டும் தலா 23 குரோமோசோம்கள்தான். இவற்றில் இருபத்து மூன்றாவது குரோமோசோம் மட்டும் அந்தக் கரு ஆணா பெண்ணா என்று தீர்மானிக்கும் குரோமோசோம்.

இனப்பெருக்கத்தில் சினை முட்டைகள், பெண்ணின் சினைப்பையில் (ஓவரி) உற்பத்தி ஆகின்றன. இவற்றில் 'எக்ஸ் எக்ஸ்' குரோமோசோம்கள் இருக்கும். ஆணின் விந்தகத்தில் விந்தணுக்கள் உற்பத்தி ஆகின்றன. இவற்றில் 'எக்ஸ் ஒய்' குரோமோசோம்கள் இருக்கின்றன.

இவை இணைகிறபோது பெண்ணின் சினை முட்டையில் உள்ள எக்ஸ் குரோமோசோமும், ஆணின் விந்தணுவில் உள்ள எக்ஸ் குரோமோசோமும் இணைந்தால் பெண் குழந்தை உருவாகும். பெண்ணின் சினை முட்டையில் உள்ள எக்ஸ் குரோமோசோம், ஆணின் விந்தணுவில் உள்ள ஒய் குரோமோசோமுடன் இணைந்தால் ஆண் குழந்தை பிறக்கும். பெண்ணுடைய சினை முட்டையில் ஒய் குரோமோசோம் இல்லை. இதனால் உருவாகும் குழந்தை ஆணா பெண்ணா என்று தீர்மானிப்பதில் பெண்ணுக்கு எந்தவித பங்கும் இல்லை. ஆணிடம்தான் அதற்கான தன்மை உள்ளது என்று இன்றைய மரபியல் கூறும் உண்மையைத் திருக்குர்ஆன் அன்றே எடுத்துக் கூறி உள்ளது.

அறிவோம் இஸ்லாம்

"மனிதனை ஒரு துளி இந்திரியத்தில் இருந்து நாமே நிச்சயமாகப் படைத்தோம் என்பதை அவன் பார்க்கவில்லையா?" (36:77) என்றும்,

"மனிதன் எதில் இருந்து படைக்கப்பட்டான் என்பதை அவன் கவனிக்கட்டும். குதித்து வெளிப்படும் (ஒரு துளி) நீரினால் அவன் படைக்கப்பட்டான்" (86:5) என்றும்,

"அவன் மனிதனை ஒரு துளி விந்தில் இருந்து படைத்தான்" (16:4) என்றும் குர்ஆனில் இறைவன் கூறுகின்றான்.

கரு எவ்வாறு உருவாகிறது என்று இன்றைய விஞ்ஞானம் கூறு வதைக் கவனித்தால், திருக்குர்ஆன் கூற்று, உண்மை என்பதை உணர்ந்து கொள்ள முடியும்.

"ஆண்கள் வெளிப்படுத்தும் ஒவ்வொரு உயிரணுவும் ஓர் அதி சயம். சுமார் 0.05 மில்லி மீட்டர். அதற்கும் தலை, நடுப்பகுதி, வால் பகுதி உண்டு. உடலுறவின்போது ஒருமுறை வெளிப்படும் ஒரு டீ ஸ்பூன் விந்தில் இருக்கும் உயிரணுக்களின் எண்ணிக்கை முன்னூறு மில்லியன்- அதாவது முப்பது கோடி. அந்த கோடிக் கணக்கான உயிரணுக்கள் எப்படியும் சினை முட்டையை அடைந்தே தீருவது என்ற முனைப்போடு முன்னேறிச் செல் கின்றன. நீந்திச் செல்லும் அந்த உயிரணுக்களில் ஒரே ஒரு உயி ரணு மட்டும் கருக்குழாயில் இருக்கும் சினை முட்டையுடன் இணைந்து கரு உருவாகும் அதிசயம் நடக்கிறது. ஆணின் உயிர ணும், பெண்ணின் சினை முட்டையும் இணைந்து ஒன்றாக உரு வெடுத்த கரு, ஒரே ஒரு 'செல்'லாக கடுகு வடிவத்தில் இருக்கும். இதன் பிறகு இந்தக் கரு, கருப்பையில் தங்கி வளரத் தொடங்கு கிறது'' - இது மகப்பேறு மருத்துவர்களின் கருத்து.

'ஒரு துளி விந்து'- 'குதித்து வெளிப்படும் ஒரு துளி நீர்'-'பீரிட்டு பாயும் விந்து' என்ற குர்ஆனின் சொற்றொடரோடு மருத்துவர்களின் கருத்து நூற்றுக்கு நூறு பொருந்திப் போவதைப் பார்க்கலாம்.

இதன் மூலம் விந்தைக்கொண்டு விந்தை புரிபவன் இறைவன் என்பதைப் புரிந்து கொள்ளலாம்.

51

கருவறை அதிசயங்கள்

"(பின்னர் ஆண், பெண்) கலப்பான இந்திரியத் துளியில் இருந்து நிச்சயமாக மனிதனை நாமே படைத்தோம்" (76:2) என்று திருக்குர்ஆனில் இறைவன் கூறுகின்றான்.

கருவணு என்பது பாலின இனப்பெருக்கம் மூலம் ஆண்பால் அணுவும், பெண்பால் அணுவும் இணைந்து உருவாகும் முதலாவது உயிரணு. பெண்ணின் சினை முட்டையும், ஆணின் விந்துவும் இணைவதால் உருவாகும் கருவணு, பின்னர் பெண்ணின் வயிற்றில் உள்ள கருப்பையில் வளர்கிறது. இதன் தொடக்க நிலையை 'கலப்பான இந்திரியத்துளி' என்ற சொல்லால் திருக்குர்ஆன் குறிப்பிடுவது எவ்வளவு பொருத்தமானது என்பதை எண்ணிப் பாருங்கள்.

"(யாவற்றையும்) படைத்த உம்முடைய இறைவனின் திரு நாமத்தைக் கொண்டு ஓதுவீராக! மனிதனை (அட்டைப்பூச்சி போன்று ஒட்டிக் கொண்டிருக்கும்) ரத்தக் கட்டியில் இருந்து அவன் படைத்தான்" (96:1) என்று திருக்குர்ஆன் கூறுகிறது.

இங்கே 'அலக்' என்ற அரபிச்சொல் பயன்படுத்தப்பட்டுள்ளது. இதற்கு 'ஓர் உறைந்த கட்டி' என்று அர்த்தம். அதோடு அது தொங்கிக் கொண்டிருக்கும் ஒரு பொருள் என்றும் பொருள்படும். இந்தத் தொங்கும் பொருள் ஓர் அட்டைப் பூச்சியைப் போன்ற அமைப்பைக் கொண்டது.

கனடாவில் உள்ள டொரண்டோ பல்கலைக்கழகத்தில் உடற் கூறு துறைத்தலைவராகவும், கருவியல் துறை பேராசிரியராகவும் இருந்தவர் டாக்டர் கீத் மூர். இவரிடம் திருக்குர்ஆனில் இடம் பெற்றுள்ள கருவியல் சார்ந்த தகவல்கள் குறித்து கருத்து கேட்கப் பட்டது. தாயின் கருவறையில் வளரும் கரு தொடக்க நிலையில் அட்டைப் பூச்சியைப் போன்று காட்சி அளிக்கக் கூடியது என்பதை டாக்டர் கீத் மூர் அறிந்திருக்கவில்லை.

ஒரு சக்தி வாய்ந்த நுண்ணோக்கி கருவி மூலம் கருவின் ஆரம்ப

அறிவோம் இஸ்லாம்

நிலையை ஆய்வு செய்தார், டாக்டர் கீத். அதை அவர் ஓர் அட்டைப் பூச்சியின் படத்துடன் ஒப்பிட்டுப் பார்த்தார். அடடா! என்ன ஆச்சரியம். திருக்குர்ஆன் கூறும் கருவியல் தகவலும், சோதனைக்கூட கருவியல் ஆய்வும் ஒன்றோடொன்று ஒத்துப் போவதைக் கண்டு அவரது விழிகள் வியப்பால் விரிந்தன.

இதன் காரணமாகவே அவர் "முகம்மது இறைவனின் தூதராக இருந்தார் என ஏற்றுக் கொள்வதிலோ, குர்ஆன் உண்மையிலேயே இறைச் செய்திதான் என்பதை ஒப்புக் கொள்வதிலோ எனக்குத் தயக்கமே இல்லை" என்று மொழிந்தார்.

"அவன் உங்களை ஒரே மனிதரில் இருந்து படைத்தான். பிறகு அவரில் இருந்து அவருடைய மனைவியை ஆக்கினான். அவன் உங்களுக்காக கால்நடைகளில் இருந்து எட்டு (வகைகளை) ஜோடி ஜோடியாகப் படைத்தான். உங்கள் தாய்மார்களின் வயிறுகளில், ஒன்றன் பின் ஒன்றாக மூன்று இருள்களுக்குள் வைத்து உங்களைப் படைக்கிறான். அவனே அல்லாஹ்! உங்களுடைய இறைவன்! அவனுக்கே ஆட்சியதிகாரம் (முழுதும் உரித்தாகும்.) அவனைத் தவிர வேறு நாயன் இல்லை. அவ்வாறிருக்க (அவனை விட்டும்) நீங்கள் எப்படி திருப்பப்படுகிறீர்கள்?" (39:6) என்பது திருக்குர்ஆன் வசனம்.

தாய்மார்களின் வயிறுகளில் கருக்குழந்தைகளை ஒன்றன்பின் ஒன்றாக மூன்று இருள்களில் வைத்துப் பாதுகாப்பதாக இறைவன் கூறுகின்றான்.

அதன்படி தாயின் வயிறு, கருப்பையின் சுவர், குழந்தையைச் சுற்றி இருக்கும் சவ்வுப்படலம் ஆகியவையே திருக்குர்ஆன் குறிப் பிடும் மூன்று இருள் திரைகள் ஆகும்.

"நிச்சயமாக நாம் (ஆதி) மனிதனைக் களிமண்ணின் மூலச் சத்தினால் படைத்தோம். பின்னர் நாம் (மனிதனைப் படைப்ப தற்காக) அவனை ஒரு பாதுகாப்பான இடத்தில் இந்திரியத் துளி யாக்கி வைத்தோம். பின்னர், அந்த இந்திரியத் துளியை ரத்தக் கட்டியாகப் படைத்தோம். பின்னர் அந்த ரத்தக்கட்டியை ஒரு சதைத்துண்டாகப் படைத்தோம். பின்னர் அந்தச் சதைத்துண்டை எலும்புகளாகவும் ஆக்கினோம். பின்னர் அவ்வெலும்புகளுக்கு மாமிசத்தை அணிவித்தோம். பின்னர் நாம் அதனை வேறொரு படைப்பாக (மனிதனாக) செய்தோம். எனவே படைப்பாளர்களில் மிக்க அழகானவனான அல்லாஹ் பெரும் பாக்கியமுடையவன்" (திருக்குர்ஆன்-23:12).

மேற்கண்ட இந்த இறை வசனம், 'மனிதனை இறைவன் ஒரு

துளி விந்தில் இருந்து படைத்து, அதனை ஒரு பாதுகாப்பான இடத்தில் பத்திரமாகத் தங்க வைத்துள்ளான்' என்பதை எடுத்துக் கூறுகிறது.

"கர்ப்பப்பைக்குள் இருக்கும் குழந்தை வளரத்தொடங்குகிறது. சுற்றிலும் 'பிளசெண்டா' (நச்சுக் கொடி) திரை அமைத்துக் கொள்கிறது. 'பிளசெண்டா' எனப்படும் நச்சுக் கொடி, கருப்பையில் ஒட்டிக் கொண்டு தாயின் ரத்தத்தில் இருந்து குழந்தைக்குத் தேவையான உணவு, ஆக்சிஜன் போன்றவற்றை பிரித்து எடுத்து 'தொப்புள் கொடி' மூலமாக குழந்தைக்கு அனுப்பும் ஒரு அமைப்பாகும்.

'தொப்புள்கொடி', பார்ப்பதற்கு ஒரு குழாய் (டியூப்) மாதிரி இருந்தாலும், அதற்குள் இரண்டு தமனிகளும், ஒரு சிரையும் பின்னிப் பிணைந்திருக்கின்றன.

உணவு மற்றும் ஆக்சிஜனை ஏந்தி வரும் சுத்தமான ரத்தம், சிரை வழியே தாயிடம் இருந்து உள்ளே போக, குழந்தை அதை உறிஞ்சிக் கொண்டு அசுத்த ரத்தத்தை மிச்சமிருக்கும் இரண்டு தமனிகள் வழியாக 'பிளசெண்டா'வுக்குள் அனுப்புகிறது.

இதுவரை இருந்த வேகத்தை விட ஐந்தாவது மாதத்திற்கு மேல் கருக்குழந்தை சற்று வேகமாக வளரத்தொடங்குகிறது. கருவைச் சுற்றி உருவாகி இருக்கும் மெல்லிய பையில், சற்று வழவழப்பான 'அம்னியாடிக் திரவம்' (பனிக்குடம்) நிரம்பி ஐந்தாவது மாதத்தில் ஒரு மினி நீச்சல் குளம் போல ஆகி விடுவதால் கருக்குழந்தை அதில் உற்சாகமாக கை கால்களை உதைத்து நீச்சலடிக்க ஆரம்பிக்கிறது.

கருக்குழந்தை ஒரு பாதுகாப்பான இடத்தில் வைக்கப்பட்டுள்ளது என்பதற்கு மேற்கண்ட மருத்துவக் குறிப்புகள் மறுக்க முடியாத சாட்சியங்களாகக் காட்சி அளிக்கின்றன.

52

திருக்குர்ஆனில் தேனீ

தேனீக்கள் ஆறு கால்கள் கொண்ட சிறு பூச்சி இனத்தில் ஒன்றாகும். இவை பூவில் இருந்து பூந்தேனை உறிஞ்சி சேகரித்து தேனடையில் தேனாகச் சேர்த்து வைக்கின்றன. தேனீக்கள் மணிக்கு 40 கிலோ மீட்டர் வேகத்தில் பறக்கும்.

அவை ஏறக்குறைய ஒரு லட்சம் கிலோ மீட்டர் வரை பயணிக்கும் திறன் கொண்டதாகும். ஒரு சொட்டு தேனைச் சேர்க்க தேனீ சில சமயம் 16 மைல் தூரம் வரை பறந்து செல்லுமாம். ஒரு கிலோ எடை கொண்ட தேன் சேகரிக்க தேனீக்கள் 6 லட்சத்து 68 ஆயிரம் பூக்களைச் சந்திக்கின்றன. ஒரு பவுண்டு தேன் சேகரித்துக் கொண்டு வர ஒரு தேனீ சுமார் 45 ஆயிரம் மைல் தூரம் அலை போல அலைய வேண்டும்.

தேனீக்களின் வாழ்க்கை முறை சற்று வேறுபாடானது. இவை கூட்டமாய் ஓரினமாய் இணைந்து வாழும். ராணித் தேனீ, வேலைக்காரத் தேனீ, ஆண் தேனீ என்று தேனீக்களின் கூட்டத்தில் 3 வகை உண்டு. ராணித் தேனீயும், வேலைக்காரத் தேனீயும் பெண் இனமாகும்.

ஒரு பெண் தேனீ தான் அரசியாக இருக்கின்றது. ராணித் தேனீ மற்ற தேனீக்களைக் காட்டிலும் பெரியதாக இருக்கும். இவை 10 மில்லி மீட்டர் முதல் 20 மில்லி மீட்டர் நீளம் வரை இருக்கும். ஒரு கூட்டில் ஒரு ராணி மட்டுமே இருக்கும். அதைச் சுற்றி ஆயிரம் ஆண் தேனீக்கள், இனப்பெருக்கத்திற்காக மட்டுமே உள்ளன. ஆண் தேனீக்கள் தேன் எடுக்கப் போவதில்லை.

மேலும் பணி செய்ய பெண் தேனீக்கள் 50 ஆயிரம் முதல் 60 ஆயிரம் வரை இருக்கும். தேனீக்களில் ராணித் தேனீயே எல்லா முட்டைகளையும் இடுகின்றது. ஒரு ராணித் தேனீ ஒரு நாளைக்கு 1,500 முதல் 3 ஆயிரம் முட்டைகளையும், ஆண்டுக்கு இரண்டு லட்சம் முட்டை வரையிலும் இடக்கூடிய திறன் பெற்றதாகும். தேனீக்களைப் பொறுத்தவரை சுறுசுறுப்பு, கூட்டு முயற்சி, தலைமைக்குக் கட்டுப்படுதல் போன்றவற்றுக்கு சான்றாகக் கூறுவார்கள்.

தேனடை என்னும் ஆயிரக்கணக்கான அறுகோண அறைகள் கொண்ட கூடு கட்டி தேனீக்கள் அதில் தேனைச் சேகரித்து வாழ்கின்றன. தேனீயின் கூடு வேலைக்காரத் தேனீக்களின் உள்ளுறுப்புகளில் ஒன்றான மெழுகு சுரப்பியில் இருந்து சுரக்கும், மெழுகைக் கொண்டு கட்டப்படுகின்றது.

இதுவே மனிதர்களின் பல பயன்பாட்டிற்கு உதவும் தேன் மெழுகு ஆகும். அந்த அறைகளில் மூன்று வகைத் தேனீக்களும் தனித்தனி அறைகளில்தான் வாழும். தேனீக்களின் கூடு பொதுவாக மரங்கள், மலைக்குகை, மனிதர்கள் எளிதில் அடைய முடியாத கட்டிடத்தின் முடுக்கு, பொந்துகள் போன்றவற்றில் கட்டப்பட்டிருக்கும்.

ஒரு நல்ல ஆரோக்கியமான கூட்டில் 80 ஆயிரம் முதல் ஒரு லட்சம் தேனீக்கள் வரை இருக்கும். இத்தகைய பெரும் எண்ணிக்கையில் இருந்தாலும் இவற்றுக்கிடையே எந்தவிதமான நிர்வாகக் கோளாறுகளோ அல்லது குளறுபடிகளோ வருவதில்லை.

தேன் கிடைக்கும் இடத்தை வேலைக்காரத் தேனீக்கள் அறிந்து வந்து அதை மற்ற தேனீக்களுக்கு நடனமாடித் தெரிவிக்கின்றன. இது 'தேனீ நடனம்' எனப்படும்.

தேனீயின் நடவடிக்கை, அவற்றின் தகவல் தொடர்பு வழிமுறை, பாதை போன்றவற்றை முதன்முதலில் ஆராய்ச்சி மேற்கொண்டவர் ஜெர்மன் பேராசிரியர் வான் ப்ரீச். இதற்காக அவருக்கு உலகின் பெரிய விருதான நோபல் பரிசு வழங்கப்பட்டது.

"உம் இறைவன் தேனீக்களுக்கு அதன் உள்ளுணர்வை அளித்தான். 'நீ மலைகளிலும், மரங்களிலும், (மனிதர்களாகிய) அவர்கள் கட்டுபவைகளிலும் கூடுகளை அமைத்துக் கொள்' (என்றும்), 'பின், நீ எல்லாவிதமான கனி(களின் மலர்)களில் இருந்தும் உண வருந்தி உன் இறைவன் (காட்டித்தரும்) எளிதான வழிகளில் (உன் கூட்டுக்குள்) ஒடுங்கிச் செல்' (என்றும் உள்ளுணர்ச்சியை உண டாக்கினான்); அதன் வயிறுகளில் இருந்து பல நிறங்களுடைய ஒரு பானம் (தேன்) வெளியாகிறது. அதில் மனிதர்களுக்கு (பிணி தீர்க்க வல்ல) நோய் நிவாரணி உண்டு. நிச்சயமாக இதிலும் சிந்தித் துணரும் மக்களுக்கு ஓர் அத்தாட்சி இருக்கிறது" (16:68) என்று திருக்குர்ஆனில் இறைவன் கூறுகின்றான்.

உள்ளுணர்வு என்பது ஓர் உயிரினம் வெளியில் இருந்து கற்றுக் கொள்ளாமலேயே கொண்டிருக்கும் நடத்தையாகும்.

இந்த வசனத்தில் தேனீக்கள் எங்கெங்கே கூடுகளை அமைத்துக் கொள்ள வேண்டும்? எப்படித் தேனை உருவாக்க வேண்டும்

அறிவோம் இஸ்லாம்

ஆகியவற்றைத் தேனீக்களுக்கு இறைவன் (அல்லாஹ்) கற்றுத் தரு கிறான். மலர்களில் உள்ள குளுக்கோசை தேனீக்கள் உணவாக உட்கொள்கின்றன.

அவை வயிற்றுக்குள் சென்று மாற்றம் அடைந்து அதன் வயிற்றில் இருந்து வெளிப்படுகின்ற ஒரு கழிவுதான் தேன் என்பதை அறிவியலாளர்கள் அறிவித்துள்ளனர். தேனீக்கள் மலர்களில் இருந்து புசித்து அதன் மூலம் தேன் உருவாகிறது என்றும், அதன் வாயில் இருந்து தேன் வெளிப்படவில்லை; வயிற்றில் இருந்து வெளிப்படுகிறது என்றும் திருக்குர்ஆன் கூறி இருப்பதன் மூலம் 1,400 வருடங்களுக்கு முன்பு எந்த மனிதராலும் கற்பனையிலோ, கனவிலோகூட காண முடியாத அபூர்வ செய்தியாகும்.

மேலும் அந்த வசனத்தில் 'பல நிறங்களுடைய பானம் (தேன்) வெளியாகிறது' என்று சொல்லப்பட்டுள்ளது. தேனின் நிறம் மஞ்சள், வெளிர் மஞ்சள் மற்றும் கருமையும் மஞ்சளும் கலந்த நிறமாக உள்ளது.

'தேனில் மனிதர்களுக்கு நிவாரணம் உண்டு' என்ற திருக்குர் ஆனின் கருத்தை இன்றைய மருத்துவ உலகம் ஒப்புக் கொண்டுள்ளது.

தேனை ஆரோக்கியமானவர்களும் பருகலாம்; உடல் நலம் இல்லாதவர்களும் சாப்பிடலாம். எல்லா நேரங்களிலும், எல்லாப் பருவ காலங்களிலும் உண்ணலாம். சிறு குழந்தை முதல் முதியோர் வரை அனைவரும் சாப்பிடலாம். தேன் சாப்பிடுவதால் ரத்தத்தில் உள்ள 'ஹீமோகுளோபின்' அளவு அதிகரிக்கிறது. ரத்தம் சுத்தம் அடைகிறது.

தேன், தேனீக்களுக்கு உணவாக இருப்பதுடன், மனிதனுக்கு முக்கிய உணவாகவும், அருமருந்தாகவும் இருக்கிறது. பழங்கால எகிப்தியர்களின் பெரும்பாலான மருந்து வகைகளில் தேன் முக்கிய இடத்தைப் பெற்றது.

தற்போது யுனானி மருந்துகள் பெரும்பாலும் தேனை அடிப் படையாகக் கொண்டே தயாரிக்கப்படுகின்றன.

ஆயிரம் ஆண்டுகள் ஆனாலும் சுத்தமான தேன் கெட்டுப் போவதில்லை. எந்தத் தொழிற்சாலைகளிலும் மனிதனால் தேனை உருவாக்க முடியாது.

53

ஒட்டகம்- ஓர் ஒப்பற்ற அதிசயம்

ஒட்டகம் என்பது பொதுவாக பாலைவனங்களில் வாழும் தாவரம் உண்ணும் வகையைச் சேர்ந்த, பாலூட்டக்கூடிய, அசைபோடும் பெருவிலங்கு ஆகும். இவை 30 ஆண்டுகள் முதல் 50 ஆண்டுகள் வரை உயிர் வாழ்கின்றன. சராசரியாக 250 கிலோ முதல் 700 கிலோ எடை கொண்டது. உயரம் 7 முதல் 8 அடி வரை!

பரம சாதுவாகக் காட்சி அளிக்கும் ஒட்டகங்கள், சாதாரணமாக மணிக்கு 40 கிலோ மீட்டர் வேகத்தில் ஓடும் திறன் படைத்தவை. சிறுதொலைவு ஓட்டப்பந்தயம் வைத்தால் மணிக்கு 65 கிலோ மீட்டர் வேகத்தில் ஓடவும் செய்யும். ஒட்டகம் ஒன்று 200 கிலோ எடையைச் சுமந்து கொண்டு ஒரு நாளைக்கு 50 கிலோ மீட்டர் தூரம் நடக்கக் கூடியது.

பெரும்பாலான நாடுகளில் ஒட்டகங்கள் பொதி சுமக்கும் விலங்குகளாகவும், வண்டி இழுக்கவும் பயன்படுகின்றன. பாலை வனப் பகுதிகளில் ஒட்டகங்களை ராணுவத்தினர் அதிக அளவு பயன்படுத்துகின்றனர்.

கொளுத்தும் கோடை வெயிலிலும், கொதிக்கும் பாலை மண லிலும் நீர் இல்லாமலும், உணவில்லாமலும் பல நாட்கள் வாழக் கூடிய சக்தி கொணடவை, ஒட்டகங்கள். மேய்வதற்குப் புல் போன்ற உணவு கிடைத்தால் 10 மாதங்கள் வரையிலும் தண்ணீர் குடிக்காமல் ஒட்டகத்தால் இருக்க முடியும்.

சில மாதங்கள் நீர் அருந்தாமல் உலர் நிலையில் இருந்து மீண டும் நீர் அருந்தும்போது ஒரே மூச்சில் 100 லிட்டர் தண்ணீரைக் குடித்து விடும். இவ்வாறு நீரைக்குடித்தவுடன் 10 நிமிடங்களில் அதன் உடலில் நீர்ச்சத்து ஏறிவிடும்.

பிற விலங்குகள், நீர் இல்லாத உலர் நிலையில் இருந்து இவ் வளவு விரைவாக நீர்ப்பதம் அடைய முடியாது. ஏனெனில் ரத் தத்தில் திடீரென்று இவ்வளவு நீர்த்த நிலை ஏற்பட்டால் அந்த விலங்குகளின் சிவப்பணுக்கள் வெடித்து விடும். ஆனால் ஒட்ட

அறிவோம் இஸ்லாம்

கங்கள் நீரை அருந்தியவுடன் அதன் இரைப்பையில் உள்ள நீர் அறைகளில், நீரைத் தற்காலிகமாக ஏற்றிக் கொள்கிறது. அங்கிருந்து உறிஞ்சப்பட்டு ரத்தத்தின் சிவப்பு அணுக்களில் ஏற்றி சேமித்துக் கொள்கிறது. அப்போது சிவப்பணுக்களின் சவ்வுப்படலம் 240 சதவீதம் விரிந்து இடமளிக்கிறது.

குட்டி போட்டுப் பாலூட்டும் ஏனைய விலங்குகள் அனைத்திற்கும் ரத்தத்தின் சிவப்பு அணுக்கள் வட்ட வடிவமாக இருக்கும். ஆனால் ஒட்டகத்திற்கு மட்டும் முட்டை வடிவத்தில் இருக்கும். ஒட்டகத்தின் உடலில் 40 சதவீதம் நீர் குறைந்தாலும்கூட எந்தவித பாதிப்பும் இல்லாமல் வாழும் சிறப்பு அம்சம் கொண்டது. பாலை வனத்தின் சூட்டில் கண்கள் காய்ந்து விடாமல் இருப்பதற்காக அதிகமான நீரைச் சுரந்து கண்களை ஈரம் குறையாமல் வைத்துக் கொள்கிறது, அதன் சுரப்பிகள். ஏற்கனவே வயிற்றில் சேமித்து வைத்திருந்த தண்ணீர் தீரும் நிலையை அடைந்து விட்டால் தனது மூக்கால் மோப்பமிட்டு நீர்நிலையைக் கண்டறிதல் அதன் சிறப்பம்சமாகும்.

பாலைவனத்தின் கடும் குளிரையும், கொடும் வெப்பத்தையும் தாங்கிக் கொள்ளும் வகையில் அதன் முடியும், தோலும் அமைந்துள்ளன. கடும் குளிருக்கும், வெயிலுக்கும் ஏற்ப ஒட்டகம் தன் உடலின் வெப்ப நிலையை 34 செல்சியசில் இருந்து 41.7 செல்சியஸ் வரை (93 டிகிரி பாரன்ஹீட் முதல் 107 டிகிரி பாரன்ஹீட்வரை) தாமாக மாற்றிக் கொள்ளும். இப்படி உடல் வெப்பத்தை அது வாகவே குளிரில் 34 செல்சியஸ் வரை குறைத்துக் கொள்வதால் கடுங்குளிர் அடித்தாலும் தாக்குப்பிடிக்கிறது. அதே நேரம் கடும் வெயில் கொளுத்தும்போதும் வெப்பத்தைக் கடத்தாத தனது தடிமனான தோலினாலும், தன் உடல் வெப்ப நிலையை 41 செல்சியஸ் வரை அதிகரித்துக் கொண்டும் கோடையின் சவாலைச் சமாளிக்கிறது.

மேலும் ஒட்டகங்களின் உடல் பொதுவாக வியர்வையை வெளியிடுவதில்லை. இதனால் உடல் நீர் வெளியாவது குறைகின்றது. நீர் இல்லாதபோது தனது சிறுநீரையும் ஒட்டகங்கள் பெருமளவு குறைக்க வல்லவை. ஆனால் அதே நேரத்தில் மனிதர்களின் உடல் வெப்ப நிலை 2 முதல் 3 செல்சியஸ் வேறுபாடுகளைத்தான் தாங்கும் சக்தி கொண்டது.

ஒட்டகத்தின் முதுகுப் பகுதியில் அமைந்துள்ள 'திமில்' போன்ற மேட்டுப் பகுதியில் கொழுப்புப் பொருட்கள் சேமித்து வைக்கப்படுகின்றன. இங்கு சேமிக்கப்படும் கொழுப்பு, வளர் சிதை மாற்றம் அடைந்து அதன் துணை வினைப்பொருளாக நீர் உற்பத்தி ஆகிறது. இதன் மூலம் ஒட்டகம் தானாகவே பசியையும், தாகத்

தையும் தீர்த்துக் கொள்கிறது. ஒட்டகத்தின் இரைப்பையில் 3 அறைகள் உள்ளன. முதல் இரு அறைகளின் சுவர்களில் தனித் தன்மை வாய்ந்த நீர் செல்கள் உள்ளன. இதில்தான் ஒட்டகம் நீரைச் சேமித்து வைக்கிறது. அதோடு ஒட்டகத்தின் தசைகளிலும் இணைப்புத் திசுக்களிலும் நீரைச் சேமித்து வைக்கும் அமைப்பு உள்ளது.

பாலைவனம் என்றாலே புழுதிக் காற்றும், மணல் துகளும் வாரி இறைக்கும். அப்போது ஒட்டகத்தின் மூக்கில் அமைந்துள்ள விசேஷ மூடிகள் தானாகவே மூடிக் கொள்ளும். காதுகளின் உள்ளேயும் வெளியேயும் அமைந்திருக்கும் முடிகள், மணலோ தூசியோ காது களுக்குள் சென்று விடாமல் தடுத்து விடுகின்றன. அதன் இரண் டடுக்கு கண் இமையில் உள்ள நீண்ட சீப்பு போன்ற தடித்த நெருக்கமான முடிகள் ஒன்றனுள் ஒன்றாகக் கோர்த்துக் கொண்டு மணல் புயலில் இருந்து கண்ணுக்கு முழு பாதுகாப்பை அளிக்கி றது. பாலைவனப் புயலின்போது ஒட்டகங்கள் இமைகளை இறுக மூடிக் கொள்கின்றன. இருந்தபோதிலும் இமைகளின் தோல்கள் கண்ணாடி போன்று ஒளி ஊடுருவும் தன்மை கொண்டது. அத னால் இமைகள் மூடினாலும் பார்வை மறைவதில்லை.

ஒட்டகத்தின் பாத அமைப்பு வித்தியாசமானது. பிளவுபட்ட இரு குளம்புகளையும் சேர்த்து மிக அகண்ட வட்ட வடிவிலான தட்டையான பாதத்தைக் கொண்டது. இதனால் பாலை மணலில் கால்கள் புதைந்து நிலைதடுமாறி விடாமல் சுடும் மணலிலும் அத னால் ஓட முடிகிறது.

இப்படிப்பட்ட விநோத உடல் அமைப்பைக் கொண்ட அதிச யப் பிராணி ஒட்டகம்.

அதனால்தான் திருக்குர்ஆனில், "ஒட்டகம் எவ்வாறு படைக்கப் பட்டுள்ளது என்பதை அவர்கள் பார்க்க வேண்டாமா?" (88:17) என்று ஒற்றை சொற்றொடரில் ஒட்டகத்தை ஒப்புமை காட்டி இறைவன் கூறுகின்றான். ஒட்டகத்தைத் தொடர்ந்து, அதே வச னத்தில் 'வானம் எவ்வாறு உயர்த்தப்பட்டிருக்கிறது? பூமி எப்படி விரிக்கப்பட்டிருக்கிறது?' என்று தனது வல்லமையை சொல்லிக் காட்டுகிறான்.

வானம், பூமி, சூரியன், சந்திரன், கோள்கள், நட்சத்திரங்கள், கடல், மலை போன்றவைகளை எப்படி இறைவன் படைத்தானோ அதே அளவுக்கு ஒட்டகத்தையும் அவன் ஒப்பற்ற அதிசயமாகவே படைத்திருக்கின்றான் என்றால், அது மிகையல்ல.

54

நிலத்தடி நீர்

மனித வாழ்க்கைக்கு மிகவும் இன்றியமையாதது, தண்ணீர். மனிதன் மட்டுமல்ல, நீர் இல்லாமல் எந்த உயிரினமும் உயிர் வாழ முடியாது. நாம் பல நாட்கள் உணவு உண்ணாமல் உயிர் வாழ முடியும். ஆனால் ஒரே ஒருநாள் முழுவதும் தண்ணீர் குடிக்கா விட்டால் உடல் 'செல்கள்' வற்றி உயிருக்கு ஆபத்து ஏற்படும் நிலை உருவாகக்கூடும்.

தாவரங்கள் உள்பட எல்லா உயிரினங்களின் உடல் எடையில் முக்கால் பங்கிற்கு மேல் இருப்பது தண்ணீரே. இந்தப் பூமியில் தண்ணீர் இல்லாத இடமே இல்லை. நம்மைச் சுற்றி உள்ள காற்றிலும், நம்மைச் சுமந்து நிற்கும் மண்ணிலும் தண்ணீர் உள்ளது. இந்தப் பூமி, 'நீர்க்கோளம்' என்று அழைக்கப்படுகிறது. இதற்கு, இதன் ஒட்டு மொத்தப் பரப்பளவில் 70 சதவீதத்திற்கு மேல் தண்ணீர் நிரம்பி இருப்பதுதான் காரணமாகும். அந்த நீரில் 70.7 சதவீதம் உப்பு கரிக்கிற கடல் நீராகும். மீதம் இருக்கிற 29.3 சதவீத நீரை நாம் நிலப்பரப்பில் பெற்றாக வேண்டும்.

சூரிய வெப்பத்தால் கடல் நீர், ஆவியாக மாறி, காற்றில் கலந்து மேல் சென்று மேகங்களாகத் திரண்டு தூய்மையான மழைநீரைப் பொழிகிறது. அதோடு நின்று விடாமல் அந்த நீர் திரும்பவும் நீராவியாகி மழையையும், தண்ணீரையும் சுழற்சி முறையில் பெறு கிறோம். கரிக்கும் கடல் தந்த மேகத் துளிகளில், ஒரு துளி நீரிலும் உப்பில்லை என்பது இறைவனின் பேரதிசயமே.

உணவை உற்பத்தி செய்வதற்கு தண்ணீர் உதவுகிறது. அதே நேரத்தில் அந்தத் தண்ணீர் உணவாகவும் இருக்கிறது. தண்ணீருக் கென்று தனியாக நிறம் கிடையாது; சுவை கிடையாது; மணம் கிடையாது. அது சேரும் பொருளுக்கேற்ப நிறத்தையும், சுவையை யும், மணத்தையும் கொடுக்கும். நீரும் நீரும் கலந்தால் நீராக ஒன்றுமே அன்றி தனித்தனியே நில்லாது. உடலுக்குத் தேவை யான ஆறு சத்துப் பொருட்களில் தண்ணீரும் ஒன்று. தண்ணீர் மட்டும்தான் திட, திரவ, வாயு நிலையில் இருக்கக் கூடியது. அதாவது ஐஸ் கட்டியாக, தண்ணீராக, ஆவியாக மூன்று நிலை

களை எடுக்கக் கூடியது. தண்ணீர் என்பது இயற்கையின் அரிய பொக்கிஷம்; இறைவனிடம் இருந்து வருகிற அருட்கொடையாகும். இறைவனைத் தவிர வேறு யாராலும் ஒரு சொட்டு நீரைக்கூட உற்பத்தி செய்ய முடியாது.

இது பற்றி திருக்குர்ஆனில், "மேகத்தில் இருந்து அதனை நீங்கள் பொழிய வைக்கின்றீர்களா? அல்லது நாம் பொழிய வைக்கின் றோமா? நாம் விரும்பினால் அதனை (நீங்கள் குடிக்க முடியாத) உப்பு நீராக ஆக்கி இருப்போம். (இதற்கு) நீங்கள் நன்றி செலுத்த வேண்டாமா?" (திருக்குர்ஆன்–56:68) என்றும்,

"நிச்சயமாக நாமே வறண்ட பூமியின் பக்கம் மழையின் மேகத்தை ஓட்டி (பொழியச் செய்து) அதன் மூலம் இவர்களும் இவர்களு டைய (ஆடு, மாடு, ஒட்டகம்) ஆகிய கால்நடைகளும் புசிக்கக் கூடிய பயிர்களையும் வெளிப்படுத்துகிறோம் என்பதை அவர்கள் கவனிக்கவில்லையா? (இதனைக்கூட) அவர்கள் கவனித்துப் பார்க்க வேண்டாமா?" (திருக்குர்ஆன்–32:27) என்றும்,

"உங்களின் தண்ணீர் பூமியினுள் (உறிஞ்சப்பட்டுப்) போய் விட் டால், அப்போது ஓடும் நீரை உங்களுக்குக் கொண்டு வருபவன் யார்?" (திருக்குர்ஆன்–67:30) என்றும் இறைவன் கூறுகின்றான்.

நிலத்தடி நீர் என்பது பெய்யும் மழையால் பெறப்படுவதே ஆகும். நிலத்தின் மேற்பரப்பில் பெய்யும் மழைநீர், மண்ணுக்குள் ஊடுருவி அடியில் இருக்கும் பாறைகளுக்கு மேல் சேர்ந்து நிலத் தடி நீராகிறது.

ஆனால் இதற்கு மாறாக முற்காலத்தில் நிலத்தடி நீர் குறித்து பல விசித்திரமான விளக்கங்கள் தரப்பட்டன. கி.மு. 7–வது நூற் றாண்டில் வாழ்ந்த தேல்ஸ் என்பவர், "சுழலும் காற்றின் வேகத்தால் கடலில் இருக்கும் தண்ணீர் நிலத்தை நோக்கிப் பாய்ச்சப்படுகிறது. இதனால்தான் நாம் நிலத்தின் அடியில் நீரைக் காண்கிறோம்" என்றார்.

"மண்ணில் உள்ள நீராவி, குளிர்ந்த மலைப் பொதும்புகளில் நீர்த்தேக்கங்களாக மாறுகின்றன. இந்த நீர்த்தேக்கங்கள்தான், நிலத் தில் உள்ள நீரூற்றுகளுக்குத் தண்ணீரைத் தருகின்றன" என்றார், அரிஸ்டாட்டில். 18–ம் நூற்றாண்டு வரை நிலத்தடி நீர் குறித்து இதே கருத்தே நிலைத்து நின்றது.

நிலத்தடி நீர் பற்றிய சரியான விளக்கம் கி.பி.1580–ம் ஆண்டு பெர்னார்ட் பாலிசி என்பவரால் அளிக்கப்பட்டது. அவர், 'நிலத் தடி நீர் என்பது மழை நீரில் இருந்து பெறப்படுவதே' என்றார்.

ஆனால் 1,400 ஆண்டுகளுக்கு முன்பே நிலத்தடி நீர் குறித்து குர்ஆன் கூறுகிறது இப்படி: "(நபியே!) நீர் பார்க்கவில்லையா?

அல்லாஹ் வானத்தில் இருந்து நீரை இறக்கி, அதனை பூமியில் ஊற்றுகளாக ஓடச் செய்கிறான். அதன் பின் அதைக் கொண்டு வெவ்வேறு நிறங்களுடைய பயிர்களை வெளிப்படுத்துகிறான்" *(39:21)*.

"வானத்தில் இருந்து நாம் அளவோடு (மழை) நீரை இறக்கி, அப்பால் அதனை பூமியில் தங்க வைக்கிறோம். நிச்சயமாக அதனைப் போக்கி விடவும் நாம் சக்தியுடையோம்" *(23:18)*.

உயிரினங்களுக்கு தண்ணீர் மிகவும் முக்கியமானது என்பது மட்டுமல்ல; தண்ணீர் இல்லாவிட்டால் இந்த பூமியில் உயிரினங்களே தோன்றி இருக்க முடியாது.

ஒவ்வொரு உயிரினமும் நீரால் படைக்கப்பட்டுள்ளது என்பதைத் திருக்குர்ஆன் தெளிவுபடுத்துகிறது:

"நிச்சயமாக வானங்களும் பூமியும் (முதலில்) இணைந்திருந்தன என்பதையும், இவற்றை நாமே பிரித்(தமைத்)தோம் என்பதையும், உயிருள்ள ஒவ்வொன்றையும் நாம் தண்ணீரில் இருந்து படைத்தோம் என்பதையும் நிராகரிப்பாளர்கள் பார்க்கவில்லையா? (இவற்றைப் பார்த்தும்) அவர்கள் நம்பிக்கை கொள்ளவில்லையா?" *(21:30)*.

விலங்குகளை நீரில் இருந்து படைத்ததாகக் கீழ்க்கண்ட வசனம் கூறுகிறது:

"எல்லா உயிரினங்களையும் அல்லாஹ் நீரில் இருந்து படைத்துள்ளான். அவற்றில் தன் வயிற்றின் மீது நடப்பவையும் உண்டு. அவற்றில் இரு கால்களால் நடப்பவையும் உண்டு. அவற்றில் நான்கு (கால்)களைக் கொண்டும் நடப்பவையும் உண்டு. தான் நாடியதை அல்லாஹ் படைக்கிறான்" *(24:45)*.

நமது உடலில் 80 சதவீதம் நீர்ச்சத்து இருக்கிறது. ரத்தத்தின் நீர்மப் பகுதியில் 92 சதவீதம் அளவில் தண்ணீர் உள்ளது. மேலும் பெரும்பாலான உயிரினங்கள் 50 சதவீதம் முதல் 90 சதவீதம் வரை தண்ணீரையே அடிப்படையாகக் கொண்டுள்ளன என்பது அறிவியல் அறிவிக்கும் உண்மையாகும்.

ஒவ்வொரு உயிரினமும் நீரால் படைக்கப்பட்டிருக்கிறது என்பது மட்டுமல்ல; அந்த உயிரினங்கள் பெருமளவு நீரால் நிரப்பப்பட்டுள்ளன.

55
காற்று

நிலம், நீர், காற்று, நெருப்பு, ஆகாயம் என்ற ஐம்பெரும் பூதங்களின் சேர்க்கையே இந்தப் புவி என்றனர் நம் முன்னோர்கள்.

இந்தப் பூமியை வளிக்கோளம், நீர்க்கோளம், நிலக்கோளம் என்று மூன்று பிரிவுகளாகப் பிரிக்கலாம்.

'வளிக்கோளம்' என்பது வாயு நிலையில் உள்ள பொருள். 'நீர்க்கோளம்' என்பது திரவப்பொருள். 'நிலக்கோளம்' என்பது திடப்பொருள்.

பொருள்கள் எல்லாவற்றிற்கும் மூன்று நிலைகள் உள்ளன என்பதை நாள்தோறும் நமக்கு உணர்த்தும் உருமாதிரிகள் இந்த மூன்று பிரிவுகள் என்றும் சொல்லலாம்.

காற்றில் ஒரு சில வாயுக்களின் செறிவு நிலை மாறாமல் இருக்கும். உலகமெங்கும் இவைகளின் அளவு ஒரே விதத்தில் இருக்கும்.

வளிக்கோளத்தில் அடங்கியுள்ள காற்றுகள் நைட்ரஜன், ஆக்சிஜன், ஆர்கான், கரியமில வாயு, நியான், ஹீலியம், கிரிப்டான், செனான், ஹைட்ரஜன், நைட்ரஸ் ஆக்சைடு, மீத்தேன் முதலியன.

இவற்றில் நைட்ரஜன் கன அளவில் 78 சதவீதம்; ஆக்சிஜன் 21 சதவீதம். மற்ற காற்றுகள் எல்லாம் சேர்ந்து ஒரு சதவீதம் மட்டுமே உள்ளன.

காற்று மண்டலத்தில் அடங்கியுள்ள முக்கியமான காற்று, நைட்ரஜன். இது எந்தவித வினைச்செயல்களிலும் ஈடுபடாமல் தனித்து இயங்கக்கூடியது. இதற்கு முக்கியத்துவம் அளிப்பதற்கு ஒரு முக்கிய காரணம் உண்டு. ஆக்சிஜன் எளிதில் தீப்பற்றக் கூடியது. வெடிக்கக் கூடியது. காற்றில் நைட்ரஜன் இல்லாவிட்டால் என்ன ஆகும்? அடுப்புப் பற்ற வைக்க ஒரு தீக்குச்சியைக் கிழித்தாலே ஆக்சிஜன் பற்றி எரியத் தொடங்கும். மிகவும் கடுமையாக

வெடித்து பலத்த சேதங்களை ஏற்படுத்தி விடும். ஆக்சிஜனின் அத்தகைய தன்மையை அடக்கி ஒடுக்கி ஒரு கட்டுப்பாட்டுக்குள் வைத்திருப்பது நைட்ரஜன் தான்.

காற்றுகளின் சேர்க்கைதான் வளிக்கோளம். பூமியில் காற்று (வாயு) மண்டலம் எப்படி உண்டானது? பூமி தோன்றிய தொடக்கத்தில் இது ஒரு நெருப்புக் கோளமாய் இருந்தது. பின்னர் சிறிது சிறிதாகக் குளிர்வடையத் தொடங்கியது. மேற்பகுதி குளிர்ந்து திடத் தன்மை பெற்ற போதிலும் உட்புறம் தொடர்ந்து எரிந்து கொண்டே இருந்தது. அப்போது பூமியின் உட்பகுதியில் இருந்து நெருப்பைக் கக்கியவாறு எரிமலைகள் தோன்றி வெடித்துச் சிதறிக் கொண்டிருந்தன. இவற்றில் இருந்து ஏராளமான வாயுக்களும் வெளியேறின. இது பல கோடிக்கணக்கான ஆண்டுகள் தொடர்ந்து நிகழ்ந்து வந்ததால் இந்த வாயுக்கள் அனைத்தும் ஒன்று சேர்ந்து பூமியைச் சூழ்ந்தவாறு வாயு மண்டலத்தை உருவாக்கின.

வளி, காற்று என்னும் இரண்டு வார்த்தைகளையும் தமிழில் பொது வழக்கில் ஒரே பொருளில் பயன்படுத்துகிறோம். இருந்த போதிலும் அறிவியலில் இவை வெவ்வேறான பொருள் கொள்ளப் படுகின்றன.

'வளி' என்றால் 'நிலைத்து நிற்கும் காற்று'. வளி அசையும்போது அது 'காற்று' என்றாகி விடுகிறது.

வெவ்வேறு திசைகளில் இருந்து வீசும் காற்றுக்குத் தனித் தனியான பெயர்களைச் சூட்டி அழைக்கும் வழக்கம் பண்டைக் காலத்தில் இருந்தே இருந்துள்ளது.

வடக்கில் இருந்து வீசும் காற்று, வாடை; தெற்கில் இருந்து வீசும் காற்று, தென்றல்;

கிழக்கில் இருந்து வீசும் காற்று, கொண்டல்; மேற்கில் இருந்து வீசும் காற்று, கோடை.

காற்று இல்லாத இடமே இல்லை. அது எங்கும் நீக்கமற நிறைந் துள்ளது.

காற்றை நம்மால் உணர முடிகிறதே தவிர பார்க்க முடியாது. காற்றுக்கு எடையும் உண்டு. காற்றில் எப்போதும் ஈரம் உண்டு. இதற்குக் காரணம் அதில் உள்ள நீராவிதான்.

நாம் உயிர் வாழ ஆக்சிஜன் ஆதாரமாக உள்ளது. மனிதன், விலங்குகள் சுவாசிப்பது ஆக்சிஜனைத்தான். ஆக்சிஜன் இல்லா விட்டால் உயிரினங்கள் இருக்காது. மனிதர்கள் ஆக்சிஜனை சுவா சித்து கரியமில வாயுவை வெளியிடுகிறார்கள். இதைத் தாவரங்கள்

சுவாசித்து, அதற்குப் பதிலாக ஆக்சிஜனை வெளியிட்டு காற்று மண்டலத்தில் கலக்கச் செய்கின்றன.

மனிதன் உயிர் வாழ காற்று, நீர், உணவு இம்மூன்றும் மிகவும் அவசியம். ஒரு மனிதன் நிமிடத்திற்கு 15 முறை சுவாசத்தை உள்ளி ழுத்து வெளியே விடுகிறான். இந்தக் கணக்கின்படி ஒருநாளைக்கு 21,600 முறை சுவாசிக்கிறான். மனிதன் ஒரு நாளைக்கு 16 கிலோ கிராம் காற்றைச் சுவாசிக்கிறான். சராசரியாக 2.5 லிட்டர் நீரைப் பருகுகிறான். ஒவ்வொரு மனிதனுக்கும் நாள்தோறும் 1.5 கிலோ உணவு தேவை.

உணவின்றி 5 வாரம் உயிர் வாழ முடியும். நீரில்லாமல் 5 நாள் உயிர் வாழலாம். ஆனால் காற்று இல்லாமல் 5 நிமிடங்கள் கூட தாக்குப் பிடிக்க முடியாது.

காற்று– இறைவன் ஒருவன் இருக்கின்றான் என்பதை அறிந்து கொள்ள துணை புரியும் அற்புத சான்றாகும்.

"நிச்சயமாக வானங்களையும், பூமியையும் படைத்திருப்பதிலும், இரவும்–பகலும் மாறி மாறி வருவதிலும், மனிதர்களுக்குப் பயன் தருவதைக் கொண்டு கடலில் செல்லும் கப்பல்களிலும், வானத்தில் இருந்து அல்லாஹ் தண்ணீரை இறக்கி அதன் மூலமாக பூமி இறந்த பின் அதை உயிர்ப்பிப்பதிலும், அதன் மூலம் ஒவ்வொரு விதமான உயிரினத்தையும் பரவ விட்டிருப்பதிலும், காற்றுகளை மாறி மாறி வீசச் செய்வதிலும், வானத்திற்கும், பூமிக்கும் இடையே கட்டுப்பட் டிருக்கும் மேகங்களிலும்–விளங்கும் மக்களுக்கு (அல்லாஹ்வுடைய வல்லமையையும், கருணையையும் எடுத்துக் காட்டும்) சான்றுகள் உள்ளன" (திருக்குர்ஆன் 2:164) என்றும்,

"இரவு–பகல் மாறி மாறி வருவதிலும், வானத்தில் இருந்தும் அருள் மழையை அல்லாஹ் இறக்கி வைத்து, இறந்து போன பூமியை அதைக் கொண்டு உயிர்ப்பிப்பதிலும், காற்றுகளை மாறி மாறி வீசச் செய்வதிலும் அறிவுடைய சமூகத்தாருக்கு அத்தாட்சி கள் இருக்கின்றன" (45:5) என்றும் இறைவன் கூறுகின்றான்.

எந்தக் காற்றினால் இந்த உலகம் உயிர் வாழ்கிறதோ அதே காற் றினால் உலகத்திற்கு பேரழிவும் ஏற்படுவதுண்டு. புயல், சூறாவளி போன்றவற்றைக் காணும்போது இறைவனின் ஆற்றலை நம்மால் உணர்ந்து கொள்ள முடிகிறது.

56

மனிதனும் உணவும்

உலகில் உள்ள பல்வேறு உயிரினங்கள் மாமிசம் உண்ணும் வகையைச் சார்ந்தது. இவை 'மாமிச உண்ணிகள்' என்று அழைக்கப்படுகின்றன. இன்னும் சில உயிரினங்கள் தாவர வகைகளை உண்ணக்கூடியவை. இவை 'தாவர உண்ணிகள்' எனப்படும். மாமிச உண்ணிகள் தாவரத்தை உண்பதில்லை. தாவர உண்ணிகள், மாமிசத்தை சாப்பிடுவதில்லை. ஆனால் இருவகை உணவுகளையும் உண்ணும் வகையில் மனிதர்கள் படைக்கப்பட்டுள்ளனர்.

தாவரங்களை மட்டுமே உண்ணக்கூடிய ஆடு, மாடு, ஒட்டகம் போன்ற கால்நடைகளை ஆராய்ந்து பார்த்தால், அவை அத்தகைய உணவை உண்பதற்கு ஏற்ற வகையில் தட்டையான பற்களைக் கொண்டுள்ளன. சிங்கம், புலி, சிறுத்தை போன்றவை மாமிச உணவுகளை உண்பதற்கு ஏற்ற வகையில் கூரிய பற்களைப் பெற்றுள்ளன.

மனிதர்களைப் பொறுத்தவரையில் மாமிச உணவுகளை உண்பதற்கு ஏற்ற வகையில் கூரிய பற்களும், தாவர வகை உணவுகளை உண்பதற்கு ஏற்ற வகையில் தட்டையான பற்களும் அமைந்துள்ளன.

தாவர உண்ணிகளின் செரிமான அமைப்பு, தாவர வகை உணவுகளை மட்டுமே செரிமானம் செய்வதற்கு ஏற்றவாறு அமைந்துள்ளது. மாமிச உண்ணிகளின் செரிமான அமைப்பு, மாமிச வகை உணவுகளை மட்டுமே செரிமானம் செய்வதற்கு ஏற்ற வகையில் உள்ளது. ஆனால் மனிதனின் செரிமான அமைப்பு மட்டுமே, மாமிச வகை உணவுகளையும், தாவர வகை உணவுகளையும் செரிமானம் செய்வதற்கு ஏற்ற வகையில் அமைந்துள்ளது.

மனிதன் தாவர உணவுகளை மட்டுமே உண்ண வேண்டும் என்று இறைவன் எண்ணி இருந்தால், மனிதனுக்குத் தட்டையான பற்களை மட்டுமே கொடுத்திருப்பான். கூரிய பற்களைக் கொடுத்திருக்கமாட்டான். மேலும் இருவகை உணவுகளும் ஜீரணமாகும் வகையில், செரிமான அமைப்புகளை அமைத்திருக்க மாட்டான்.

"அவன் கால்நடைகளையும் படைத்தான். அவற்றில் உங்களுக்கு உடையும் இருக்கிறது. உணவும் இருக்கிறது. இன்னும் பல பயன்களும் இருக்கின்றன" (16:5) என்றும்,

"நிச்சயமாக உங்களுக்கு (ஆடு, மாடு, ஒட்டகம் முதலிய) கால்நடைகளில் ஒரு படிப்பினை இருக்கிறது. அவற்றின் வயிறுகளில் உள்ளவற்றில் இருந்து (சுரக்கும் பாலை) நாம் உங்களுக்குப் புகட்டுகிறோம். இன்னும் அவற்றில் உங்களுக்கு அநேக பயன்கள் இருக்கின்றன. அவற்றி(ன் மாமிசத்தி)லிருந்து நீங்கள் புசிக்கிறீர்கள்" (23:21) என்றும்,

"(பின்னால்) உங்களுக்குக் கூறப்படுபவை தவிர (மற்ற ஆடு, மாடு, ஒட்டகம் முதலிய) கால்நடைகள் உங்களுக்கு (உணவிற்காக) ஆகுமாக்கப்பட்டுள்ளன" (5:1) என்றும் இறைவன் திருக்குர்ஆனில் கூறுகின்றான்.

மிருகங்கள் மற்றும் பறவைகளின் இறைச்சியை உண்பதற்கு இஸ்லாம் அனுமதித்து இருந்தாலும், அதற்கு பல நிபந்தனைகளையும் விதித்துள்ளது. மிருகங்களில் அசை போட்டு மெல்லுகின்ற தன்மையுடைய மிருகங்களைத் தவிர, இதர மிருகங்களின் இறைச்சியைச் சாப்பிடக்கூடாது. ஆடு, மாடு, ஒட்டகம் போன்றவை அசைபோடும் பழக்கமுடையவை. இந்த மிருகங்களை மட்டுமே அதுவும் முறைப்படி அறுக்கப்பட்ட நிலையில் உணவுக்காகப் பயன்படுத்தலாம் என்பதே இஸ்லாமிய வழிமுறையாகும்.

இதன்படி சிங்கம், புலி, சிறுத்தை, ஓநாய், குள்ளநரி போன்ற விலங்குகளின் மாமிசத்தை உண்பது மனிதர்களுக்குத் தடை செய்யப்பட்டுள்ளது.

இதே போன்று, இரையைத் தன் காலில் மிதித்துக் கொண்டு, அதை இழுத்துத் தின்கின்ற பறவைகளின் இறைச்சியை உண்ணக் கூடாது. சான்றாக, கழுகு, பருந்து, வல்லூறு போன்றவை அத்தகைய ரகத்தைச் சார்ந்தவை. அவற்றின் இறைச்சியை உண்ண இஸ்லாம் தடை விதித்துள்ளது. கோழி, புறா, காடை, கவுதாரி போன்ற பறவைகள், இரையை அலகினால் கொத்தித் தின்பவை. இவற்றை சாப்பிட அனுமதி உண்டு.

அசை போடும் மிருகங்கள் மற்றும் அலகினால் கொத்தித் தின்னும் பறவைகளின் இறைச்சியை உண்ணலாம் என்று இஸ்லாம் அனுமதி அளித்திருப்பதற்குக் காரணம், அவற்றின் இறைச்சி தீங்கற்றவை. மேலும் ஆடு, மாடு, ஒட்டகம் ஆகியவை அதிக அளவில் இனப்பெருக்கம் செய்யக்கூடியவை. ஒரு நாளைக்கு உலகில் கோடிக்கணக்கான ஆடுகளும், மாடுகளும் அறுக்கப்படுகின்றன.

அறிவோம் இஸ்லாம்

இருந்தபோதிலும் அந்த இனங்கள் குறைவுபடவில்லை. மாறாகப் பெருகிக் கொண்டே இருக்கின்றன. இவற்றை உண்பதில்லை என்ற முடிவுக்கு மனிதன் வந்து விட்டால் என்ன நிகழும் என்பதை எண்ணிப் பாருங்கள். நாடு முழுவதும், ஊர் முழுவதும் ஆடு, மாடுகளின் நடமாட்டத்தையே அதிக அளவில் காண முடியும். அதற்காகத்தான் இறைவன் இத்தகைய ஏற்பாட்டை ஏற்படுத்தி இருக்கிறான்.

'புரோட்டீன்' என்ற சொல்லுக்கு முதன்மையானது, அடிப்படையானது என்று அர்த்தம். புரோட்டீன் உடம்பின் வளர்ச்சிக்கு இன்றியமையாதது; முதன்மையானது. உடலுக்குச் சக்தியைத் தருகிறது. தோல், சதை, ஜவ்வு முதலியவைகளின் அணுக்களை வளர்த்து அவைகளை உறுதிப்படுத்துகிறது. இது தவிர, சில நோய்கள் வராமல் புரோட்டீன் தடுக்கிறது.

குழந்தைகளின் உடல் வளர்ச்சிக்கு புரோட்டீன் மிகவும் அவசியம். ஆதலால் உணவில் புரோட்டீன் முதன்மைப் பொருளாக அமைகிறது. ஆகவே புரோட்டீன் சத்து என்பது உடம்புக்கு தினமும் தேவைப்படும் ஒரு இன்றியமையாத சத்தாக இருக்கிறது. புரோட்டீனை 'புரதம்' என்று கூறுவர்.

நமது உடலுக்குத் தேவையான அமினோ அமிலங்களை மாமிசத்தில் உள்ள புரோட்டீன்களில் இருந்து நாம் தயாரித்துக் கொள்கிறோம். மாமிச உணவு நமது உடலுக்குத் தேவையான அத்தனை புரோட்டீன்களையும் தருகிறது. தானியங்கள், பருப்பு, காய்கறிகள், இறைச்சி முதலியவற்றில் புரோட்டீன் சத்து உள்ளது. ஆனால் தாவரப் பொருட்களில் இருந்து கிடைக்கும் புரோட்டீனை விட மாமிச உணவுகளில் இருந்து கிடைக்கும் புரோட்டீன் சிறந்தது. தாவர வகைகளில் சோயாபீன்சில் மட்டுமே அதிக அளவு புரோட்டீன் உள்ளது.

இஸ்லாத்தைப் பொறுத்தவரை அது மனிதர்களை அசைவ உணவே உண்ண வேண்டும் என்று வற்புறுத்தவோ, வலியுறுத்தவோ இல்லை. எத்தகைய உணவுப் பழக்கத்தை ஒரு மனிதன் தேர்ந்தெடுக்கிறான் என்பதற்குப் பல்வேறு காரணங்கள் உள்ளன. அது அவன் சார்ந்துள்ள மதம்-மார்க்கம் தொடர்புடையதாக இருக்கலாம். அல்லது அவனது வாழ்விடம் சார்ந்ததாக அமையலாம். அல்லது அவனது தனிப்பட்ட விருப்பமாக இருக்கலாம்.

ஒரு மனிதன் இன்ன உணவைத்தான் உண்ண வேண்டும் என்று யாரும் யாரையும் கட்டுப்படுத்த முடியாது.

57

இஸ்லாமும் ஜீவகாருண்யமும்

பிற உயிர்கள் மீதும் கருணை காட்டுமாறு கூறும் சன்மார்க்கமே இஸ்லாம். இருந்தபோதிலும் மனித இனத்தின் தேவை கருதி, படைப்பினப் பெருக்கத்தின் சமநிலை கருதி, சில உயிரினங்களை உரிய முறையில் அறுத்து உண்பதை அனுமதித்துள்ளது.

ஹஜ்ஜுப் பெருநாளன்று ஆடு, மாடு, ஒட்டகங்கள் போன்ற உயிர் பிராணிகளை அறுத்து ஏழைகளுக்கும், உறவினர்களுக்கும் உண்பதற்காக வழங்குவதை வணக்கமாகக்கூட இஸ்லாம் கருது கிறது. "உம் இறைவனுக்கு நீர் தொழுது (குர்பானியும்) பலியும் கொடுப்பீராக" *(108:2)* என்று தொழுகை என்ற வணக்க வழி பாட்டுடன் இணைத்து திருக்குர்ஆனில் கூறப்பட்டிருப்பதைக் காணலாம்.

இதைக் கருத்தில் கொண்டு இஸ்லாத்தில் ஜீவகாருண்யத்திற்கு இடம் இல்லை என்ற கருத்து முன் வைக்கப்படுகிறது. ஜீவ காருண் யம் என்பது உயிர்களிடத்தில் பரிவு கொள்ளல், இரக்கம் காட்டு தல் என்று பொருள்.

விலங்குகளையோ, பறவைகளையோ தேவையற்ற வகையில் வதைப்பதையும், துன்புறுத்தித் தொல்லை கொடுப்பதையும், அவற்றின் சக்திக்கு மீறி வேலை வாங்குவதையும், அவை பசி யோடும் தாகத்தோடும் இருக்கும்போது உணவும் நீரும் கொடுத்து பாதுகாக்காமல் இருப்பதையும் ஜீவகாருண்யத்திற்கு எதிரான செயலாகக் கருதலாம்.

ஜீவகாருண்யம் என்பது வேறு; புலால் உண்ணல் என்பது வேறு. இரண்டுமே பிரித்து வைத்துப் பார்க்க வேண்டியவை.

"கால்நடைகளையும் அவனே படைத்தான். அவற்றில் உங்களுக்கு கதகதப்பு(ள்ள ஆடையணிகளு)ம், இன்னும் பல பலன்களும் இருக்கின்றன. அவற்றில் இருந்து நீங்கள் புசிக்கவும் செய்கிறீர்கள். மேலும் மிக்க கஷ்டத்துடனன்றி நீங்கள் சென்றடைய முடியாத ஊர்களுக்கு அவை உங்களுடைய சுமைகளைச் சுமந்து செல்கின் றன. நிச்சயமாக உங்களுடைய இறைவன் மிக இரக்கமுடையவன்;

அன்பு மிக்கவன். இன்னும் குதிரைகள், கோவேறு கழுதைகள், கழுதைகள் ஆகியவற்றை நீங்கள் ஏறிச்செல்வதற்காகவும், அலங்கா ரமாகவும் (அவனே படைத்துள்ளான்)". (16:5) என்று திருமறையில் இறைவன் கூறுகின்றான்.

இந்த வசனத்தின் அடிப்படையில் மிருகங்கள், பறவைகள் மனிதப் பயன்பாட்டுக்குரியவை என்பது தெளிவாகிறது. பயணம் செய்ய, சுமைகளைச் சுமக்க, வயல்களில் உழுவதற்காக, ஆடைக்காக, போர்வைக்காக, காலணிகளுக்காக, உணவுக்காக என்று அவற்றின் பயன்பாடுகள் நீண்டு கொண்டே செல்கின்றன.

அனைத்து உயிர்களிடத்தும் இஸ்லாம் அன்பு காட்டச் சொல்கி றது. "பூமியில் உள்ளவை மீது அன்பு காட்டுங்கள். வானத்தில் உள் ளவன் உங்கள் மீது அன்பு காட்டுவான்" என்பது நபிமொழி.

'தாகத்தோடு இருந்த நாயொன்றுக்கு நீர் புகட்டியதற்காக முன் சென்ற சமூகத்தில் ஒருவரின் பாவங்கள் மன்னிக்கப்பட்டன' என்று நபிகள் நாயகம் (ஸல்) அவர்கள் கூறினார்கள். அப்போது அருகில் இருந்த தோழர்கள், 'அல்லாஹ்வின் தூதரே! கால்நடைகள் விஷ யத்திலும் எங்களுக்கு பலன் கிடைக்குமா?' என்று கேட்டார்கள். அதற்கு நபிகளார், 'ஆம். உயிருள்ள பிராணி ஒவ்வொன்றின் விஷயத்திலும் (அதற்கு உதவி செய்யும் பட்சத்தில் மறுமையில்) அதற்கான பிரதி பலன் கிடைக்கும்' என்றார்கள்.

உயிரினங்களிடம் அன்பும் பரிவும் காட்டுவதன் அவசியத்தை வலியுறுத்தும் ஏராளமான நபிமொழிகளை நாம் பார்க்கலாம்.

அன்றைய அரேபியர்களிடம் காணப்பட்ட ஜீவகாருண்யத்திற்கு எதிரான அனைத்து செயல்களையும் நபிகளார் தடுத்தார்கள்.

'அன்று அரேபியர்கள் அம்பெறிந்து பழகுவதற்கு உயிரினங்க ளையே இலக்காகக் கொண்டனர். இந்தச் செயலை நபிகளார் தடுத்ததுடன், இவ்வாறு செய்பவர்களைச் சபிக்கவும் செய்தார்கள்' (புகாரி–5515)

விருந்தினர்கள் வந்தால் முழு ஒட்டகத்தையும் அறுக்க முடி யாது; குறைந்த அளவு மாமிசம் வாங்க முடியாது என்ற நிலை யில் அன்றைய அரேபியர்கள் உயிருடன் உள்ள ஒட்டகத்தில் ஒரு துண்டு இறைச்சியை வெட்டி எடுத்துச் சமைப்பார்கள். வெட்டப் பட்ட இடத்தில் மருந்து தடவி கட்டுப் போட்டு விடுவார்கள். அந்த ஒட்டகம் வலியையும் வேதனையையும் தாங்கிக் கொண்டு கண்ணீர் சிந்தும். இந்தச் செயலை நபிகளார் வன்மையாகக் கண் டித்ததோடு, இவ்வாறு பெறப்பட்ட மாமிசத்தைப் புசிப்பதும் 'ஹராம்' (விலக்கப்பட்டது) என்றார்கள்.

எந்த ஓர் உயிரையும்– அது மூட்டைப் பூச்சியாக இருந்தாலும் நெருப்பிலிட்டுப் பொசுக்கக் கூடாது என்றும், எந்த உயிரையும் தண்ணீரில் மூழ்கச் செய்து, மூச்சு முட்ட வைத்து சாகடிக்கக் கூடாது என்றும் இஸ்லாம் வழிமுறைகளை வகுத்துள்ளது.

‘உண்ண அனுமதிக்கப்பட்டுள்ள மிருகங்களில்கூட வேறு வழியில்லை என்றால் அன்றி இன விருத்தி செய்கின்ற பெண் இனத்தை அறுத்து புசிக்கலாகாது’ என்பது நபிமொழி. வேறு வழி இல்லாத நிலையில் மட்டுமே பெண்ணின விலங்குகளின் இறைச்சியை உண்ணலாம் என்பதை இதன் மூலம் அறியலாம்.

இன்று கூட இஸ்லாமிய திருமணங்களிலோ, விருந்து நிகழ்ச்சிகளிலோ கிடாய்களே அறுக்கப்படுகின்றன. இஸ்லாமியர்கள் பெரும்பான்மையாக வாழ்கின்ற ஊர்களில், பெண் ஆட்டை அறுக்கத் தடை உள்ளது.

ஆடு, மாடுகளை அறுப்பதில்கூட இஸ்லாம் பல கட்டுப்பாடுகளை விதித்துள்ளது. பிராணிகளை அறுக்கும்போது நன்கு கூர்மையான கத்தியைக் கொண்டு, அல்லாஹ்வின் பெயர் கூறி விரைவாக அறுத்தல் வேண்டும். கத்தியை அந்தப் பிராணி காணும்படி வைத்துக் கொள்ளவோ அல்லது அது பார்க்கும்படி கத்தியைத் தீட்டுவதோ கூடாது.

வேறு மிருகங்கள் பார்த்திருக்கும் நிலையில் அதை அறுக்கக் கூடாது.

58

உன்னத மார்க்கம் இஸ்லாம்

வேறு மதங்களோடு ஒப்பிடும்போது இஸ்லாம் மார்க்கம் வேறுபட்டது; ஒப்பற்றது.

"வணக்கத்திற்குரியவன் வேறு யாருமில்லை–அல்லாஹ்வைத் தவிர! முகம்மது நபி அவனது திருத்தூதர்" என்பதே இஸ்லாத்தின் அடிப்படையாகும்.

ஏக இறைவனைத் தவிர வேறு யாருக்கும் தலை வணங்கக்கூடாது என்பதே இஸ்லாத்தின் தலையாய கொள்கையாகும்.

வணக்கம் என்பது இறைவனுக்கு மட்டும் தான் என்பதில் இஸ்லாம் தெளிவாகவும், உறுதியாகவும் உள்ளது.

"நிச்சயமாக அல்லாஹ் தனக்கு இணை வைப்பதை மன்னிக்கவே மாட்டான். இதனைத் தவிர (மற்ற) எதனையும் தான் நாடியவர்களுக்கு மன்னிப்பான். எவர்கள் அல்லாஹ்வுக்கு இணை வைக்கிறார்களோ அவர்கள் நிச்சயமாக மிகப்பெரும் பாவத்தையே கற்பனை செய்கிறார்கள்" *(4:48)* என்று திருக்குர்ஆன் கூறுகிறது.

'இறைவன் மிகப் பெரியவன்' (அல்லாஹு அக்பர்) என்று சொன்ன நபிகள் நாயகம் (ஸல்) அவர்கள், தன்னைச் சாதாரண மனிதனாகவே எண்ணினார்கள்.

"முகம்மது (நபி) ஒரு தூதரேயன்றி (இறக்காமல் இருக்கக்கூடிய இறைவன்) அல்ல. அவருக்கு முன்னரும் (இவ்வாறே) பல தூதர்கள் சென்றிருக்கிறார்கள்" *(3:144)* என்றும்,

"(நபியே!) நீங்கள் கூறுங்கள்: நிச்சயமாக நானும் உங்களைப் போன்ற ஒரு மனிதன்தான். நிச்சயமாக உங்களுடைய இறைவன் ஒரே இறைவன்தான் என்று எனக்கு வஹி (இறைச்செய்தி) மூலம் அறிவிக்கப்பட்டுள்ளது. ஆகவே எவர் தன் இறைவனைச் சந்திக்க விரும்புகிறாரோ அவர் நற்செயல்களைச் செய்து தன் இறைவனுக்கு ஒருவரையும் இணையாக்காது (அவனையே) வணங்கி வருவாராக!" என்றும் திருமறை *(18:110)* தெரிவிக்கிறது.

இறைவனின் வாக்கு, தன் வாயிலாக இறங்கியதற்குத் தான் ஒரு கருவி என்ற கருத்தையே நபிகளார் கொண்டிருந்தார்கள்.

"இறைவனுக்கு உருவம் இல்லை; உருவ வழிபாடு கூடாது" என்பதை வலியுறுத்திய நபிகளார், எந்த நிலையிலும் தனது உருவத்தை நிலைநிறுத்த நினைக்கவில்லை. வருங்காலம் கையில் தனது உருவம் கிடைத்தால் கடவுளாக்கி விடுவார்கள் என்று கருதியே தனது உருவப்படத்தை உருவாக்கவில்லை. தோழர்கள் சிலர் நபிகளாரின் காலில் விழ முன்வந்தபோது அதை நபிகளார் தடுத்து விட்டார்கள். காலில் விழும் கலாசாரம் இஸ்லாத்தில் இல்லை என்பது அதன் உன்னதத்திற்கு ஓர் எடுத்துக்காட்டாகும்.

உலகில் அநியாயங்கள் அதிகரிக்கும்போது, அக்கிரமங்கள் உக்கிரம் அடையும்போது கடவுள் மனித அவதாரம் எடுத்து உலகிற்கு வருகிறான் என்ற கருத்தை இஸ்லாம் ஏற்றுக் கொள்ளவில்லை.

"இறைவன் ஒருவனே! அவன் தேவையற்றவன்; அவன் யாரையும் பெறவும் இல்லை; யாராலும் பெறப்படவும் இல்லை. அவனுக்கு ஒப்பாரும் இல்லை. அவனை மிக்காரும் இல்லை" (112:1-4) என்பது இறைவசனம்.

எனவே மக்களுக்கு வழிகாட்ட இறைவன் அந்த மக்களில் ஒருவரையே தனது தூதராக நியமிக்கிறான் என்று இஸ்லாம் கூறுகிறது. ஆதித்தூதர் ஆதம், இப்ராகீம், இஸ்மாயீல், இஸ்ஹாக், யாகூப், மூஸா, ஈசா, நூஹ் போன்ற எந்த இறைத் தூதர்களையும், இஸ்லாத்துக்கு முன் தோன்றிய மதங்கள் பெருமைப்படுத்தவில்லை. ஆனால் அவர்களைப் போற்றி ஏற்றுக் கொண்ட ஒரே மார்க்கம், இஸ்லாம். இது அதன் உன்னதத்திற்கு இன்னொரு சான்று.

இயற்கையோடு இயைந்த மார்க்கம் இஸ்லாம். இதனால் இயற்கைக்கு எதிரான எந்த செயலையும் இஸ்லாம் ஏற்றுக் கொள்ள வில்லை. பசி, தாகம் போன்றே உடல் இச்சையும் கட்டுப்படுத்த முடியாத ஒன்று.

இதனால்தான் இஸ்லாம் துறவறத்தை ஏற்றுக் கொள்வதில்லை. மேலும் உடலை வருத்தும் எந்தக் காரியத்தைச் செய்யவும் இஸ்லாம் உடன்படவில்லை.

உலகில் உள்ள எல்லா மதங்களும் விவாகரத்துக்கு எதிரானவை. ஆனால் இதில் இஸ்லாத்தின் நோக்கமே வேறு. அனுமதிக்கப் பட்ட காரியங்களில் இறைவன் வெறுக்கும் செயல், விவாகரத்து. தம்பதிகளுக்கிடையே கருத்து வேறுபாடு ஏற்பட்டு ஒன்று சேர முடியாத நிலை நிலவும்போது பிரிவது நல்லது என்று இஸ்லாம் கருதுகிறது.

அறிவோம் இஸ்லாம்

இஸ்லாத்தை பொறுத்தவரை திருமணம் என்பது ஓர் ஒப்பந்தம். ஒப்பந்தம் என்பதற்கு உடன்பாடு என்ற பொருளும் உண்டு. 'உடன்பாடு உடையவர், உடன்பட்டோராம்' என்பது தொல்காப்பியம். ஆணும், பெண்ணும் திருமணம் செய்ய உடன்பட்ட காரணத்தினால்தான் அவர்களுக்குள் திருமண உடன்பாடு ஏற்பட்டது.

இப்போது அவர்கள் ஒன்றாக இருக்க உடன்படவில்லை. கட்டிக் கொண்டோம் என்பதற்காக காலமெல்லாம் கட்டிக் கொண்டு கவலைப்பட வேண்டும் என்ற கட்டாயம் இல்லை என்பதால் விவாகரத்துக்கு இஸ்லாம் அனுமதி வழங்குகிறது. இது வாழ்வியல் நடைமுறைகளுக்கு ஏற்ற கொள்கைகளைக் கொண்ட மார்க்கம் இஸ்லாம் என்பதைக் காட்டுகிறது.

இதைப்போலவே கணவன் இறந்த பிறகு பெண்கள் மறுமணம் செய்யும் உரிமை, பெண்களுக்கு இஸ்லாம் அளித்த சமூக உரிமைகளில் மிக முக்கியமானதாகும். உலகத்தில் பெண்களுக்கு முதன் முறையாக சொத்துரிமை வழங்கியதும் இஸ்லாம்தான்.

வணக்க வழிபாடுகளையும், வாழ்க்கையையும் இஸ்லாம் வேறுபடுத்திப் பார்க்கவில்லை. வணிகம் செய்வதும் வணக்கமே; இல்லறமும் ஒரு வணக்கமே. தொழுகை, நோன்பு, ஹஜ் ஆகியவைகளும் வணக்கங்களே என்கிறது, இஸ்லாம்.

எப்படி உண்ண வேண்டும், எப்படி நீரைப் பருக வேண்டும், எப்படி உறங்க வேண்டும், எப்படி உடுக்க வேண்டும், எப்படி உடல் நலம் பேண வேண்டும்? என்பன போன்ற அனைத்துக் கேள்விகளுக்கும் பதில் சொல்கிறது.

காலை விழித்தது முதல் இரவு தூங்கச் செல்லும் வரை எவ்வாறு நடந்து கொள்ள வேண்டும் என உன்னத வழிமுறைகளைச் சொல்வதாலேயே அது உன்னத மார்க்கம்.

59

இஸ்லாத்தின் தனிச் சிறப்பு

உலகில் உள்ள பல மதங்கள் அதை நிறுவியவரின் பெயரைத் தாங்கி செயல்படுகின்றன. இன்னும் சில மதங்களுக்கு அது எந்தச் சமுதாயத்தில் தோன்றியதோ அந்தச் சமுதாயத்தின் பெயர் சூட்டப்பட்டுள்ளது. ஆனால் இஸ்லாம் மார்க்கம் ஒரு குறிப்பிட்ட மனிதருடனோ அல்லது ஒரு தனிப்பட்ட சமுதாயத்துடனோ தொடர்புடையதல்ல. பொதுவாக மனித குலம் முழுமைக்கும் இறைவன் (அல்லாஹ்) தேர்ந்தெடுத்த மார்க்கம் இஸ்லாம் ஆகும். இது எல்லா மொழியினருக்கும் எல்லாச் சமுதாயத்திற்கும் பொருத்தமானது; பொதுவானது.

ஈமான் (இறை நம்பிக்கை), தொழுகை, நோன்பு, ஜகாத் (கட்டாயக் கொடை), ஹஜ் ஆகிய ஐம்பெரும் கடமைகள் கொண்ட மார்க்கம், இஸ்லாம்.

"லா இலாஹ இல்லல்லாஹ், முகம்மதுர் ரசூலுல்லாஹ்" (வணக்கத்திற்குரியவன் வேறு யாருமில்லை- அல்லாஹ்வைத் தவிர! முகமது நபி அவனுடைய திருத்தூதர்) என்ற 'கலிமா'வை சொன்னவுடன், அவர் முஸ்லிம் ஆகி விடுகிறார் என்பது மட்டு மல்ல; அவர் சமத்துவ பாதையில் நடைபோடத் தொடங்குகிறார். உயர்ந்தவர் தாழ்ந்தவர், ஏழை பணக்காரர் என்ற பாகுபாட்டைக் களைகின்ற களமாக தொழுகை அமைந்துள்ளது. நோன்பு திறக்கும் போது பணக்காரரும், ஏழையும் பாகுபாடின்றி கஞ்சி அருந்துவது சமத்துவத்திற்குச் சான்றாக அமைந்துள்ளது.

'ஜகாத்' என்கிற கட்டாயக் கொடை சமுதாயத்தில் நிலவும் பொருளாதார பாகுபாட்டைப் போக்குகிற வழிமுறையாக உள்ளது. நாடு, மொழி, நிறத்தால் வேறுபட்ட லட்சக்கணக்கான மக்கள், ஒரே உடையில், ஒரே குரலில் ஒரே சிந்தனையில் சந்திக்கும் சமத்துவ மாநாடு, ஹஜ். இப்படி இஸ்லாம் கூறும் ஐந்து கடமைகளின் செயல்பாடுகளை ஆழமாக ஆராய்ந்து பார்த்தால், அவற்றின் பின்னணியில் 'சமத்துவம்' பின்னிப் பிணைந்திருப்பதைப் பார்க்க முடிகிறது.

அறிவோம் இஸ்லாம்

இந்தக் கட்டாயக் கடமைகளில் ஒழுங்கும், நேரக் கட்டுப்பாடும் பேணப்படுகிறது. வரையறுக்கப்பட்ட நேரங்களில் இறைவனை கட்டாயம் வணங்க வேண்டும் என்று ஐவேளைத் தொழுகைக்கு வரையறை செய்துள்ளது, இஸ்லாம்.

தொழுகையைத் தலைமை தாங்கி நடத்த வேண்டிய 'இமாம்' குறித்த நேரத்தில் வரவில்லை என்றால் அவருக்காக யாரும் காத் திருப்பதில்லை. அவருக்குப் பதிலாக வேறொருவரைக் கொண்டு தொழுகை நடைபெறும். தாமதமாக வந்த 'இமாம்' கடைசி வரிசை யில் காணப்படுவார்.

குறிப்பிட்ட நேரத்தில் உணவருந்தி நோன்பு இருக்க வேண்டும். அதைப்போல குறிப்பிட்ட நேரத்தில் நோன்பைத் திறக்க வேண்டும். ஹஜ் வழிபாடுகளும் குறிப்பிட்ட நேரத்தில் தொடங்கி குறிப்பிட்ட நேரத்தில் முடிவடையும். திரளான மக்கள் திரண்டாலும் அங்கே நேரமும், ஒழுங்கும், கட்டுப்பாடும் பேணப்படும்.

இஸ்லாம் ஓர் ஆதாரபூர்வமான மார்க்கம். இறைவனால் அரு ளப்பட்ட திருக்குர்ஆன் அருளப்பட்ட காலத்திலேயே, அருளப் பட்ட மொழியிலேயே முறையாகப் பதிவு செய்யப்பட்டுள்ளது. பல்வேறு வேத நூல்களில் ஒரு குறிப்பிட்ட சமுதாய மக்களுக்கான அறிவுரைகளே அதில் இடம் பெற்றிருக்கும்.

ஆனால் திருக்குர்ஆனில் ஒவ்வொரு இடத்திலும், 'மனிதர்களே!' 'ஆதமுடைய மக்களே!' 'இறை நம்பிக்கையாளர்களே!' என்று அழைத்து அறிவுரைகள் வழங்கப்பட்டிருக்கும். இது அகில உலக மக்களுக்காக அருளப்பட்டது என்பதை நிரூபிக்கிறது. இந்த உல கில் உள்ள அதிக மக்களால் மனனம் செய்யக் கூடிய– ஓதக்கூடிய ஒரே வேத நூலாக விளங்குகிறது, திருக்குர்ஆன்.

இன்று மனித உரிமைகள் குறித்த விவாதங்கள் உலகம் முழுவ தும் உரத்த குரலில் ஒலிக்கத் தொடங்கியுள்ளன. பிரெஞ்சுப் புரட்சி என்பது மனித வரலாற்றில் மிக முக்கியமான நிகழ்வுகளில் ஒன்றாக வரலாற்று ஆசிரியர்களால் வர்ணிக்கப்படுகிறது.

சமூகத்தில் வெவ்வேறு வர்க்கத்தினருக்கு வெவ்வேறு உரிமை கள் என்ற நிலை மாறி சமத்துவம், மனித உரிமைகள் போன்ற கோட்பாடுகள் தழைக்கத் தொடங்கியதாகக் கருதப்பட்டது. 1789-ம் ஆண்டு ஆகஸ்டு 26-ந்தேதி பிரெஞ்சு மானுடப் பிரகட னம் வெளியிடப்பட்டது.

தாமஸ் ஜெபர்சன் உருவாக்கிய அமெரிக்க சுதந்திரப் பிரகடனம் 1776-ம் ஆண்டு வெளியானது. இதில், "அனைத்து மனிதர்களும் சமமாகப் படைக்கப்பட்டுள்ளனர். அவர்கள் வாழ்வதற்கும், சுதந்

திரத்திற்கும் முழு உரிமை உண்டு" என்று கூறப்பட்டிருந்தது. பிரெஞ்சுப் புரட்சி மற்றும் அமெரிக்க சுதந்திர பிரகடனம் காரணமாக சுதந்திரம், சமத்துவம், சக வாழ்வு கிடைத்ததாகக் கருதுகிறார்கள்.

ஆனால் இந்த இரண்டுக்கும் மூலமாக இருப்பது 1,400 ஆண்டுகளுக்கும் முன்பு இறைவனால் அருளப்பட்ட திருக்குர்ஆனே ஆகும். மனித உரிமைகளின் பாதுகாவலனாகவும், பாதுகாப்பு அரணாகவும் இஸ்லாம் விளங்குகிறது. அது மனித உரிமை மீறல்களுக்கு எதிரான வலிமை மிக்க கொள்கைகளை வகுத்துத் தந்துள்ளது.

உலகில் உள்ள அனைத்து மனித குலத்திற்கான உரிமைகளை பாதுகாப்பதற்கு என்று 30 அம்ச கொள்கைகளை ஐ.நா.சபை அறிவித்தது.

அதில் ஒவ்வொரு மனிதனுக்கும் கிடைக்க வேண்டிய சமூக, அரசியல், பொருளாதார உரிமைகளும், சுதந்திரமும் வரையறுக்கப்பட்டன. ஐ.நா. சபை ஆவணப்படுத்திய உரிமைகளோடு, இஸ்லாம் வழங்கிய உரிமைகளை ஒப்பிட்டுப் பார்த்தால் இஸ்லாம் மார்க்கத்தின் உயர்வை-உன்னதத்தை- அதன் தனிச் சிறப்பைப் புரிந்து கொள்ள முடியும்.

"மனிதர்களே! உங்கள் அனைவரையும் நிச்சயமாக நாம் ஒரே ஆண் மற்றும் பெண்ணில் இருந்துதான் படைத்தோம்... உங்களில் எவர் இறையச்சம் உடையவராக இருக்கின்றாரோ அவர்தான் அல்லாஹ்விடத்தில் மிகவும் கண்ணியமானவர் ஆவார்" (திருக்குர்ஆன்-49:13) என்பது இறைமறை வசனம்.

சாதி, மதம், இனம், மொழி, நிறம் என்கிற எந்தவித ஏற்றத் தாழ்வுகளும் இல்லாமல், சமத்துவத்தை நிலை நிறுத்தி, ஒரு மனிதனுக்கான சகல சம உரிமைகளையும் வழங்கிய ஒரே மார்க்கம் இஸ்லாம் என்பதில் எந்தச் சந்தேகமும் இல்லை.